தலைவன்

ஒரு இனப்போராட்டத்தின் எழுச்சிமிகு வரலாறு

ஆதனூர் சோழன்

தலைவன்

ஆதனூர் சோழன்

முதல் பதிப்பு 2009
ஐந்தாம் பதிப்பு 2021
பக்கங்கள் 256
நூலின் அளவு (14X21.5) டெமி
விலை ரூ. 225/-

வெளியீடு
நக்கீரன் பப்ளிகேஷன்ஸ்
105, ஜானி ஜான்கான் சாலை
இராயப்பேட்டை
சென்னை 14
செல்: 044- 4399 3000

அட்டை வடிவமைப்பு
ஆர்.சி. மதிராஜ்

உள் வடிவமைப்பு
ஆதனூர் சோழன்

கட்டமைப்பு
ஆர்.எஸ்.பைண்டர்ஸ்
சென்னை 5

அச்சாக்கம்
சாருபிரபா பிரிண்டர்ஸ்
சென்னை 14

THALAIVAN

Aadhanur Chozhan

First Edition 2009
Fifth Edition 2021
Pages 256
Book Size (14X21.5) Demy
Price Rs.225/-

Published by
Nakkheeran Publications
105, Jani Jahankhan Road
Royapettah, Chennai 14
Ph 044- 4399 3000

Wrapper Designed by
R.C. Mathiraj

Inner Designed by
Aadhanur Chozhan

Binding by
R.S.Binding Works
Chennai 5

Printed at
Saaruprabha Printers
Chennai 14

வீரத் தமிழன்

"எனது எதிரிதான் நான் எந்த ஆயுதத்தை எடுக்க வேண்டுமென்று தீர்மானிக்கிறான்"

-மாவோ

"சிங்களர்களுக்கு ஆயுத மொழிதான் புரியும்"

-பிரபாகரன்

தமிழர்களின் வீரம் குறித்து சங்க இலக்கியங்களில் கூறப்பட்டவற்றைப் படித்திருக்கிறேன்.

உலக வரலாற்றில் ஒடுக்கப்பட்ட இனத்தின் விடுதலைக்காக ஆயுதமேந்தி போராடிய தலைவர்களின் வரலாற்றையும் படித்திருக்கிறேன்.

70களின் இறுதியிலும் 80களின் மத்தியிலும் தமிழகத்தில் நடைபெற்ற ஈழ ஆதரவுப் போராட்டங்களில் இளைஞனாக பங்கேற்றிருக்கிறேன்.

அமைதி ஒப்பந்தம் என்ற பெயரில் அந்தப் போராட்டம் திசை திருப்பப்பட்ட சமயத்தில், எனக்கு விபரீதம் புரியவில்லை. ஆனால், அமைதிப் படை இலங்கை ராணுவத்தைக் காட்டிலும் மோசமாக நடந்துகொண்ட விபரங்களை அறிந்தபோது விடுதலைப் புலிகளின் நிலைப்பாடு சரியெனப்பட்டது.

நாடு திரும்பிய அமைதிப்படையை கலைஞர் வரவேற்கவில்லை என்றபோது சந்தோஷம் ஏற்பட்டது.

ராஜீவ் காந்தி கொல்லப்பட்ட செய்தி அதிர்ச்சியை ஏற்படுத்தியது. ஆனால், அந்த அதிர்ச்சியிலிருந்து மீள்வதற்குள் காங்கிரஸ்காரர்களின் அட்டூழியம் தொடங்கிவிட்டது. திமுகவினரின் சொத்துக்களை சூறையாடி, சிங்களர்களின் கொடூரம் எப்படி இருந்திருக்கும் என்பதை அவர்கள் வெளிப்படுத்தினர்.

அத்தகைய தாக்குதலால் பாதிக்கப்பட்ட ஆயிரக்கணக்கான குடும்பங்களில் எங்கள் குடும்பமும் ஒன்று.

இருந்தாலும், இனி, ஈழப்போராட்டம் ஒடுக்கப்பட்டுவிடும் என்ற எண்ணம் வேதனை அளித்தது. ஆனால், எல்லாவற்றையும் மீறி, அந்தப் போராட்டம் வலுவடைந்தது. தமிழீழ அரசாங்கம் அமைத்து, இறையாண்மை மிக்க ஒரு நாட்டுக்கு இருக்கும் அத்தனை வசதிகளையும் பிரபாகரன் ஏற்படுத்திய போது மலைப்பாக இருந்தது.

தமிழீழம் மலர்வது உறுதி. இலங்கையில் தமிழர்கள் தங்களுக்கென்று ஒரு நாட்டை அமைத்து உலக தமிழர்கள் தலைநிமிர்ந்து வாழ வழிகாட்டுவார்கள் என்ற நம்பிக்கை துளிர்த்தது.

நார்வே தூதுக்குழு ஏற்படுத்திய அமைதி ஒப்பந்தம் தமிழர்களுக்கு நல்ல தீர்வை ஏற்படுத்தித் தரும் என்ற எதிர்பார்ப்பை ஏற்படுத்தியது.

அமைதி ஒப்பந்தம் குப்பையில் போடப்பட்டபோது மீண்டும் கவலை சூழ்ந்தது.

விமானப்படை அமைத்து விடுதலைப்புலிகள் தாக்குதல் நடத்தியபோது மலைப்பு ஏற்பட்டது.

ராணுவ முகாம்களை மட்டுமே இலக்காக கொண்டு புலிகள் தாக்குதல் நடத்தினர். இலங்கை ராணுவம் பொதுமக்கள் மீது விமானத் தாக்குதல் நடத்தியது. இந்த அநியாயத்தை யாருமே கேட்க முன்வரவில்லை. அதுதான் உலகம் முழுவதும் வாழும் தமிழனுக்கு வேதனையை ஏற்படுத்தியது.

தாய்த் தமிழகமும் கூட ஈழத்தமிழனின் வேதனையை வேடிக்கை பார்க்கும் நிலையில்தான் இருந்தது.

இதோ, ஏழு நாடுகளின் உதவியோடு ஒரு இனத்தை முற்றிலுமாக அடையாளம் இல்லாமல் அழிக்கும் முயற்சியில் முதல்கட்டமாக வெற்றி பெற்றிருக்கிறது இலங்கை.

தந்தை செல்வா தலைமையில் அரசியல் ரீதியாக தமிழீழ தனியரசு அமைக்கும் போராட்டம் தொடங்கப்பட்டது. அது நிறைவேறவில்லை. பிரபாகரன் தலைமையில் ஆயுதமேந்திய போராட்டம் நடைபெற்று வந்தது. அதுவும் முடிவுக்கு வந்துவிட்டதாக இலங்கை அரசு கூறுகிறது.

அது நிஜம்தானா என்கிற கேள்விக்கு பதில் காணும் நோக்கில் இந்த நூல் விஷயங்களை அலசுகிறது. ஈழப்போரின் வேர்கள் எங்கிருந்து தொடங்குகின்றன? ஒன்றுபட்ட இலங்கை என்று கூப்பாடு போடுகிறவர்களின் வாதம் நியாயமா? அதற்கு ஏதேனும் ஆதாரம் இருக்கிறதா? என்ற கேள்விகளுக்கு இந்த நூல் விடையளிக்கும் என்று நம்புகிறேன்.

நன்றி

அன்புடன்

ஆதனூர் சோழன்

தொடர்புக்கு
e-mail; athanur_chozhan@yahoo.co.in
mobile; 9840496702

நக்கீரன் ஆசிரியர் அன்புக்குரிய
அண்ணன் நக்கீரன் கோபால் அவர்களுக்கு

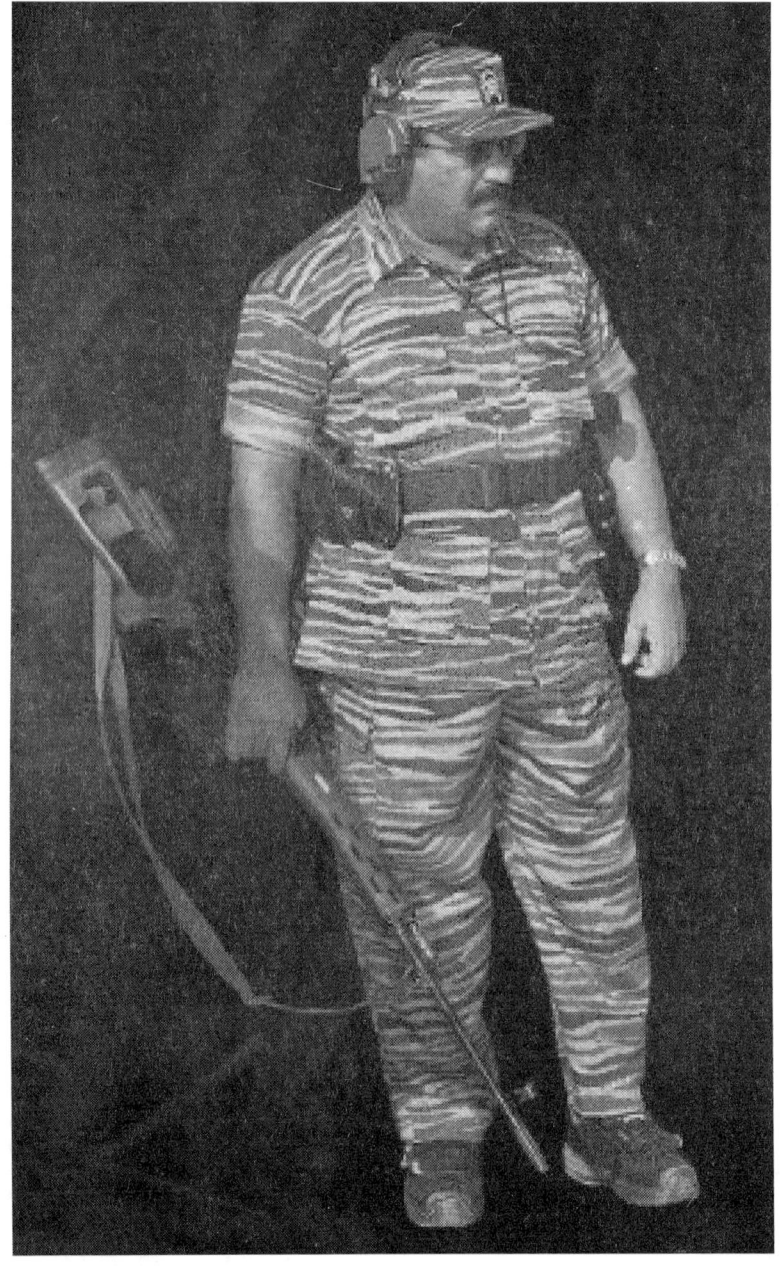

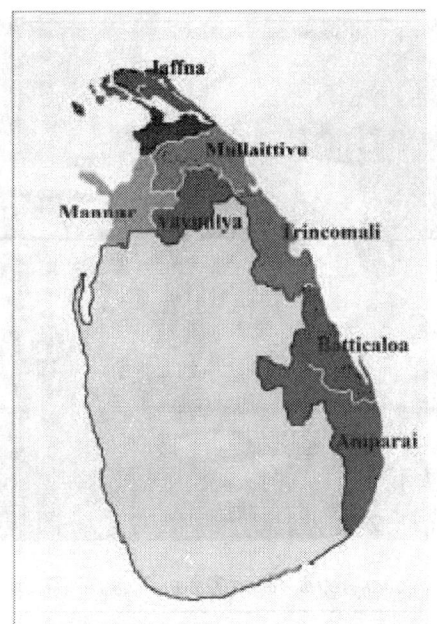

கிலி ஏற்படுத்தும் புலி!

வவுனியா.

"புலிகளின் கோட்டையை சுற்றி வளைத்துவிட்டோம். அவர்கள் பொறியில் சிக்கிக் கொண்டார்கள். கூண்டோடு அவர்களை ஒழிக்கவேண்டும். தயவுசெய்து யோசனை சொல்லுங்கள்"

இலங்கை ராணுவப் பிரிவுகளின் தளபதி கெஞ்சினார்.

அமெரிக்கா, பிரிட்டன், ஜப்பான், வங்கதேசம், பாகிஸ்தான், மாலத்தீவு ஆகிய நாடுகளுடன் இந்தியாவின் ராணுவ உயர் அதிகாரிகளும் வவுனியாவில் கூடியிருந்தனர்.

வவுனியா பகுதியில் இலங்கை ராணுவத்தின் கமாண்டராக பொறுப்பேற்று இருக்கும் மேஜர் ஜெனரல் ஜெகத் ஜெயசூர்யா அந்த அதிகாரிகளுடன் ஆலோசனை நடத்தினார்.

வியூகம் வகுத்துக் கொடுத்த 7 நாட்டு அதிகாரிகள்

கிளிநொச்சி மாவட்டத்தை இதோ கைப்பற்றப் போகிறோம் என்று இலங்கை ராணுவம் அறிவித்து மாதக் கணக்கில் ஆகிவிட்டது. ஆனால், எந்த முன்னேற்றமும் இல்லை. “என்னதான் செய்கிறீர்கள்?” என்று இலங்கை ஜனாதிபதி ராஜபக்ஷே துருவிக்கொண்டே இருந்தார். அவருக்குப் பதில் சொல்லமுடியாமல் ஜெயசூர்யா திணறினார்.

இந்நிலையில்தான், தங்களுக்கு உதவக்கூடிய நாடுகளின் ராணுவ உயர் அதிகாரிகளை வரவழைத்தார் ராஜபக்ஷே. வன்னிப் பகுதிக்கு வந்த அவர்களை ஜெயசூர்யா ஆர்வத்துடன் வரவேற்றார். ராணுவத் தலைமையகத்தில் அவர்களுடன் ஆலோசனை நடத்தினார்.

இந்தியா சார்பில் கேப்டன் பிரதீப் சிங், அமெரிக்கா சார்பில் லெப்டினன்ட் கேனல் லாரன்ஸ் ஸ்மித், பிரிட்டன் சார்பில் கேனல் ஆண்டன் கோஸ், பாகிஸ்தான் சார்பில் கேனல் சையத் ஹுரம் ஹஸ்னைன் ஆலம், வங்கதேசம் சார்பில் கமாண்டர் இமாம்ஹோசைன், ஜப்பான் சார்பில் கேப்டன் மசகருமுரை, மாலத்தீவு சார்பில் கேனல் அக்மட் ஷநீர் ஆகியோர் ஜெயசூர்யாவிடம் நிலவரம் குறித்து விசாரித்தனர்.

“கிளிநொச்சியை பிடிப்பதுதான் இலங்கை ராணுவத்தின் இப்போதைய அவசர தேவை. ராஜபக்ஷே எங்களை வாட்டி

ஆதனூர் சோழன்

எடுக்கிறார். நாங்களும் எத்தனையோ வியூகங்களை வகுத்துவிட்டோம். எதுவுமே நடக்கவில்லை. நீங்களாவது ஒரு வழிகாட்டுங்கள்".

பரிதாபமாக பேசினார் ஜெயசூர்யா.

ராணுவ அதிகாரிகள் நமுட்டு சிரிப்பு சிரித்துக்கொண்டார்கள். ஜெயசூர்யாவுக்கு வெட்கமாக இருந்தது. ஆனாலும் தன் விதியை நொந்துகொண்டு, அவர்கள் சொல்லப்போவதை எதிர்பார்த்து காத்திருந்தார்.

"புலிகள் எத்தனைபேர் இருப்பார்கள்?"

"நீங்கள் எத்தனைபேர் இருக்கிறீர்கள்?"

"கிளிநொச்சியை சுற்றிலும் எத்தனை இடங்களில் உங்கள் படையணிகள் நிறுத்தப்பட்டு இருக்கின்றன?"

ராணுவ அதிகாரிகள் சரமாரியாக வினா தொடுத்தனர்.

எல்லாவற்றுக்கும் பதில் அளித்தார் ஜெயசூர்யா.

"இரண்டாயிரம் புலிகள் இருக்கிறார்கள் என்கிறீர்கள். கிளிநொச்சியைச் சுற்றிலும் ஐந்து முனைகளில் ஒரே சமயத்தில் தாக்குதலை நடத்துங்கள். அப்படிப்பட்ட தாக்குதலை புலிகள் எதிர்பார்க்கமாட்டார்கள். ஐந்து முனைகளிலும் ராணுவத்தை

கிளிநொச்சிக்கு வெகு தொலைவிலிருந்து தாக்குதல்

சமாளிக்க புலிகள் வெளிவந்துதான் ஆகவேண்டும். மொத்தம் இருக்கிற புலிகள் அனைவரும் வெளிவரும்போது அவர்களை எளிதில் சமாளித்துவிடலாம். ஒரே சமயத்தில் பல இடங்களில் முதன் முறையாக நடத்தப்போகும் தாக்குதலில் புலிகள் அழிந்து போவார்கள்".

இதுதான் ஏழு நாட்டு ராணுவ அதிகாரிகளும் வெளியிட்ட யோசனை.

இது சாத்தியமா? என்று அறிந்துகொள்ள உடனடியாக இலங்கை ராணுவத் தளபதி சரத் பொன்சேகாவை தொடர்பு கொண்டார் ஜெயசூர்யா.

அவர் உடனடியாக அதிபர் ராஜபக்ஷேவை சந்தித்து இந்த வியூகம் பற்றி விவாதித்தார். ராஜபக்ஷேவுக்கு ஒரே சந்தோஷம்.

"கோ அஹெட்" என்றார்.

அடுத்த நொடியில் வியூகத்தை நிறைவேற்ற மளமளவென்று ஏற்பாடுகள் தொடங்கின.

இதோ, புலிகள் ஒட்டுமொத்தமாக ஒழியப் போகிறார்கள் என்று தங்களுக்குள் சொல்லிக் கொண்டார்கள்.

"ஏதோ நடக்கப்போகிறது. எது நடந்தாலும் சமாளிக்க

தயாராக இருங்கள். அடுத்த நாள் வரைகூட காத்திருக்க வேண்டியதில்லை. இன்று இரவேகூட தாக்குதல் நடத்தக்கூடும்"

புலிகளின் சக்திவாய்ந்த உளவுபிரிவு எச்சரித்தது.

ஏழு நாட்டு அதிகாரிகள் வன்னிக்கு வந்திருக்கும் தகவலை உளவுப்பிரிவு தெரிந்துகொண்டது. அவர்களுடைய நடவடிக்கைகளை உன்னிப்பாக கவனித்து வந்தது.

புலிகளின் தலைவர் பிரபாகரனுக்கு அவ்வப்போது தகவல்கள் தரப்பட்டன.

உடனே ஆலோசனை நடைபெற்றது. கிளிநொச்சியை நோக்கி, எந்தெந்த வழிகளில் ராணுவம் முன்னேற முடியும் என்று ஆராயப்பட்டது. 5 வழிகளில் முன்னேற முடியும் என்று முடிவானது.

"ஐந்து வழிகளிலும் தாக்குதலுக்கு தாயாராகுங்கள்"

தளபதிகளுக்கு உத்தரவு பிறப்பித்தார் பிரபாகரன்.

கிளிநொச்சியை நோக்கி ஐந்து முனைகளில் இருந்து புறப்பட்டது இலங்கை ராணுவம்.

மக்கள் நடமாட்டம் இல்லாத சூனியப் பிரதேசங்களில்

அணிவகுத்த இலங்கை ராணுவப் பிரிவுகளில் சிறுவர்களும் இடம்பெற்று இருந்தனர்.

விடுதலைப் புலிகள் அமைப்பில் சிறுவர்கள் இருப்பதாக ஐ.நா.வில் புகார் செய்த இலங்கை ராணுவம் தனது படைப்பிரிவுகளில் எப்படி சிறுவர்களை சேர்த்தது?

இலங்கை ராணுவத்தில் ஆள்பலம் குறைந்துவிட்டது. அதை ஈடுகட்ட வேண்டிய கட்டாயம் அரசுக்கு ஏற்பட்டுள்ளது. அதற்காக டீன் ஏஜ் சிறுவர்களையும் ராணுவத்தில் சேர்க்கத் தொடங்கிவிட்டது இலங்கை அரசு.

கிளிநொச்சியை நெருங்க நெருங்க இலங்கை ராணுவத்துக்கு ஆச்சர்யம்.

எந்தவிதமான எதிர்ப்பும் இல்லை.

அதோ கிளிநொச்சியை சுற்றிலும் புலிகளின் மண் அரண்கள் தெரிகின்றன.

அரண்களுக்கு சற்று தூரத்தில் மிகப்பெரிய அகழிகளை ஏற்படுத்தி இருக்கிறார்கள். அந்த அகழிகளுக்குள் புலிகள் பதுங்கியிருக்கக் கூடும். அங்கிருந்து தாக்குதல் நடத்தக் கூடும்.

அகழிகளுக்கு வெகு தொலைவிலேயே ராணுவம் உஷாராக நின்று கொண்டது.

"அட்டாக்"

இலங்கை கமாண்டர்கள் உத்தரவிட்டனர்.

சரமாரியான தாக்குதல். அகழிக்குள் குண்டுமழை.

புலிகள் இருப்பதற்கான அறிகுறிகளே இல்லை. இலங்கை ராணுவத்தினர், தங்கள் வேலை எளிதாகிவிட்டதாக நினைத்தனர்.

பதுங்கிப் பதுங்கி அகழியை நெருங்கினர். அகழிக்குள் ஆட்களே இல்லை.

அப்போதும்கூட இலங்கை ராணுவத்தினர் யோசிக்கவே இல்லை. தங்கள் வியூகம் வெற்றி பெற்றுவிட்டதாகவே நினைத்தனர். ஏழு நாடுகளின் வியூகம் பலன் அளித்துவிட்டதாகவே பெருமைப் பட்டனர்.

அகழிக்குள் இறங்கி மேட்டுக்கு வந்தனர். புலிகளின் மண்

அரணை நோக்கி வெற்றிநடை போட்டனர்.

திடீரென்று மணல் அரணுக்கு அப்பாலிருந்து எழுந்தனர் புலிகள். அவர்களிடம் நவீன ஆயுதங்கள் இருந்தன. ராக்கெட் லாஞ்சர்கள், பல்குழல் துப்பாக்கிகள் என சகட்டுமேனிக்கு தாக்குதல் நடத்தினர்.

இலங்கை ராணுவத்தினருக்கு அதிர்ச்சி. அவர்களுக்கு என்ன செய்வதென்றே தெரியவில்லை. முன்னணியில் சென்றவர்கள் குண்டடிபட்டு விழ, விழ பின்னால் சென்றவர்கள் ஆயுதங்களை போட்டுவிட்டு உயிர்தப்பிக்க ஓடினர்.

புலிகள் தரப்பில் மொத்தத்தில் 28 பேர் மட்டுமே பலி. ஆனால், இலங்கை ராணுவத்துக்கு, 160 பேர் பலி. 250க்கு மேற்பட்டோர் காயம்.

காயமடைந்த ராணுவத்தினரை புலிகள் கைது செய்தனர். அவர்களிடமிருந்து ஏராளமான நவீன ஆயுதங்களை கைப்பற்றினர்.

தகவல் கிடைத்ததும் அதிபர் ராஜபக்ஷே அதிர்ச்சியில் உறைந்தார். புலிகளின் பலம் அவரை திகைக்கச் செய்தது. ஈழப்

ஆள் இல்லாத நகருக்குள் சிங்கள வீரர்

போராட்டம் தொடங்கியதில் இருந்து புலிகளின் தீரத்தை அறிந்தவர்தான். ஆனால், ஒரேசமயத்தில் ஐந்து முனைகளிலும் ராணுவத்தை திணறச் செய்யமுடியும் என்பதை இப்போதுதான் அவர் அறிந்தார்.

ஏழு நாடுகளின் ராணுவ அதிகாரிகள் வகுத்துக் கொடுத்த வியூகத்தை புலிகள் முறியடித்துள்ளனர் என்பது ராணுவத்தையே கலங்கடித்தது.

நேரடித் தாக்குதலில் தோல்வியடையும் போதெல்லாம், வான்தாக்குதலை ஏவுவது இலங்கை அரசுக்கு வாடிக்கையான விஷயம்தான்.

இப்போதும் அதுபோலத்தான் நடந்தது. இலங்கையின் வான்படை கிளிநொச்சி மீது சரமாரியாக தாக்குதலை தொடங்கியது. தமிழ் மக்கள் அலறியடித்து பதுங்குமிடங்களுக்கு ஓடினர்.

குண்டுவீச்சில் வழக்கம்போலவே குழந்தைகளும் பெண்களும் காயமடைந்தனர்.

விமானத் தாக்குதலின் துணையோடு இலங்கை ராணுவம் கிளிநொச்சியை நெருங்கியது. முன்புபோல இப்போது எதிர்ப்பே இல்லை.

ஆதனூர் சோழன்

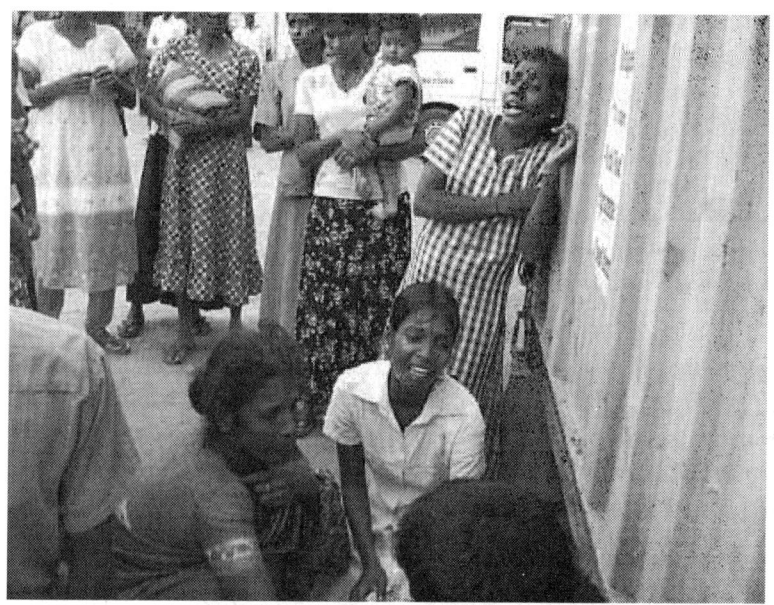

உயிரிழந்தவரின் குடும்பம் கதறுகிறது

கிளிநொச்சிக்குள் நுழைந்தது ராணுவம்.

ஆனால், அங்கு யாருமே இல்லை. விமானத் தாக்குதலில் சிதிலமடைந்த கட்டிடங்கள் மட்டுமே இருந்தன.

கிளிநொச்சியில் வாழ்ந்த மக்கள் எங்கே?

வான் தாக்குதலில் காயமடைந்த, உயிரிழந்த மக்கள் எங்கே?

இலங்கை ராணுவத்துக்கு எதுவுமே புரியவில்லை.

ஆனாலும், இலங்கை தலைநகரில் சிங்களரின் வெற்றிக் கொண்டாட்டம் தூள்பறந்தது.

இனி, முல்லைத்தீவு மட்டுமே விடுதலைப் புலிகளின் கையில் இருக்கிறது.

இலங்கை ராணுவம் முல்லைத்தீவை நோக்கி முன்னேறும் என்றார் ராஜபக்ஷே.

வழக்கம்போல, விமானப்படையின் துணையோடு அணிவகுத்தது இலங்கை ராணுவம்.

ஆனால், ராணுவம் நுழைந்த இடங்கள் அனைத்திலும் மக்கள் நடமாட்டமே இல்லை. அங்கிருந்த மக்கள் எங்கே போனார்கள் என்பது மிகப்பெரிய கேள்விக்குறியாக பின்தொடர்ந்தது.

விடுதலைப்புலிகளின் கட்டுப்பாட்டில் நீண்டகாலம் இருந்த வவுனியாவின் அனைத்து முக்கிய பகுதிகளும் ராணுவத்தின் வசம் வீழ்ந்தது. புலிகளின் கட்டுப்பாட்டுப்பகுதி சுருங்கிக்கொண்டே போனது.

இன்னும் 10 சதுர கிலோ மீட்டர் மட்டுமே புலிகளிடம் இருக்கிறது. 6 சதுர கிலோ மீட்டர் மட்டுமே அவர்கள் வசம் இருக்கிறது. இதோ நெருங்கிவிட்டோம். புலிகளை அழித்து ஒழிப்பது நிச்சயம். அவர்கள் ஆயுதங்களைப் போட்டுவிட்டு சரணடைவதைத் தவிர வேறுவழியே இல்லை. ராஜபக்ஷே கொக்கரித்தார்.

நிஜம்தானா?

புலிகள் சிக்கலில் சிக்கிக்கொண்டார்களா?

உலகம் முழுவதும் தமிழர்கள் நெஞ்சில் கேள்விக் கணைகள் பாய்ந்து கொண்டிருந்தன.

புலிகளை ராணுவம் நெருங்க முடியாது. அவர்களைச் சுற்றிலும் இரண்டரை லட்சம் தமிழர்கள் கவசமாக நிற்கிறார்கள். சுலபத்தில் புலிகள் சரணடைய மாட்டார்கள் என்று அடுத்தடுத்து செய்திகள் வெளிவந்தன. தமிழர்கள் சற்றே நிம்மதிப் பெருமூச்சு விட்டனர்.

உலகம் முழுவதும் ஆர்ப்பாட்டங்கள் வெடித்தன. இனப்படுகொலையை தடுத்து நிறுத்துங்கள் என்று உலக சமுதாயத்தை அவர்கள் வற்புறுத்தினர். ஐ.நா. சபை தலையிட வேண்டும் என்ற கோரிக்கை வலுத்தது. அப்பாவி மக்களுக்கு எந்த இடையூறும் வரக்கூடாது, அவர்கள் மீது ராணுவம் தாக்குதல் நடத்தக் கூடாது என்று உலக நாடுகள் இலங்கை அரசை வலியுறுத்தின.

இலங்கை ராணுவத்தின் வேகம் மட்டுப்பட்டது. ஆனால் புலிகள் இருக்கும் பகுதியை நெருக்கமாக சுற்றி வளைத்தது. இந்தியாவில் நாடாளுமன்றத் தேர்தல் சூடுபிடித்திருந்தது. அடுத்து என்ன நடக்கும்? என்ற எதிர்பார்ப்பு உலகத் தமிழர்கள்

ஆதனூர் சோழன்

அவர்களைப் போகச் சொல்லுங்கள் என்றார் பிரபாகரன்

மத்தியில் உருவெடுத்திருந்தது.

முல்லைத் தீவின் முள்ளிக்கரைவாய்க்கால்.

திடீரென மழை கொட்டத் தொடங்கியது. பெரியவர்களும் சிறியவர்களும் பெண்களுமாக இரண்டரை லட்சம் பேர் நனைந்தனர். தங்குவதற்கு கூடாரமின்றி உண்பதற்கு உணவின்றி புலிகளை பாதுகாக்க அவர்கள் கேடயமாக நின்றனர்.

பின்னாலிருந்து ராணுவம் நெருக்கிக் கொண்டிருந்தது.

புலிகளிடம் இருந்து அப்பாவி மக்களை மீட்போம் என்று ராணுவத் தளபதி கூறினார். பிரபாகரன் தனது தளபதிகளுடன் ஆலோசனை நடத்தினார்.

"நமக்காக இந்த ஜனங்களும் பலியாக வேண்டுமா? அவர்களை வெளியேறச் சொல்லுங்கள்"

ஆலோசனை முடிவில் உத்தரவிட்டார் பிரபாகரன். மக்கள் தங்கள் குழந்தைகளுடன் வயிறு காய்ந்த நிலையில் இலங்கை அரசு அமைத்திருந்த முகாம்களுக்கு வந்து சேர்ந்தனர். 6 நாட்கள் வரை பகுதிபகுதியாக அவர்கள் முகாம்களுக்கு வந்த வண்ணம் இருந்தனர்.

மக்கள் வெளியேறியவுடன் இலங்கை ராணுவம் மிக நெருக்கமாக புலிகளை சுற்றிவளைத்தது. 200 சதுர மீட்டருக்குள் புலிகள் சிக்கியிருப்பதாக ராணுவம் அறிவித்தது.

நிவாரண முகாம்களில் உணவுக்காக நீண்ட வரிசை

அடுத்து என்ன? என்ற பரபரப்பு உலகத் தமிழர்களை தொற்றிக் கொண்டது. சண்டை நிறுத்தம் அறிவிக்க வேண்டும் என்ற கோரிக்கை வலுப்பெற்றது. ஆவேசமான ஆர்ப்பாட்டங்கள் உலக நாடுகளின் கவனத்தை ஈர்த்தன. இந்தியா வாக்குப்பதிவு மும்முரத்தில் இருந்தது.

2009 மே மாதம் 16ஆம் தேதி.

இந்திய நாடாளுமன்றத் தேர்தல் முடிவுகள் வெளிவரத் தொடங்கின. மத்தியில் காங்கிரஸ் கட்சி வலுவான நிலையில் ஆட்சியமைக்கும் என்பது தெளிவாகிவிட்டது.

பிரபாகரன் தனது சகாக்களுடன் தீவிரமாக ஆலோசனை நடத்தினார்.

"ராணுவம் நெருங்கிவிட்டது. இதுதான் நமது கடைசித் தாக்குதலாக இருக்கும். என்ன செய்யலாம்?"

பிரபாகரன் கேட்டார்.

சமாதான முயற்சியில் ஈடுபடலாம் என்றார் நடேசன். புலிகள் இயக்கத்தின் அரசியல் பொறுப்பாளரான அவர், புலித்தேவனுடன் வெள்ளைக் கொடியேந்தி இலங்கை

ஆதனூர் சோழன்

மண்ணைத் தொட்டு வணங்கும் ராஜபக்ஷே

ராணுவத்தினரை நோக்கி முன்னேறினார். ஆனால், இருவரையும் ராணுவம் சுட்டுக் கொன்றது.

"வேறு சிந்தனையே தேவையில்லை. கடைசித் தாக்குதலை நடத்திப் பார்ப்போம். வாழ்வா? சாவா? போராட்டம் இது."

பிரபாகரன் குரலில் உறுதி இருந்தது. தற்கொலைத் தாக்குதலுக்கு தயார் செய்திருந்த கரும்புலிகள் அவரது முடிவை வரவேற்றனர். தங்களிடம் இருந்த வெடிப்பொருட்களை இயன்ற அளவு உடலில் கட்டிக் கொண்டனர்.

ஆயிரக்கணக்கில் இலங்கை ராணுவ வீரர்கள் சுற்றி வளைத்து நெருக்கி வந்தனர். அவர்களை நோக்கி அச்சம் சிறிதும் இன்றி கரும்புலிகள் முன்னேறினர். ஆவேசமாக விசையை அழுத்தி வெடித்துச் சிதறினர். இந்தத் தாக்குதலை சிங்கள ராணுவம் எதிர்பார்க்கவில்லை. நூற்றுக்கணக்கான

முள்ளிக்கரை வாய்க்காலில் நடந்த கடைசி தாக்குதல்

வீரர்கள் செத்து மடிந்தனர்.

எங்கும் புகை மண்டலம். ராணுவம் பின்வாங்கியது. கரும்புலிகள் அணிஅணியாக வெடிப்பொருளுடன் வந்து கொண்டே இருந்தார்கள். இந்த சமயத்தில் அங்கு என்ன நடந்தது? என்பதே தெரியவில்லை. சிங்கள வீரர்கள் மூவாயிரம் பேர் இறந்திருக்கலாம் என்றார்கள்.

களேபரம் நடந்து கொண்டிருந்த வேளையில், பிரபாகரன் தப்பிச் செல்ல வேண்டும் என்ற கோரிக்கையை தளபதிகள் முன்வைத்தனர். அவர் தயங்கினார். அவர்கள் வற்புறுத்தினார்கள்.

மே மாதம் 17ம் தேதி.

ஜோர்டான் பயணத்தை அவசரமாக முடித்துக் கொண்டு இலங்கை திரும்பினார் ராஜபக்ஷே. கொழும்பு விமான நிலையத்தில் தரையிறங்கியதும் மண்டியிட்டு மண்ணை முத்தமிட்டார். அவர் முகத்தில் ஒரு மலர்ச்சி இருந்தது.

"விடுதலைப்புலிகளுக்கு முடிவு கட்டிவிட்டோம். யுத்தம்

ஆதனூர் சோழன்

கொத்துக் கொத்தாய் சடலங்கள்

முடிந்தது" என்றார்.

அவர் இப்படிச் சொன்ன அதே சமயத்தில் பிரபாகரனின் மூத்த மகன் சார்லஸ் ஆண்டனி போரில் இறந்து விட்டதாக ராணுவம் அறிவித்தது. அவரது உடல் கண்டுபிடிக்கப்பட்டிருப்பதாக புகைப்படத்தை வெளியிட்டது.

அப்படியானால் பிரபாகரன்?

தமிழர்கள் பதைபதைத்தார்கள். அதற்கேற்றபடி மெதுவாக, வதந்தியாக பிரபாகரனும் அவரது முக்கியத் தளபதிகளும் கொல்லப்பட்டதாக தகவல் பரவியது.

குண்டு துளைக்காத ஆம்புலன்ஸ் வேன் ஒன்றில் பிரபாகரன், சூசை, பொட்டு அம்மான் உள்ளிட்டோர் இலங்கை ராணுவத்தினரை நோக்கி வேகமாக வந்தனர். அப்போது வேனை நோக்கி ராக்கெட் தாக்குதல் நடத்தப்பட்டது. அதில் வேனில் இருந்த எல்லோரும் உயிரிழந்தனர். உடல்களை தேடி வருகிறோம் என்று ராணுவ அதிகாரிகள் கூறியதாக அந்தத் தகவல் தெரிவித்தது.

ஆனால், 19 ஆம் தேதி இலங்கை நாடாளுமன்றத்தில் அதிபர் ராஜபக்ஷே உரை நிகழ்த்தும் வரை பிரபாகரன் மற்றும் அவரது தளபதிகளின் உடல்களை இலங்கை ராணுவம் காட்டவில்லை.

அதிபரும் தனது உரையில் பிரபாகரனுக்கு என்ன நேர்ந்தது? என்பது குறித்து குறிப்பிடவில்லை.

ஆனால், அவர் உரையாற்றிய 2 மணி நேரத்தில் பிரபாகரன் உயிரிழந்துவிட்டதாக ராணுவம் அறிவித்தது. அவரது உடல் இதுதான் என்று ஒரு உடலை புகைப்படம் எடுத்து வெளியிட்டது.

இது பிரபாகரனின் உடல்தான் என்று புலிகள் இயக்கத்துக்கு துரோகம் இழைத்து அரசு விருந்தினராக மாறிவிட்ட கருணா சாட்சியம் சொன்னார்.

தமிழர்கள் அதிர்ச்சியில் உறைந்தனர். அழக்கூட முடியாமல் ஈழத் தமிழர்கள் உள்ளுக்குள் தேம்பினர்.

ராணுவம் பிரபாகரனின் உடல் என்று சொன்னாலும், முக்கியமான தலைவர்கள் பல்வேறு சந்தேகங்களை எழுப்பினார்கள். பிரபாகரன் பத்திரமாக இருப்பதாக அவர்கள் உறுதிப்படுத்தினர். முள்ளிக்கரைவாய்க்கால் பகுதியில் இருந்து அவர் பத்திரமான இடத்துக்கு தப்பிச் சென்றுவிட்டதாக அவர்கள் கூறினார்கள்.

ஏற்கெனவே இருமுறை அவர் இறந்துவிட்டதாக செய்தி பரப்பப்பட்டது. பின்னர் அது பொய்யாகியது. அதுபோல, இதுவும் பொய்யாகி விட வேண்டும் என்பது உலகத் தமிழர்கள் விரும்பினார்கள்.

அவர்கள் விருப்பம் எப்போது நிறைவேறுமோ? காலம்தான் முடிவு செய்ய வேண்டும்.

விடுதலைப் போராட்டங்கள் பலவிதம்.

விடுதலைப் புலிகளின் போராட்டம் தனிவிதம்.

இவர்கள் யார்? இவர்களுடைய பிரச்சனை என்ன? ஒரு அரசாங்கத்தை எதிர்த்து போட்டி அரசாங்கம் அமைத்து அதை இத்தனை காலம் வெற்றிகரமாக இயக்கியது எப்படி? இந்துமகா சமுத்திரத்தின் சொர்க்கம் என்று அழைக்கப்பட்ட இலங்கையை வாட்டி வதைத்த அடிப்படை சிக்கல் எங்கிருந்து தொடங்கியது?

ஒன்றுபட்ட இலங்கை என்ற சொர்ப்பதம் அடிக்கடி உச்சரிக்கப்படுகிறது. உண்மையில் இலங்கை எப்போதாவது

பிரபாகரன் என்று சிங்கள ராணுவம் காட்டிய உடல்

ஒன்றுபட்டு இருந்திருக்கிறதா?

சரித்திரக்காலத்திற்கு முன்பும் சரி, இலங்கை சுதந்திர நாடாக அறிவிக்கப்பட்டபோதும் சரி, அதன்பிறகும் சரி, எந்த காலத்திலாவது அந்த நாடு ஒன்றுபட்டு இருந்திருக்கிறதா? என்பதெல்லாம் கேள்விக்குரிய விஷயங்கள்.

இலங்கையின் வரலாற்றில் தமிழர்களின் பங்கு என்ன? சிங்களர்களின் பங்கு என்ன? என்பதை பற்றி தெரிந்து கொள்ளவேண்டியது அவசியம்.

தனி ஈழம் என்ற கோரிக்கையில் ஏதேனும் அர்த்தம் உள்ளதா? இந்தக் கோரிக்கையை முன்வைத்து ஆயுதம் ஏந்தி போராடிய புலிகள், விடுதலைப் போராளிகளா?

அல்லது,

ஒருபகுதியினர் கூறுவதுபோல வெறும் பயங்கரவாதிகள் மட்டும்தானா?

உண்மையை அறிந்துகொள்ள வேண்டுமென்றால், இலங்கையின் வரலாற்றை கொஞ்சமாவது தெரிந்துகொள்ள வேண்டும்.

முதலில் அதைத் தெரிந்துகொள்வோம்...

சிங்கம் புணர்ந்து உருவானவர்களின் வம்சம்

பூர்வீகக் கதை

இலங்கையின் வரலாறு எப்போது தொடங்குகிறது என்பது குறித்து மாறுபட்ட கருத்துக்கள் நிலவுகின்றன.

அறிவியல் ரீதியாக அந்த நாடு உருவான விதம் மிகத் தெளிவாக குறிப்பிடப்பட்டு உள்ளது. அதைப்பற்றி அறிந்து கொள்வதற்கு முன்பு, மகாவம்சம் என்ற நூலில் குறிப்பிடப்பட்டுள்ள கதையை கொஞ்சம் படியுங்கள்.

கிரேக்க புராணக்கதைகளிலும் இந்தியப் புராணக்கதைகளிலும் நாம் படித்த பல வேடிக்கையான காட்சிகள் மகாவம்சத்திலும் இடம்பெற்றுள்ளன.

இலங்கையின் வரலாறு, நாடு கடத்தப்பட்ட விஜயன் என்ற கலிங்க இளவரசனும் அவனுடைய ஆதரவாளர்கள் 700 பேரும் இலங்கையில் தரையிறங்கியதில் இருந்து தொடங்குவதாக மகாவம்சம் கூறுகிறது.

இந்த விஜயன் யார்? என்கிற கேள்விக்கு கிடைக்கிற பதில் மிகவும் அருவருப்பானது.

இந்தியாவின் வடமேற்கில் உள்ள வங்க மன்னர் ஒருவரின் மகள் சுபதேவி. இவளை வனராஜா சிங்கம் கடத்திச் சென்று தனது குகையில் அடைத்துவிட்டதாம். பிறகு அவளுடன் குடும்பம் நடத்தியதாம். இதன் விளைவாக சுபதேவிக்கு ஒரு ஆண் குழந்தையும், ஒரு பெண் குழந்தையும் பிறந்தனராம்.

ஆண் குழந்தைக்கு சின்ஹபாஹு எனவும், பெண் குழந்தைக்கு சின்ஹவலி எனவும் பெயரிடப்பட்டது.

சுபதேவியும் அவளது குழந்தைகளும் குகையை விட்டு வெளியில் சென்றுவிடாமல், குகை வாசலை ஒரு பெரிய பாறையால் அடைத்து வைத்து இருந்ததாம் சிங்கராஜா.

சின்ஹபாஹுக்கு கால்களும், கைகளும் சிங்கத்தைப் போலவே இருந்தனவாம். இருந்தாலும், ஏதோ ஒரு வகையில் சுபதேவியும் அவளுடைய இரு குழந்தைகளும் குகையிலிருந்து தப்பிவிட்டனராம்.

குகையிலிருந்து தப்பிய பிறகு, சின்ஹபாஹு தன்னிடமிருந்த அம்பைக் கொண்டு சிங்கத்தை கொன்றுவிட்டானாம்.

அதன்பிறகு, தனது சகோதரி சின்ஹசிவலியை திருமணம் செய்து கொண்டான். தொடர்ந்து சின்ஹபுரம் என்ற சிறுநகரத்தை மையமாகக் கொண்டு ஒரு அரசாங்கத்தை ஏற்படுத்தினான்.

சின்ஹசிவலிக்கு அடுத்தடுத்து இரட்டைக் குழந்தைகள் பிறந்தன. மூத்த குழந்தைக்கு விஜயன் என்று பெயரிடப்பட்டது. இளைய சகோதரனுக்கு சுமித்தா என்று பெயரிட்டு இருந்தனர்.

விஜயன் தொடக்கத்திலிருந்தே தீய குணங்களுடன் வளர்ந்தான். அவனுடைய ஆதரவாளர்களும் அவனைப் போலவே இருந்தனர். இவர்கள் நடத்திய வன்செயல் களுக்கும், கொடுமைகளுக்கும் அளவில்லாமல் போனது. சமூக விரோத நடவடிக்கைகளில் ஈடுபட்ட விஜயனுக்கு மரண தண்டனை விதிக்கவேண்டுமென்று மன்னர் சின்ஹபாஹுவை மக்கள் வற்புறுத்தினர். ஆனால், வயதாகிவிட்டதால் விஜயனையும் அவனுடைய ஆதரவாளர்களையும் தண்டிக்க முடியாமல் தவித்தார் மன்னர்.

கடைசியில் வேறு வழியில்லாமல், விஜயனையும், அவனுடைய ஆதரவாளர்களையும், அவனுடைய மனைவி குழந்தைகளையும் நாடுகடத்த உத்தரவிட்டார்.

அவர்கள் அனைவரும் தம்பபன்னி என்று அழைக்கப்பட்ட பிரதேசத்தில் வந்து தரையிறங்கினர். தம்பபன்னி என்பது இலங்கையின் இன்னொரு பெயராக கருதப்படுகிறது.

இந்தக் கதையின் நிஜத்தன்மை குறித்து வேறுபட்ட விவாதங்கள் தொடர்கின்றன. வங்க அரசருக்கும் கலிங்க ராணிக்கும் பிறந்த சுபதேவியை சின்ஹா என்ற எதிரி கடத்திச் சென்றிருக்கலாம் என்ற கூற்று நிலவுகிறது.

வங்கம் என்பது இன்றைய வங்கதேசம் மற்றும் மேற்கு வங்க மாநிலம் ஆகியவற்றை குறிக்கும். கலிங்கம் என்பது இன்றைய ஒரிஸா மாநிலத்தைக் குறிக்கும். ஆக, இன்றைய சிங்கள இனத்தின் மூலவேர் இந்தியத் துணைக்கண்டத்தின் கிழக்குப்பகுதியை மையமாகக் கொண்டது என்பது தெளிவாகிறது.

இலங்கை வந்தடைந்த விஜயன் தனது ஆதரவாளர்களுடன் ஒரு ராஜ்யத்தை அமைத்தான். அவன் இலங்கையை அடைந்த அதே சமயத்தில்தான் புத்தர் மரணமடைந்தார். அப்போது, விஷ்ணு விஜயன் முன் தோன்றி விஜயனையும், அவனுடைய வாரிசுகளையும் பாதுகாக்க புத்தர் தன்னை அனுப்பியதாக கூறினாராம்.

விஜயன் தனது ஆதரவாளர்களுடன் வந்து இறங்கியபோது, அங்கு யக்ஷர்கள், நாகர்கள் என இரு பிரிவினர் வாழ்ந்தனர். இவர்கள் இந்தியாவின் தென் பகுதியில் இருந்து இலங்கையில் குடியேறியவர்கள் என்று கூறப்படுகிறது.

இதற்கு சாத்தியம் இருக்கிறது. அந்தக் காலகட்டத்தில் கடல் பனிக் கட்டியாக உறைந்து கிடந்தது.

விஜயன் வந்து இறங்கிய சிறிது நேரத்தில் குவேனி என்ற யக்ஷர்களின் இளவரசி விஜயனை கடத்திச் செல்ல முயன்றாள். விஷ்ணு பாதுகாப்பில் இருந்த விஜயனை குவேனி கடத்திச் செல்லமுடியவில்லை. ஆனால், அவனையும் அவனுடைய ஆதரவாளர்களையும் தனது பிடியில் வைத்திருந்தாள்.

தனது ஆதரவாளர்களை விடுவிக்காவிட்டால் இறந்து விடுவதாக விஜயன் மிரட்டல் விடுத்தான். இதையடுத்து,

ஆதனூர் சோழன்

குவேனியிடம் மயங்கிய விஜயன்

அவனுடைய ஆதரவாளர்களுக்கு உணவும், உடையும் வழங்க குவேனி உத்தரவிட்டாள்.

இது முடிந்தவுடன், விஜயனுடன் குவேனி வலுக்கட்டாயமாக உடலுறவு கொண்டாள். அதை தொடர்ந்து இலங்கை தனது இனத்தவரை ஜெயிக்க விஜயனுக்கு உதவினாள். இலங்கை மண்ணுக்கு மன்னராக அவனை நியமித்து பிரகடனம் செய்தாள். இலங்கையின் ராஜாவாக நியமிக்கப்பட்ட அவன் அங்கிருந்து யக்ஷர்களை விரட்டியடித்தான். இந்த சண்டையின் போது குவேனி அவனுக்கு அருகிலேயே இருந்தாள்.

குவேனிக்கு ஆண் குழந்தை ஒன்றும், பெண் குழந்தை ஒன்றும் பிறந்தன. குவேனியை தனது மனைவியாக ஏற்கமறுத்தான் விஜயன். 'எங்காவது போய்விடு, குழந்தைகளை என்னிடம் விட்டுவிடு' என்று விஜயன் அச்சுறுத்தினான்.

"என்னை அனுப்பாதீர்கள்" என்று கெஞ்சினாள் குவேனி.

ஆனால், விஜயன் பிடிவாதமாக இருந்தான்.

குழந்தைகளை விட்டுச்செல்லவேண்டும் என்ற விஜயனின் பேச்சை மீறி இரண்டு குழந்தைகளையும் அழைத்துக்கொண்டு

யக்ஷ நகரம் ஒன்றுக்கு சென்றாள். ஆனால், அங்கு அவளுடைய சொந்த மக்களால் கொல்லப்பட்டாள்.

விஜயனும் அவனுடைய ஆதரவாளர்களும் இலங்கையை ஆட்சி செய்யத் தொடங்கினர். பெண் துணை இல்லாமல் ஆட்சி நடத்தும் தங்களுடைய மன்னருக்கு, அவனுடைய அமைச்சர்கள் பெண் தேடும் படலத்தை தொடங்கினர்.

தென் மதுரைக்கு வந்தனர். ஆதியில் இந்த தென் மதுரை கிழக்கு கடற்கரை ஓரத்தில் கொற்கை துறைமுகம் அருகில் அமைந்து இருந்ததாக கூறப்படுகிறது. முதல்சங்கம் இங்குதான் நடைபெற்றதாக இலக்கியங்கள் கூறுகின்றனர். இன்று உள்ள மதுரை கடைச் சங்ககால மதுரை ஆகும். தென் மதுரையை பாண்டு என்ற மன்னர் ஆட்சிசெய்து வந்தார். அவருடைய மகளை விஜயனுக்கு பெண் கேட்டு அமைச்சர்கள் சென்றனர்.

பெண் கேட்டுச் சென்ற அமைச்சர்களிடம் தனது மகளை விஜயனுக்கு மணமுடிக்க சம்மதித்தார் பாண்டு. அதேசமயம், அமைச்சர்களின் மனைவியரை பிரித்து, அவர்களுக்கு பதிலாக மதுரை நகரின் பெண்களை அமைச்சர்களுக்கு மணமுடித்து வைத்தார்.

அமைச்சர்களின் மனைவியரை இன்றைய மாலத்தீவுக்கு அனுப்பி வைத்ததாகவும் கூறப்படுகிறது.

பாண்டுவின் மகள் விஜயனுக்கு மனைவியானாள். இதை ஒரு திருவிழாவாக கொண்டாடினார்கள். விஜயனுக்கு வயதாகிவிட்டது. திருமணமும் ஆகிவிட்டது. எனவே, அவனுடைய போக்கில் நிறைய மாறுதல்கள் ஏற்பட்டன. அடுத்த 38 ஆண்டுகள் அமைதியான முறையில் ஆட்சி நடத்தினான் என்று மகாவம்சம் கதை சொல்கிறது.

விஜயன் இறந்தவுடன் அவனுடைய வாரிசாக யார் வருவது என்ற குழப்பம் நிலவியது. அவனுடைய அமைச்சர்களே ஆட்சி பொறுப்பை ஏற்க போட்டிபோட்டனர். ஆனால், கலிங்க தலைநகர் சின்ஹபுரத்திலிருந்தே தனது இளைய சகோதரன் சுமித்தாவை இலங்கை வரும்படி அழைப்பு விடுத்தான் விஜயன். ஆனால், சுமித்தா வரவில்லை. அவனுடைய மகன் பாண்டுவஷ்தேவா இலங்கை வந்தான். விஜயனின் அரசாங்கத்தை அவன் ஏற்றுக்கொண்டான். விஜயனின் நேரடி வம்ச ஆட்சி அப்போதிருந்து தொடங்கியது.

இலங்கையின் நவீன கப்பல் படையில் நீண்டகாலமாக விஜயன் என்ற ஒரே ஒரு போர்க் கப்பல்தான் இருந்தது என்பது குறிப்பிடத்தக்கது.

விஜயன் தரையிறங்கிய நாளில் இருந்துதான் இலங்கை வரலாறு தொடங்குவதாக மகாவம்சம் கூறுவதில் ஓரளவு உண்மை இருந்தாலும் அதுவே முழு உண்மை அல்ல.

பிறகு எதுதான் உண்மை?

கோடிக்கணக்கான ஆண்டுகளுக்கு முன்பு பூமியின் நிலப்பகுதி இரண்டு மாபெரும் கண்டங்களாக பிரிந்து கிடந்தது. வடக்கே யுரேசியா என்றும், தெற்கில் கோண்டுவானா என்றும் இரண்டு கண்டங்கள் இருந்தன. அவை ஒரு காலகட்டத்தில் பிளவுபட்டு நகரத் தொடங்கின.

நமது பூமி 20க்கும் மேற்பட்ட நிலத்தட்டுகளால் இணைக்கப்பட்டுள்ளது. ஒரு கால்பந்தைப் போல அது ஒன்றுக்கொன்று பின்னிப்பிணைந்துள்ளது. தெற்கில் இருந்த கோண்டுவானா கண்டத்தின் நிலத்தட்டுகள் வடக்கு நோக்கி நகரத் தொடங்கின. இந்திய நிலத்தட்டு, ஆஸ்திரேலிய நிலத்தட்டு, ஆப்பிரிக்க நிலத்தட்டு, தென்அமெரிக்க நிலத்தட்டு ஆகியவை இவ்வாறு மெதுமெதுவாக நகரத்தொடங்கின.

இந்திய நிலத்தட்டுடன் இந்தியா, இலங்கை, மாலத்தீவு, லட்சத்தீவு, மடகாஸ்கர் தீவு ஆகிய நிலப்பகுதிகள் இருந்தன.

இது அறிவியல்.

இந்திய நிலத்தட்டு யுரேசிய நிலத்தட்டுடன் மோதியதில் உருவானதுதான் இமயமலை.

இலங்கைத் தீவு இந்தியாவிலிருந்து ஒரு நீரிணையால் பிரிக்கப்பட்டது. இந்தியக் கடற்கரையிலிருந்து நீந்திக்கடக்கும் இடைவெளியில் அந்த நீரிணை அமைந்திருந்தது. எனவே, இந்தியாவிலிருந்து குறிப்பாக தென்னிந்தியாவிலிருந்து மக்கள் குடியேற ஏராளமான வாய்ப்புகள் இருந்தன.

இலங்கையில் 34 ஆயிரம் ஆண்டுகளுக்கு முன்பே வேட்டையாடி வாழும் மனிதர்கள் வசித்தனர். இதற்கு, தொல்லியல் சான்றுகள் கிடைத்துள்ளன. இந்த மனிதர்கள் குகைகளில் கூட்டமாக வசித்தனர்.

பலங்கோடா என்ற இடத்தில் கிடைத்த சான்றுகளின் அடிப்படையில் இது உறுதி செய்யப்பட்டுள்ளது. எனவே, இந்த மக்களை பலங்கோடா மக்கள் என்றே தொல்லியல் நிபுணர்கள் குறிப்பிடுகிறார்கள். இவர்கள்தான், ஹார்ட்டன் சமவெளி உருவாகக் காரணமானவர்கள்.

விலங்குகளை வேட்டையாடும் முயற்சியில் காடுகளுக்கு இவர்கள் தீ வைத்தனர். அதையடுத்து, இந்தச் சமவெளி உருவானது. ஓட்ஸ், பார்லி ஆகியவற்றை இவர்கள் அந்தச் சமவெளியில் பயிரிட்டனர். கி.மு. 15ஆயிரம் ஆண்டுகளுக்கு முன்பே இவர்கள் விவசாயம் செய்யத் தொடங்கிவிட்டனர்.

இலங்கையில் உள்ள வாரண ராஜ மகா விஹார மற்றும் கலட்டுவாவ பிரதேசங்களில் தொடர்ந்து நடைபெறும் தொல்லியல் ஆய்வுகளில் இவற்றிற்கான ஆதாரங்கள் ஏராளமாக கிடைத்துள்ளன.

லவங்கப்பட்டை இலங்கையில் மட்டுமே கிடைக்கக்கூடிய ஒன்று. இது கி.மு. 1500 ஆண்டுகளுக்கு முன்பு எகிப்தில் உபயோகத்தில் இருந்துள்ளது. எனவே, இந்தத் தீவுடன் எகிப்துக்கு வணிகத் தொடர்பு இருந்திருக்கலாம் என்றும் கூறப்படுகிறது.

அனுராதபுரத்தில் கி.மு. 900 ஆண்டுகளுக்கு முன்பு மிகப்பெரிய குடியிருப்பு இருந்ததற்கான ஆதாரங்கள் கிடைத்துள்ளன. அதுதவிர, இரும்புக்கால கலாச்சாரத்திற்கான அறிகுறிகளும் காணக்கிடைத்துள்ளன.

அனுராதபுரத்திற்கு அருகில் இருந்த குடியிருப்பு அந்தக்

ஆதனூர் சோழன்

காலகட்டத்தில் சுமார் 15 ஹெக்டேர் பரப்பளவு இருக்கலாம். ஆனால், அடுத்த இரண்டு நூற்றாண்டுகளில் அது 50 ஹெக்டேர் அளவுள்ள நகரமாக விரிவடைந்தது. இதேபோன்ற குடியிருப்பு பகுதியை சிஜிரியாவில் உள்ள அலிகாலாவிலும் தொல்லியல் நிபுணர்களும் கண்டுபிடித்துள்ளனர்.

வேட்டையாடி பிழைக்கும் வேடர் கூட்டத்தைச் சேர்ந்த பலங்கோடா மனிதர்களின் வம்சாவளியினர் இன்னமும் கூட இலங்கையில் மத்தியப் பகுதி, உவா, வடக்கிழக்கு பகுதிகளில் வசிக்கக்கூடும் என்று சந்தேகிக்கப்படுகிறது.

வெளியுலக மனிதர்கள் இலங்கையை ஆக்கிரமிக்க தொடங்கியபிறகு இவர்கள் மெதுமெதுவாக நகர்ந்து உள் பகுதிகளுக்கு சென்றிக்கலாம்.

தீபவம்சம், மகாவம்சம் ஆகிய நூல்களில்கூட விஜயன் இலங்கைக்கு வருவதற்கு முன்பு, அங்கு பூதவழிபாடு நடத்திய யக்ஷர்கள், நாகவழிபாடு நடத்திய நாகர்கள், கடவுள் வழிபாடு நடத்திய தேவர்கள் வசித்ததாக குறிப்பிடப்பட்டுள்ளது.

கி.மு.600 ஆண்டுகளுக்கு முன்பு பிரமி, பிரமியல்லாத எழுத்துக்கள் அடங்கிய மட்பாண்டங்கள், அனுராதபுரத்தில் கிடைத்துள்ளன. இலங்கையில் எழுத்து வடிவம் இருந்ததற்கு இதுவே மிகப்பழமையான ஆதாரமாக இருக்கிறது.

இலங்கையில் இன்று வாழும் சிங்களர்கள், தமிழர்களிலும் சிறு பகுதியினர் இலங்கையின் பூர்வீக குடிகளோடும் வேறுபகுதிகளிலிருந்து வந்து குடியேறிய குழுக்களோடும் கலந்து வாழ்ந்தனர்.

விஜயன் ஆரிய வம்சத்தை சேர்ந்தவன் என்பதால் சிங்கள மக்கள் அவனை அங்கீகரிக்கின்றனர். புத்த மதத்தை அவன் பரப்ப உதவினான் என்பதும் சிங்களர்கள் மத்தியில் அவனுக்கு மரியாதையை ஏற்படுத்தி தந்தன.

அதேசமயம், விஜயனின் மனைவியர் மதுரையைச் சேர்ந்தவர்கள் என்பதை அவர்கள் கருத்தில் கொள்வதே இல்லை.

இலங்கையில் வாழும் தமிழர்கள் தென்னிந்தியாவில் சோழர்கள், பாண்டியர் காலத்தில் இலங்கைக்குச் சென்றவர்கள் என்று கூறப்படுவதுண்டு.

இலங்கையில் பூர்வீகமாக வசித்த நாகர்களின் நேரடி வாரிசுகள்தான் தமிழர்கள் என்பதற்கு போதுமான ஆதாரங்கள் கிடைக்கவில்லை.

தமிழர்கள் பெரும்பாலும் இந்துக்களாகவோ அல்லது கத்தோலிக்கர்களாகவோ இருந்தனர். இலங்கையில் கி.மு.2ஆம் நூற்றாண்டில் சேனன், குட்டகன் என்ற இரு மன்னர்கள் தமிழர்களின் முதல் முடியாட்சியை தொடங்கி வைத்தனர்.

தமிழர்களும், சிங்களர்களும் ஒருவருக்கொருவர் இணைந்து வாழ்ந்தனர். ஆனால், 12ஆம் நூற்றாண்டில் தமிழர்கள் வசித்த நகரங்களின் பெயர்களை சிங்களப் பெயர்களாக மாற்றியபோதுதான் சிங்களமயம், தமிழ்மயம் என்ற பிரிவினை மேலோங்கத் தொடங்கியது.

புத்தர் பேசிய பாலி மொழியின் சிதைந்த வடிவம்தான் சிங்களம். சமஸ்கிருதமும் இதில் கலந்திருக்கிறது என்று நிபுணர்கள் கூறுகின்றனர்.

இலங்கையின் பெயர்க்காரணம் இதை தெளிவுபடுத்தும்.

விஜயன் வந்தபோது தம்பபன்னி என்று இது அழைக்கப்பட்டது. இராமாயணத்தில் லங்கா என்று குறிப்பிடப்படுகிறது. தமிழில் இதை இலங்கை என்று குறிப்பிட்டார்கள். இராவணன் தமிழன் என்றும், அவன் ஆண்ட மண் இலங்கை என்றும் கூறப்பட்டது. இலங்கை என்றால் ஜோதிமயம் என்று பொருள். இலங்கை என்ற பெயரே அந்த மண்ணின் பெருமையை வெளிப்படுத்தும் வகையில் அமைந்திருந்தது. ஆனால், 1972ல் சமஸ்கிருத கலப்புடன் ஸ்ரீலங்கா என்று பெயர் மாற்றம் செய்யப்பட்டது. அதுவரை, ஆங்கிலத்தில் சிலோன் என்றே இலங்கை அழைக்கப்பட்டது.

தமிழ் இலக்கியங்களில் ஈழம் என்று குறிப்பிடப்பட்டது. ஈழம் என்றால் சொர்க்கதேசம் என்றும் தங்கம் என்றும் பொருள்படுகிறது.

சமஸ்கிருதம் கலந்த சிங்கள மொழியின் மேலாதிக்கத்தை நிறுவுவதற்காகவே, ஸ்ரீலங்கா என்று பெயர் மாற்றம் செய்யபட்டதாக, அந்த சமயத்தில் கடுமையான விமர்சனங்கள் இருந்தன. அப்போதிருந்துதான் இலங்கையில் தமிழ் இனத்தவரை இராண்டாந்தர குடிமக்களாக மாற்றுவதற்கான முயற்சிகள் வேகவேகமாக நடைபெற்றன.

இலங்கை கலாச்சாரத்தை வெளிப்படுத்தும் ஓவியம்

இலங்கை யாருக்கு சொந்தம்?

இலங்கையின் வடக்கு பகுதியில் எப்போதுமே தமிழர்களின் ஆதிக்கம் மேலோங்கி இருந்தது.

அந்த நாட்டில் தொடக்கத்திலிருந்தே மூன்று முடியாட்சிகள்தான் இருந்தன.

தமிழர்களுக்கு எதிரான சிங்களர்களின் நடவடிக்கைகள், தமிழ் மன்னர்களால் முறியடிக்கப்பட்டே வந்தன.

வடக்குப் பகுதிக்குள் சிங்கள மன்னர்கள் நுழையவே முடியவில்லை. இலங்கையை தமிழ் மன்னர்கள் பலமுறை தங்கள் கட்டுப்பாட்டில் கொண்டுவந்துள்ளனர். ஆனால், இலங்கையின் மொத்த வரலாற்றில் இரண்டு முறை மட்டுமே, அதுவும் சிறிதுகாலம் மட்டுமே, சிங்களர்களின் கட்டுப்பாட்டில் இலங்கை இருந்திருக்கிறது.

தமிழர்களுக்கு எதிரான வெற்றியை புத்தமதத்திற்கு ஆதரவான வெற்றியாக சிங்களர்கள் கருதினர்.

கி.மு. 250 முதல் கி.பி. 1600 ஆம் ஆண்டு வரை இலங்கையில் நிலப்பிரபுத்துவ ஆட்சிமுறை இருந்தது.

கி.மு. 250ல் மவுரிய வம்சாவளியைச் சேர்ந்த சிங்கள மன்னன் தேவனாம்பியா திச என்பவர் இலங்கையை ஆட்சி செய்தார். அவர்தான், இலங்கையில் புத்தமதத்தை அரசுபூர்வமான மதமாக மாற்றினார்.

அசோகரின் மகன் மகிந்தாவையும், மகள் சங்கமித்திரையையும் இலங்கைக்கு அழைத்தார் என கூறப்படுகிறது. ஆனால், வரலாற்றில் அசோகருக்கு மகிந்தா என்ற மகனோ சங்கமித்திரை என்ற மகளோ இருந்ததற்கான ஆதாரம் எதுவும் இல்லை.

அசோகருக்கு வேறு பெயரில்கூட மகனோ மகளோ இருந்ததற்கான சான்றுகள் இல்லை என்று வரலாற்று ஆசிரியர்கள் கூறுகின்றனர்.

இந்த மன்னரின் ஆட்சியில்தான் தெரவாடா புத்தமதம் இலங்கையில் வேரூன்றியது.

கிட்டத்தட்ட அதே காலகட்டத்தில், வடக்குப் பகுதியில் தமிழர்கள் முடியாட்சியை நிறுவியிருந்தனர். எல்லாளன் என்ற தமிழ் மன்னன் சிங்களர்களுக்கு சிம்மசொப்பனமாக இருந்தான். அவனுடன் பல சிங்கள மன்னர்கள் போரிட்டு தோற்றனர்.

ஒருவழியாக அவருக்கு 64 வயது ஆகிவிட்டது. இதுதான் சமயம் என்று காத்திருந்தனர் சிங்கள மன்னர்கள். முந்திக்கொண்டான் துத்தகாமினி. இவன் கவன் திசா என்ற தென்கிழக்கு இலங்கை மன்னனின் மகன். 25 வயதிலேயே பட்டத்திற்கு வந்திருந்தான்.

சமயம் பார்த்து எல்லாளன் மீது படையெடுத்தான். நீண்ட யுத்தத்திற்கு பிறகு எல்லாளன் தோல்வியடைந்தார். இருந்தாலும் வடபகுதியை துத்தகாமினி கைப்பற்ற முடியவில்லை. வடபகுதியிலிருந்து தமிழர்களை அவனால் விரட்டமுடியவில்லை.

2500 ஆண்டுகளாக இலங்கையில் இதுதான் நிலைமை.

மன்னர்கள் என்று பட்டியலிட்டால் ஏராளமானோர் வருகிறார்கள். சிங்கள மன்னர்கள், தமிழ் மன்னர்கள் என்று காலங்காலமாக மன்னர்களின் பட்டியல் மிக நீண்டது.

எல்லாளன் துட்டகாமினி போர்

அனுராதபுரத்திலிருந்து ஆட்சி செய்த மன்னர்களின் பட்டியல் தேவனாம்பிய திச காலத்திலிருந்து தொடங்குகிறது. குறைந்த பட்சம் மூன்று முடியாட்சிகளும் அதிகபட்சமாக ஏழு முடியாட்சிகளும் இலங்கையில் இருந்துள்ளன.

இவற்றில் ஏதேனும் ஒன்று தமிழர்களின் கீழ் இருந்திருக்கிறது. குறிப்பாக, வடக்குப்பகுதி எப்போதுமே தமிழர்களின் ஆளுகையின் கீழ்தான் இருந்திருக்கிறது.

ஐந்து தமிழ் மன்னர்கள் அடுத்தடுத்து இலங்கையை ஆட்சி செய்திருக்கிறார்கள். கி.மு. 48 முதல் 44 வரை இலங்கையை ராணி ஒருவர் ஆட்சி செய்திருக்கிறார். சோரா நாகா என்பவரின் விதவை மனைவிக்கு அந்தப் பெருமை சேருகிறது.

அனுலா என்பது அந்த ராணியின் பெயர். அவளுக்கு ஏராளமான காதலர் இருந்தார்கள். ஒவ்வொருவரையும் தனக்குப் பிடிக்காது போது விஷம் வைத்து கொலை செய்வதே அவளுடைய பொழுதுபோக்காக இருந்திருக்கிறது. அவளுக்கு வந்து சேர்ந்தான் வில்லன். குட்டகண்ணா திச வசபா என்பது அவனுடைய பெயர். ராணி அனுலாவை கொன்றுவிட்டு ஆட்சியை கைப்பற்றினான்.

அனுராதபுரத்தை சுற்றிலும் கோட்டைச் சுவர் எழுப்பி

சிரிஜியா மலைக்கோட்டை

பாதுகாப்பை பலப்படுத்தினான். 11 ஏரிகளை வெட்டினான். ஏராளமான இலக்கியங்களை உருவாக்கினான். இவனுடைய ஆட்சி கி.பி. 111ஆம் ஆண்டு வரை நீடித்தது.

அவனைத் தொடர்ந்து கி.பி. 114ல் முதலாம் கஜபாஹு அனுராதை புரத்தை தலைமையிடமாகக் கொண்டு கி.பி. 136ஆம் ஆண்டு வரை ஆட்சி நடத்தினார். சோழநாட்டின் மீது இவன் படையெடுத்தான். இங்கிருந்து பலரை சிறைப்பிடித்து சென்றதாக கூறப்படுகிறது.

கி.பி. 274 முதல் 301 வரை மகா சேனா என்பவர் ஆட்சி நடத்தினார். இவரைத் தொடர்ந்து பாண்டு என்ற பாண்டிய மன்னர் இலங்கையை ஆட்சி புரியத் தொடங்கினார். இலங்கையை ஆண்ட ஏழு பாண்டிய மன்னர்களின் இவர்தான் முதலாமவர். கடைசி பாண்டிய மன்னரின் பெயர் பிதியா.

கி.பி. 459ல் தத்துசேனா என்பவர் ஆட்சிக்கு வந்தார். இவருடைய மாமாதான் மகானாமா. இவர் தான் மகாவம்சத்தை எழுதியவர். தீபவம்சம் என்ற கட்டுக்கதைகளை அடிப்படையாகக் கொண்ட நூலை படித்து அதில் இருந்து மகாவம்சம் என்ற நூலை இவர் எழுதினார். இலங்கையின் வரலாறாக அந்த நூலை இன்றுவரைக்கும் சிங்களர்கள் போற்றுகிறார்கள். தத்துசேனாவின் மகன்தான் காஸ்யபா.

இவன், இலங்கையில் புகழ்பெற்ற சிஜிரியா பாறை அரண்மனையை கட்டினான். புராதன சிங்களர்களின் பெருமைகளை 700 கல்வெட்டுகளில் பதிவு செய்துவைத்தான்.

கி.பி. 684ல் பல்லவர்களின் துணையோடு இலங்கையின் ஆட்சிப்பொறுப்பை மானவர்மா என்ற மன்னன் கைப்பற்றினான். பல்லவர்களின் பரம்பரை ஆட்சியை 300 ஆண்டுகள் இலங்கையில் தொடரச் செய்தான். இவன் லம்பாகன்னாவிலிருந்து தனது அரசாங்கத்தை நடத்தினான். 9ஆம் நூற்றாண்டில் பாண்டிய மன்னரின் துணையோடு அனுராதபுரத்தின் மீது தாக்குதல் தொடுத்தான். அனுராதபுரம் நாசம் செய்யப்பட்டது.

இதற்குப் பதிலடியாக சிங்களர்கள் பாண்டிய நாட்டின் மீது படையெடுத்தனர். பாண்டிய நாட்டில் அப்போதிருந்த போட்டி இளவரசன் ஒருவரின் துணைகொண்டு மதுரைக்குள் நுழைந்தான். அனுராதபுரத்திலிருந்து ஆட்சி செய்த கடைசி சிங்கள மன்னனின் பெயர் ஐந்தாம் மகிந்தா. இவன் 1017ஆம் ஆண்டு சோழர்களால் தோற்கடிக்கப்பட்டான். சோழநாட்டு சிறையில் அடைக்கப்பட்ட அவன் அங்கே இறந்தான்.

முதலாம் ராசராசசோழனும் அவனுடைய மகன் முதலாம் ராஜேந்திர சோழனும் இலங்கை மீது படையெடுத்து, அங்கு ஆட்சி செய்த அனைத்து சிங்கள மன்னர்களையும் தோற்கடித்தனர். இலங்கை தீவு முழுமையும் தென்னிந்திய தமிழ் மன்னனின் கட்டுப்பாட்டில் வந்தது. இவர்கள்தான் ஐந்தாம் மகிந்தாவை தங்கள் நாட்டுக் கொண்டு சென்றனர். அடுத்த 37 ஆண்டுகளுக்கு இலங்கைத் தீவு முழுமையும் சோழர்களின் கட்டுப்பாட்டில் இருந்தது.

கி.பி. 1055ஆம் ஆண்டு முதலாம் விஜயபாஹு என்ற மன்னன் சிங்களர்களை திரட்டி இலங்கைத் தீவை தனது கட்டுப்பாட்டில் கொண்டு வந்தான். அனுராதபுரத்திற்குப் பதிலாக பொலனருவா என்ற புதிய தலைநகரை உருவாக்கினான். அங்கிருந்து தனது ஆட்சியை நடத்தினான். ஏற்கெனவே திருமணமான விஜயபாஹு கலிங்க மன்னரின் மகளை இரண்டாம் திருமணம் செய்து கொண்டான். அவர்களுக்கு விக்ரமபாஹு என்ற மகனும், ரத்தினவல்லி என்ற மகளும் பிறந்தனர்.

போதாகுறைக்கு, அவனுடைய சகோதரி மித்தாவை

பராக்கிரம பாஹு

பாண்டிய இளவரசனுக்கு திருமணம் செய்து வைத்தான். அவர்களுக்கு மூன்று மகன்கள் பிறந்தன. அவர்களில் மூத்த மகன் மனாபரணாவுக்கு தனது மகள் ரத்தினவல்லியை திருமணம் செய்து கொடுத்தான்.

அவர்களுக்கு பராக்கிரமபாஹு என்ற மகன் பிறந்தான். இவன் சிங்கள-பாண்டிய-கலிங்க வம்சாவளியின் வாரிசாக பிறந்தான். இவன் மன்னர் முதலாம் விஜயபாஹுவின் நேரடி வாரிசு அல்ல. அதேசமயம், அவருடைய சகோதரிக்கும், பாண்டிய இளவரசனுக்கும் பிறந்தவன்.

சக்திவாய்ந்த மன்னனாக இலங்கையை ஆட்சி செய்தான். ஏராளமான கட்டுமானப் பணிகளை நிறைவேற்றினான். கப்பல் படையை பலப்படுத்தினான். கலை கலாச்சாரத்தை பேணிப் பாதுகாத்தான். சிங்கள கல்வெட்டுக்களை ஏராளமாக நிறுவினான். உருத்தோட்டா என்ற தமிழ் இலக்கியத்தையும் உருவாக்கினான். மகாவம்சத்தை புதுப்பித்து அதில் தனது பெயரும் இடம்பெறச் செய்துகொண்டான்.

கி.பி.1215ஆம் ஆண்டு பாண்டியர்களின் உதவியோடு யாழ்பாணத்தில் ஒரு முடியாட்சி மலர்ந்தது. ஆரிய

போர்ச்சுக்கீசியர்களின் வருகை

சக்கரவர்த்தி என்ற மன்னர் ஆட்சி புரிந்தார். பாண்டிய மன்னருக்கு கி.பி. 1250ஆம் ஆண்டு வரை கப்பம் கட்டி வந்த இந்த முடியாட்சி, பிறகு சுதந்திரமாக இயங்கத் தொடங்கியது.

யாழ்பாணத்தில் முடியாட்சி நடைபெற்று வந்த அதேவேளையில் கோட்டி முடியாட்சியும் இருந்தது. 1450 வாக்கில் உருவான இது யாழ்பாணம் மன்னர் மீது ஆதிக்கம் செலுத்தியது. 1467ல் அந்தக் கட்டுப்பாடு தளர்ந்தது. அதைத் தொடர்ந்து வந்த மன்னர்கள் யாழ்பாணம் பிரதேசத்தை பொருளாதார ரீதியாக பலப்படுத்தின.

முத்துக்கள், யானைத்தந்தங்கள் ஆகியவற்றை ஏற்றுமதி செய்தனர். நிலத்திற்கு வரி விதித்து வருவாயை பெருக்கின. இந்தக் காலகட்டத்தில் இலங்கையில் இருந்த மற்ற அரசாங்கங்களைக் காட்டிலும் யாழ்பாணத்தில் மிகக் குறைந்த அளவே வரிவசூல் செய்யப்பட்டது. முக்கியமான தமிழ் இலக்கியங்கள் ஏராளமான இந்துக் கோயில்களும் இந்த காலகட்டத்தில்தான் உருவாகின. தமிழ் மண் வளர்ச்சிக்காக ஒரு அமைப்பும் ஏற்படுத்தப்பட்டன.

இலங்கையில் ஏழுக்கும் மேற்பட்ட முடியாட்சிகள் இருந்தன. அவர்களுக்குள் அடிக்கடி சண்டை நிலவியது.

கொஞ்சம்கூட ஒற்றுமை இல்லாமல் ஒருவருக்கொருவர் அடித்துக் கொண்டனர்.

கி.பி.1505ஆம் ஆண்டு போர்ச்சுக்கல் நாட்டிலிருந்து டான் லூரன்கோ டி அல்மெடியா என்பவரின் தலைமையில் ஒரு கப்பல் அணிவரிசை இந்தியப் பெருக்கடலுக்குள் நுழைந்தது. அது இலங்கை கரையை அடைந்தது ஒரு எதிர்பாராத சம்பவம்.

காற்று திசைமாறி அடித்ததால் கப்பல் அணிவரிசை கல்லே என்ற இடத்தில் கரை ஒதுங்கியது. இது இலங்கையின் தெற்குக் கடற்கரையில் அமைந்துள்ளது.

போர்ச்சுக்கீசியர்கள் வந்த சமயத்தில் இலங்கையில் கோட்டி முடியாட்சிக்கு வீர பராக்கிரமபாஹு மன்னராக இருந்தார். சேன சம்மத விக்ரமபாஹு மலைநாட்டின் மன்னராக இருந்தார். பரராஜசேகரன் தமிழ் முடியாட்சிக்கு மன்னராக இருந்தார்.

தொடக்கத்தில் இலங்கையில் வர்த்தகம் மட்டும் செய்வது மட்டுமே போர்ச்சுக்கீசியரின் நோக்கமாக இருந்தது. ஆனால், மன்னர்களுக்குள் ஒற்றுமை இன்மையை அறிந்த போர்ச்சுக்கீசியர்கள் அங்கு தங்களை நிலை நிறுத்திக்கொள்ள விரும்பினர். அவர்கள் கொழும்புவுக்குச் சென்றனர். அங்கு மன்னர் வீர பராக்கிரமபாஹு சந்தித்தனர்.

லவங்க பட்டையை உற்பத்தி செய்ய உடன்படிக்கை ஏற்படுத்தினர். பட்டையை உறித்து பதப்படுத்தும் தொழிற்சாலை ஒன்றை அமைக்கவும் மன்னரின் சம்மதத்தை பெற்றனர். இலங்கைக்கு தேவையான லவங்க பட்டையை விநியோகிக்கவும் ஒப்புக்கொண்டனர்.

1509 ஆம் ஆண்டு வீர பராக்கிரமபாஹு மரணமடைந்தார். அதைத்தொடர்ந்து அவருடைய மகன்களுக்குள் போட்டி உருவானது. இதை போர்ச்சுக்கீசியர்கள் தங்களுக்கு சாதகமாக பயன்படுத்தினர். மன்னர் குடும்பத்துச் சண்டையில் தலையிட்டனர். 1518ஆம் ஆண்டு வாக்கில் மீண்டும் ஒரு ஒப்பந்தம் ஏற்படுத்தினர்.

இலங்கையின் கடலோரப்பகுதி முழுவதையும் போர்ச்சுக்கீசியர்கள் தங்கள் கட்டுப்பாட்டின்கீழ் கொண்டு வந்தனர். கொழும்பில் ஒரு கோட்டையை கட்டினர். போர்ச்சுக்கீசியர்களின் ஆதிக்கம் சிங்களர்களை அச்சுறுத்தியது.

போர்ச்சுக்கீசியர் பயன்படுத்திய பீரங்கி

புத்தமதத்திலிருந்து அவர்களை கிறிஸ்தவ மதத்திற்கு மாறும்படி போர்ச்சுக்கீசியர்கள் நிர்ப்பந்தப் படுத்தினர்.

இதையடுத்து, சிங்களர்கள் உள்ளடங்கிய பகுதிகளுக்கு சென்றனர். எதிரிகளின் படையெடுப்பை தவிர்ப்பதற்கு வசதியாக கண்டி நகரை தங்கள் தலைநகராக மாற்றிக்கொண்டனர்.

போர்ச்சுக்கீசியர்களை ஒழிப்பதற்கு யாராவது வரமாட்டார்களா? என்று எதிர்பார்க்கத் தொடங்கினர்.

துப்பாக்கிகளும், பீரங்கிகளும் சிங்களர்களை அச்சுறுத்தின. யார் வந்தாலும் அவர்களை ஆதரிக்க சிங்களர்கள் தயாராக இருந்தனர். சிங்களர்களை அடக்கிய போர்ச்சுக்கீசியர்கள் தமிழர்களின் பக்கமே தலை வைத்து படுக்கவில்லை. இது ஏன் என்பதும் புரியவில்லை. தமிழ் முடியாட்சியின் கடைசி மன்னராக சங்கிலி குமரன் என்பவர் இருந்தார். இவர் மீது போர்ச்சுக்கீசியர்கள் படையெடுத்தனர். வண்ணார்பொன்னை என்ற இடத்தில் நடைபெற்ற போரில் சங்கிலி குமரன் தோற்கடிக்கப்பட்டான்.

இதையடுத்து, அவரும் அவரது குடும்பத்தினரும் படகுகளில் தஞ்சாவூருக்கு தப்பிச் செல்ல முயன்றனர். அங்கு

மன்னர் ரகுநாதநாயக்கரின் உதவியை கேட்கலாம் என்று சங்கிலி குமரன் திட்டமிட்டார். ஆனால், எதிர்பாராத விதமாக அவர்கள் சென்ற படகு பாய்ண்ட் பெட்ரோ என்ற இடத்தில் கரைஒதுங்கியது. அங்கு போர்ச்சுக்கீசியர்கள் சங்கிலி குமரனையும், அவரது ஆட்களையும் கைது செய்தனர்.

அந்த சமயத்தில் மன்னரின் மனைவியர் மற்றும் குழந்தைகளுடன் இருந்த 8ஆயிரம் போர்ச்சுக்கீசிய பணத்தையும், நகைகளையும் போர்ச்சுக்கீசிய ராணுவத்தினர் பறித்துக் கொண்டனர். இதையறிந்த, சங்கிலிக்குமரன் தன்னுடைய நகைகளையும் கலற்றி வீரர்களிடம் கொடுத்தான்.

ஆக, 1621ஆம் ஆண்டு தமிழர்களின் பகுதிகளையும் போர்ச்சுக்கீசியர்கள் நுழைந்தார்கள். காலங்காலமாக தங்கள் கட்டுப்பாட்டிலிருந்த மண்ணை தமிழர்கள் முதன்முறையாக இழந்தார்கள். தங்களுடைய சுதந்திர பூமியை பாரம்பரிய மண்ணை பறிகொடுத்த தமிழர்கள் அன்னியரின் ஆதிக்கத்திற்கு பணிய வேண்டியதாயிற்று.

தொடக்கத்திலிருந்தே இந்துக் கோவில்களையும். புத்த மதக் கோவில்களையும் போர்ச்சுக்கீசியர்கள் இடித்து தரைமட்டமாக்கினர். தமிழர்களையும் தோற்கடித்த பிறகு அவர்களுடைய அட்டூழியம் அதிகரித்தது. தமிழர் பகுதியிலும் 500க்கு மேற்பட்ட இந்துக் கோவில்களை இடித்து நாசமாக்கினர். தமிழர்களின் கலாச்சார சொத்துக்களை அழித்தனர். அது இப்போதும்கூட 343 ஆண்டுகளுக்கு பிறகும் ஏதோ ஒரு வகையில் தொடர்ந்து கொண்டே இருக்கிறது.

போர்ச்சுக்கீசியரின் அட்டூழியம் கட்டுக்கடங்காமல் போயிற்று. அவர்களை தோற்கடிக்க யாராவது வரமாட்டார்களா? என்ற சிங்களர்களின் ஏக்கம் ஒருநாள் நிறைவேறியது.

1602ஆம் ஆண்டு டச்சு நாட்டு கப்பல் பைடத்தளபதி ஜோரிஸ் ஸ்பில்பெர்க் கொழும்பு கடற்கரையில் தரை இறங்கினான். அவனிடம் தனக்கு உதவும்படி கண்டி மன்னர் விண்ணப்பம் செய்தார்.

அவருடைய விண்ணப்பத்தை ஏற்றுக்கொண்டு 1638ஆம் ஆண்டு டச்சுப்படைகள் கொழும்பு மீது தாக்குதல் நடத்தின. கோட்டி முடியாட்சியை பாதுகாக்கும் பொறுப்பை போர்ச்சுக்கீசியர்கள் ஏற்று இருந்தனர். இருநாட்டுப்

படைகளுக்கும் கடுமையான யுத்தம் நடைபெற்றது. சுமார் 20 ஆண்டுகள் இந்தப் போர் நீடித்தது. இலங்கையின் செல்வத்தை இருநாட்டினரும் பங்கு போட்டு கொள்ளையிட்டனர்.

முதலில் டச்சுப் படையினர் மட்டக்கிளப்பை கைப்பற்றினார்கள். 1639ஆம் ஆண்டு திரிகோணமலை துறைமுகத்தை கைப்பற்றினார்கள். 1656ஆம் ஆண்டு கொழும்பை கைப்பற்றினார்கள். கடைசியாக 1658ஆம் ஆண்டு தமிழ் முடியாட்சியையும் கைப்பற்றினார்கள். இதையடுத்து, கண்டி முடியாட்சியைத் தவிர இலங்கையின் மற்ற பகுதிகள் அனைத்தையும் 1660ஆம் ஆண்டு வாக்கில் தங்கள் கட்டுப்பாட்டின் கீழ் கொண்டுவந்தனர்.

கத்தோலிக்கர்களைத் தவிர புத்தமதம், இந்துமதம், முஸ்லிம் மதங்களை சேர்ந்த மக்கள் மீது கடுமையாக வரி விதித்தனர். போர்ச்சுக்கீசியர்களைவிட இவர்கள் அதிகமாக கொடுமைப்படுத்தினர்.

யாழ்ப்பாணம் பகுதிக்கு மட்டும் தனியாக ஒரு கவர்னரை நியமித்தார்கள். அதை வித்தியாசமான அரசியல் பகுதியாக அவர்கள் பிரகடனம் செய்தனர். யாழ்ப்பாணத்திற்கு தனி நிர்வாக அமைப்பையும் ஏற்படுத்தினார்கள்.

இலங்கையை ஒட்டுமொத்தமாக நிர்வகிக்க வசதியாக கடலோரப் பகுதிகளை மூன்றாகப் பிரித்தார்கள். கொழும்பு, யாழ்ப்பாணம், கல்லே என்று பிரித்து அவற்றுக்கு மூன்று துணைநிலை கவர்னர்களை நியமித்தார்கள்.

யாழ்ப்பாணத்திற்கு நியமிக்கப்பட்ட கவர்னர் அந்தப் பிரதேசத்தின் பாரம்பரிய சட்டங்களை அடிப்படையாகக் கொண்டு நிர்வாகத்தை நடத்தினார்.

டச்சுக்காரர்கள் காலத்தில் வரையப்பட்ட கல்லே நகரம்

பிரிட்டனின் பிரித்தாளும் சூழ்ச்சி

டச்சு ஆதிக்கம் இலங்கையில் வலுவடைந்து வந்தது.

பக்கத்திலிருந்த சொர்க்க தேசத்தின் மீது பிரிட்டிஷாரின் பார்வைபட்டது.

இந்தியாவில் கிழக்கிந்திய கம்பெனியின் நிர்வாகம் நிலைபெற்ற நிலையில், அடுத்து எங்கே கால்பதிக்கலாம் என்று பிரிட்டிஷார் கணக்குப்போட்டு வந்தார்கள்.

போர்ச்சுக்கீசியர்களிடம் இருந்து டச்சுக்காரர்கள் இலங்கையை கைப்பற்றிய கதை அவர்களுக்குத் தெரியும். இலங்கையில் நிலவும் இனப்பிரச்சனையும் அவர்களுக்குப் புரியும்.

எனவே, அவர்கள் சமயம் பார்த்திருந்தார்கள்.

1796ஆம் ஆண்டு பிரிட்டிஷார் இலங்கையில் டச்சுக்காரர்கள் பிரித்து வைத்திருந்த மூன்று பிரதேசங்களையும் முற்றாக கைப்பற்றினர்.

கைப்பற்றப்பட்ட பிரதேசங்களை கிழக்கிந்தியக் கம்பெனியின் சென்னை மாகாண கவர்னர் ஹோபர்ட் பிரபு தனது கட்டுப்பாட்டில் கொண்டுவந்தார்.

இலங்கையை தங்கள் கட்டுப்பாட்டில் கொண்டுவந்தாலும், முறைப்படியான நிர்வாக அமைப்பை ஏற்படுத்துவதில் பிரிட்டிஷார் அவசரம் காட்டவில்லை. இதற்கு காரணம் இருந்தது.

ஐரோப்பாவில் பிரெஞ்சு மாவீரன் நெப்போலியனின் படையெடுப்பு பீதியை ஏற்படுத்தி இருந்தது. பெரிய பெரிய முடியரசுகள் நடுங்கிக் கொண்டிருந்தன. தங்கள் மீதும் படையெடுக்கலாம் என்ற பயம் பிரிட்டனுக்கு இருந்தது. நெதர்லாந்து நெப்போலியனின் கட்டுப்பாட்டில் வந்திருந்தது. எனவே, இலங்கையை பிரான்சுக்கு மாற்றிக் கொடுக்க நெதர்லாந்து முயற்சி செய்யலாம் என்று பிரிட்டன் நினைத்தது.

இதையடுத்து நெதர்லாந்துடன் பிரிட்டன் பேச்சுவார்த்தை நடத்தியது.

பேச்சுவார்த்தை நடைபெற்று வந்த நிலையில், யுத்தச் செலவை ஈடுகட்ட இலங்கை மக்களிடம் வரி வசூலிக்கும்படி பிரிட்டிஷ் நிர்வாகத்திற்கு உத்தரவிடப்பட்டது. அவர்கள் இலங்கையில் வரி வசூலிப்பதற்காக தற்காலிக நிர்வாகம் ஒன்றை ஏற்படுத்தினர்.

1796ஆம் ஆண்டு செப்டம்பர் மாதம் முதல் தேதி ஒரு அறிவிப்பை வெளியிட்டனர். தாங்கள் கைப்பற்றிய பகுதியில் உள்ள தென்னை மரங்கள் ஒவ்வொன்றுக்கும் ஆண்டுக்கு ஒரு வெள்ளி வரியாக செலுத்தவேண்டும் என்று உத்தரவிட்டார்கள்.

வரி செலுத்த தவறினால் துப்பாக்கி முனையில் மிரட்டி வசூலிக்கும்படி பிரிட்டிஷ் நிர்வாகம் அறிவுறுத்தியது.

ஹாலந்துடன் நடத்திய பேச்சுவார்த்தை பலனளிக்கவில்லை. தென்னை மரத்திற்கு விதிக்கப்பட்ட வரியை இலங்கை மக்கள் ஏற்கவில்லை. எனவே, ஒரே வருடத்தில் அந்த வரி ரத்து செய்யப்பட்டது.

1798ஆம் ஆண்டு இலங்கையின் இறையாண்மை இங்கிலாந்து மன்னர் வசம் ஒப்படைக்கப்பட்டது. அதேசமயம், வடக்குப் பகுதியில் மட்டும் மன்னரின் பிரதிநிதியின் வசம்

கல்லே துறைமுகம்

ஒப்படைக்கப்பட்டது. அவர் அந்தப் பகுதியில் வர்த்தகம் தொடர்பான விஷயங்களுக்கு இந்தியாவிலுள்ள கிழக்கிந்திய கம்பெனியின் அனுமதியைப் பெறவேண்டும் என்று உத்தரவிடப்பட்டது.

1802ஆம் ஆண்டு ஹாலந்து நாட்டுடன் ஏற்படுத்தப்பட்ட ஆமியென்ஸ் உடன்படிக்கையின்படி அந்த ஆண்டு ஜனவரி 2ஆம் தேதியிலிருந்து இலங்கையில், டச்சு நிர்வாகத்தில் இருந்த பகுதிகள் அனைத்தும் பிரிட்டனின் குடியேற்றப் பகுதியாக பிரகடனம் செய்யப்பட்டது.

1803ஆம் ஆண்டு ஜனவரி 1ஆம் தேதி ஆமியென்ஸ் உடன்படிக்கையின்படி இலங்கையின் வரைபடம் ஒன்று வெளியிடப்பட்டது.

அதில், தமிழர்களின் தாயகம் மிகத்தெளிவான எல்லைகளுடன் குறிப்பிடப்பட்டிருந்தது.

வடக்கில் சிலாவ், கிழக்கில் மடாவ்ச்சி, தெற்கில் படவில்குளத்திலிருந்து திரிகோணமலை மாவட்டம்: மட்டக்கிளப்பு மாவட்டம் என்று அந்த வரைபடத்தில் தமிழர்களின் தாயகம் இடம்பெற்றுள்ளது.

1815ஆம் ஆண்டு வரை கண்டி முடியாட்சி நீடித்திருந்தது.

ஆனால், சிங்கள தலைவர்கள் சிலர் எலப்போலா என்பவரின் தலைமையில் அன்றைய கண்டி மன்னர் ஸ்ரீவிக்கிரம ராஜசிங்காவுக்கு எதிராக சதித்திட்டம் தீட்டினர். இவர் மதுரையை ஆண்ட நாயக்கர் வம்சத்தைச் சேர்ந்த தமிழர் ஆவார்.

சதிகாரர்களின் திட்டம் பிரிட்டிஷ் அதிகாரிகளுக்கு தெரியவந்தது. அவர்கள் இதுதான் சமயம் என்று கண்டியின் மீது படையெடுத்தனர். ராஜசிங்கா தலைமறைவானார். காடுகளுக்குள் தலைமறைவாக இருந்த மன்னரின் இரண்டு மனைவியரை எலப்போலாவின் ஆதரவாளர்கள் கைது செய்தனர். அதைத் தொடர்ந்து, மன்னரும் கைதுசெய்யப்பட்டார்.

மன்னர் ஸ்ரீ விக்கிரம ராஜசிங்கவின் வரலாறு வித்தியாசமானது.

இவர் ஆட்சிப்பொறுப்புக்கு வருவதற்கு முன்பு கண்டியை ஸ்ரீ ராஜாதி ராஜசிங்க என்பவர் ஆட்சி செய்தார். ஸ்ரீ ராஜாதி ராஜசிங்க குழந்தையாய் இருக்கும்போது தென்னிந்தியா விலிருந்து இலங்கை வந்தவர். கண்டியில் வளர்ந்த இவர் சிங்களராக மாறினார். மல்வட்டே கோவிலின் தலைமை பூசாரியின் புத்திசாலித்தனமான மாணவராக வளர்ந்தார்.

வெகு நாகரீகமாக வளர்ந்த இவர் பாலி, சமஸ்கிருதம் உள்ளிட்ட பல மொழிகளில் புலமைப் பெற்றவர். கவிதையின் மீது காதல் கொண்டவர். இவரே ஒரு கவிஞராகவும் இருந்தார். புத்த மதத்தின் மீது மிகுந்த பற்றுக்கொண்ட இவர் வாரிசு இல்லாமலேயே இறந்தார்.

தனது வாரிசாக யாரைத் தேர்ந்தெடுப்பது என்கிற பொறுப்பை தனது தலைமை அமைச்சர் பிலிமத்தலாவாவிடம் ஒப்படைத்திருந்தார்.

அந்த அடிப்படையில்தான் ஸ்ரீ விக்கிரம ராஜசிங்க 1798ஆம் ஆண்டு கண்டியின் ஆட்சிப் பொறுப்புக்கு வந்தார். அப்போது, அவருக்கு வயது 18தான். மன்னராவதற்கு முன்பு இவருடைய நிஜப்பெயர் கண்ணசாமி.

தலைமை அமைச்சர் பிலிமத்தலாவா மன்னருக்கு அடுத்த வாரிசை தேடிக்கொண்டிருந்த போது மன்னரின் மனைவி உபேந்திரம்மாவின் சகோதரர் ஒருவர் மன்னராக முயற்சி

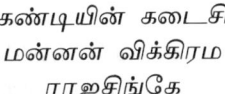

கண்டியின் கடைசி மன்னன் விக்கிரம ராஜசிங்கே

செய்தார். ஆனால், தலைமை அமைச்சர் பிலிமத்தலாவா, இளவரசர் கண்ணசாமியை தேர்வு செய்தார்.

இவர் கண்டியைச் சேர்ந்த நாயக்கர் இனத்தைச் சேர்ந்தவர். ராஜாதி ராஜசிங்காவின் உறவினரான இவர் பட்டம் சூட்டியவுடன் தனதுப் பெயரை ஸ்ரீ விக்கிரம ராஜசிங்க என்று மாற்றிக்கொண்டார்.

இவருடைய ஆட்சிக்காலத்தில் ஏராளமான சதித்திட்டங்களை எதிர்கொள்ள நேர்ந்தது. இலங்கை வரலாற்றின் மிகவும் நெருக்கடியான காலக்கட்டத்தை இவர் சந்திக்க வேண்டியிருந்தது.

இவர்தான், நாயக்கர் வம்சத்தின் கடைசி மன்னர். இலங்கையின் கடைசி மன்னரும் இவர்தான்.

பிரிட்டிஷ் படையினரால் கைது செய்யப்பட்ட மன்னர் விக்கிரம ராஜசிங்க வேலூர் கோட்டையில் அடைக்கப்பட்டார்.

இவர் பயன்படுத்திய கொடிதான் இன்றைக்கும் இலங்கை அரசின் தேசியக் கொடியாக பறந்து கொண்டிருக்கிறது. கண்டி நகரை பார்த்தபடி அமைந்த மிகப்பெரிய கண்டி ஏரியை

இவர்தான் உருவாக்கினார்

கண்டி மீது மேற்கொள்ளப்பட்ட ராணுவ நடவடிக்கையை 10 முக்கியமான சிங்களத்தலைவர்கள் ஏற்றுக்கொண்டனர். தங்களுடைய வேண்டுகோளின் படிதான் பிரிட்டிஷ் படை கண்டியைக் கைப்பற்றியதாக அவர்கள் சான்றிதழ் கொடுத்தனர்.

அந்தப் 10 பேரில் ஒருவர் இலங்கை ஜனாதிபதியாக இருந்த சந்திரிகா குமார துங்கவின் கணவர்வழி பாட்டனாரான ரத்வட்டே என்பது குறிப்பிடத்தக்கது.

கண்டியை கைப்பற்றியது மக்களுக்கு மகிழ்ச்சி அளிப்பதாக பிரிட்டிஷார் கூறிக்கொண்டனர். பிரிட்டிஷாருக்கு ஆதரவாக சிங்களத்தலைவர்கள் கையெழுத்திட்ட பிரகடனத்தில் 12 பிரிவுகள் இருந்தன.

முதல் இரண்டு பிரிவுகள் ஸ்ரீ விக்கிரம ராஜசிங்க மன்னர் பொறுப்பிலிருந்து நீக்கப்படுவது தொடர்பானது. மூன்றாவது பிரிவு மன்னரின் ஆண் வாரிசுகள் அனைவரும் அரசாங்கத்துக்கு எதிரிகள் என்றும் அவர்கள் அனைவரும் தீவை விட்டு வெளியேற வேண்டும் என்றும் குறிப்பிடப்பட்டிருந்தது.

"கண்டி பிரதேசத்திலிருந்து தமிழர்கள் அனைவரும் இப்போதே வெளியேற்றப்படுகிறார்கள். இவர்கள் திரும்பவும் இந்தப் பிரதேசத்திற்குள் நுழைந்தால் கடும் அபராதம் விதிக்கப்படும்" என்று குறிப்பிடப்பட்டிருந்தது.

ஐந்தாவது பிரிவில் புத்தமதம் அங்கீகரிக்கப்பட்டது.

பிரகடனத்தில் மூன்றாவது பிரிவு சிங்களத் தலைவர்களின் தந்திரமான நடவடிக்கைக்கு உதாரணமாகும். கண்டியிலிருந்து தமிழர்களை வெளியேற்ற அவர்கள் பிரிட்டிஷாரின் உதவியை மிக எளிதாகப் பெற்றனர்.

சிங்களர்களின் ஆதரவை பெறுவதற்கும், தமிழர்களுக்கும், சிங்களர்களுக்கும் இடையில் இருந்த பகையை ஊதிப் பெரிதாக்குவதற்கும் பிரிட்டிஷார் துணைப்போனார்கள். தமிழர்களுக்கு எதிரான சிங்களர்களுடைய முதல் திட்டம் இது.

ஆனால், பிரிட்டிஷாருடன் சிறிது காலம்தான் சிங்களத் தலைவர்களால் ஒத்துப்போக முடிந்தது. விரைவிலேயே 1817ஆம் ஆண்டு பிரிட்டிஷாருக்கு எதிராக ஒரு கலகம் மூண்டது. இந்தக் கலகத்திற்கு எலப்போலாதான் மூலகாரணம்

நாடுகடத்தப்பட்ட எலப்போலா மொரீஷியஸில் தங்கியிருந்த வீடு

என்று பிரிட்டிஷார் குற்றம் சாட்டினார்கள்.

தங்களுக்கு உதவி செய்த எலப்போலாவையே மொரீஷியஸ் தீவுக்கு நாடு கடத்தினார்கள். அவர் அங்கேயே இருந்து, இறந்தார்.

1829ல், காலங்காலமாக தனித்து அரசமைத்து தனித்தன்மையுடன் இயங்கிய தமிழர்களுக்கு வந்தது ஆபத்து.

அன்றைய பிரிட்டனின் மன்னர் நான்காம் ஜார்ஜ் ஒரு கமிஷனை அமைத்தார். இலங்கையில் சிவில் நிர்வாகத்தை ஒழுங்குபடுத்துவது தொடர்பாக, அறிக்கை சமர்ப்பிக்கும்படி அவர் உத்தரவிட்டார்.

எம்.ஜி.கோல்புருக் என்பவரின் தலைமையிலான அந்தக் கமிஷன், சிவில் நிர்வாகத்துக்கு தேவையான அனைத்து சட்டங்களையும், ஒழுங்குமுறைகளையும் ஆய்வு செய்தது.

1832ல் அந்தக் கமிஷன் பிரிட்டிஷ் அரசாங்கத்திடம் ஒரு அறிக்கையை சமர்ப்பித்தது.

இலங்கை முழுவதையும் ஒரே அரசாங்கத்தின் கீழ்

கொண்டுவரவும், ஒரே இடத்திலிருந்து, பொதுவான சட்டதிட்டங்களுடன் நிர்வாகம் நடத்தவும் அந்த அறிக்கை பரிந்துரை செய்தது. கொழும்பிலிருந்து ஒரு கவர்னர் நிர்வாகத்தை கவனிக்க வேண்டும் என்றும் அந்த அறிக்கை யோசனை தெரிவித்தது.

இது தொடர்பாக இலங்கையில் வாழும் மக்களுடைய விருப்பம் என்ன என்பதைப் பற்றி பிரிட்டன் கவலைப்படவே இல்லை.

தமிழர்களின் தனித்தாயக நம்பிக்கை அப்போதுதான் சிதைக்கப்பட்டது.

இலங்கையை கொழும்பு, கண்டி, கல்லே, யாழ்பாணம், திரிகோணமலை என்ற ஐந்து மாநிலங்களாக பிரித்தனர்.

அந்த மாநிலங்களுக்கு தனியாக நிர்வாகக் குழுவும், சட்டமன்றக்குழுவும் அமைக்கப்பட்டன.

எத்தனையோ சிங்கள மன்னர்கள் முயற்சி செய்தும் நிறைவேறாத காரியத்தை பிரிட்டன் நிறைவேற்றியது.

ஆம், தமிழர்களின் பிரதேசத்தை இணைக்க சிங்களர்கள் 2 ஆயிரம் ஆண்டுகள் முயற்சி செய்தனர். அது சாத்தியப்பட வில்லை. ஆனால், தமிழர்களின் தனித்தன்மையை பிரிட்டன் அழித்துவிட்டது.

ஐக்கிய சிலோன் அரசாங்கத்தை அமைத்த அவர்கள், அந்த நாட்டின் வரலாற்றை புறக்கணித்தார்கள். சிங்கள மன்னர்கள்தான் இலங்கை முழுவதையும் ஆண்டதாக அவர்கள் நினைத்ததே இதற்கு காரணம்.

இலங்கையில் இன்றைக்கு நடைபெறும் ரத்தக்களறிக்கு பிரிட்டனின் இந்த முடிவுதான் முக்கியமான காரணம்.

இலங்கையை ஒன்றுபடுத்தினார்கள். ஆனால், சிங்களரின் மேலாதிக்கத்தை ஓங்கச் செய்துவிட்டனர். தமிழர்களை சிறுபான்மை இனத்தவராக மாற்றிவிட்டனர்.

இலங்கையில் பிரிட்டிஷ் ஆட்சி தொடங்கியதும், மலைப் பிரதேசங்களை குறிவைத்தனர். தேயிலை, காபி விளைச்சலுக்கு ஏற்ற வளமான மலைப் பிரதேசங்களை பிரிட்டிஷ் முதலாளிகள் மொய்த்தனர். அங்கு தேயிலை தோட்டங்களையும், காபி தோட்டங்களையும் உருவாக்க

பிரிட்டிஷ் காலத்தில் கொழும்பு நகரம்

விரும்பினர்.

உழைப்பதற்கு தொழிலாளர்களைத் தேடினர். தமிழகத்திலிருந்து ஏராளமனா தமிழர்களை கப்பல்களில் ஏற்றி இலங்கைக்கு கொண்டு சென்றனர்.

அவர்கள் தேயிலைத் தோட்டங்களில் அடிமைகளைப் போல வேலை செய்தனர். மாட்டுக் கொட்டில்களைப் போல கொட்டகைகள் அமைத்து, அதில் தங்கி வேலை செய்தனர்.

அட்டைப் பூச்சிகளுக்கும், கொசுக்களுக்கும் தங்கள் ரத்தத்தைக் கொடுத்தனர். போர்த்திக்கொள்ள போர்வையின்றி, மலைகளுக்கு பச்சைப் போர்வை போர்த்தினர்.

விரைவிலேயே, இந்திய வம்சாவளித் தமிழர்கள் இலங்கை மக்கள் தொகையில் 10 சதவீதமாக உயர்ந்தனர். ஏற்கெனவே, இலங்கையில் தங்கி அங்கேயே வாழ்ந்த தமிழர்களையும் சேர்த்தால் தமிழர்களின் எண்ணிக்கை மளமளவென்று அதிகரித்தது.

உயர்ஜாதி சிங்களர்களிலும், தமிழர்களிலும்

ஐரோப்பியர்களைத் திருமணம் செய்த சிலர் செமி ஐரோப்பியர்களாக உருமாறியிருந்தனர். அவர்களுக்கு, பிரிட்டிஷ் அரசு கூடுதல் முக்கியத்துவம் அளித்தது. அவர்களுக்கென்று, சில தனியுரிமைகளை அளித்தது. அவர்கள், சில குறிப்பிட்ட பகுதிகளில் தன்னாட்சி செலுத்தினர்.

அவர்கள் பெரும்பாலும் வடக்கு பகுதியை ஆக்கிரமிக்கத் தொடங்கினர்.

மக்களுக்கு தங்கள் பிரச்சனைகளை அரசாங்கத்திடம் முறையிடுவதற்கு வழியில்லாமல் இருந்தது.

மன்னர் அமைத்த கமிஷன்கள் அளித்த பரிந்துரைகளின்படி இலங்கையின் அரசியல் சட்டத்தில் திருத்தம் கொண்டுவரப்பட்டது. 1833ல் கொண்டுவரப்பட்ட அந்தத் திருத்தத்தின்படி, சட்டமன்ற மற்றும் நிர்வாகக் குழுக்கள் ஏற்படுத்தப் பட்டன. அதுவரை மன்னராட்சியை மட்டுமே அனுபவித்திருந்த இலங்கை மக்களுக்கு, முதன்முறையாக பிரதிநிதிகளை நியமிக்க அரசியல் சட்டம் வழிசெய்தது.

சட்டமன்றக் குழுவில் அதிகாரபூர்வமற்ற வகையில் இலங்கையைச் சேர்ந்த மக்களுக்கு ஆறு பிரதிநிதிகள் நியமிக்கப்பட்டனர்.

இலங்கையின் இனப்பிரிவுகளை கணக்கில் கொண்டு இலங்கையின் கவர்னர் சர் ராபர்ட் ஹோர்ட்டன் இந்த நியமனங்களை செய்தார்.

முதல் குழுவில், தாழ்நிலப் பகுதியில் வசிக்கும் சிங்களரின் பிரதிநிதியாக, ஜே.பி.பண்டிதரத்னேவும், தமிழர்களின் பிரதிநிதியாக ஆறுமுகம் பிள்ளை குமாரசாமியும், வெள்ளையர்களின் பிரதிநிதியாக ஜே.ஜி.ஹில்லெப்ரன்ட்டும் மேலும் மூன்று ஆங்கிலத் தேயிலைத் தோட்ட உரிமையாளர்களும் நியமிக்கப்பட்டனர்.

1889ஆம் ஆண்டுவரை, கண்டியில் வாழும் சிங்கள மக்கள், தேயிலைத் தோட்டங்களில் தொழிலாளிகளாக இருந்த இந்திய வம்சாவளித் தமிழர்கள், தமிழ்பேசும் முஸ்லிம் மக்கள் ஆகியோரின் நலன்களை குழுவில் இருந்த ஒரே ஒரு தமிழ் பிரதிநிதிதான் கவனித்து வந்தார்.

இலங்கையின் கடைசி மன்னரான விக்ரம ராஜசிங்கவிடம்

ஆதனூர் சோழன்

பிரிட்டிஷ் ஆட்சிகாலத்தில் கொழும்பு குடியிருப்புகள்

பணிபுரிந்தவர் குமாரசாமி. இவர் பிரிட்டிஷ் அரசாங்கத்தின் முக்கியமான மொழிபெயர்ப்பாளராகவும் இருந்தார்.

இவர் இறந்தவுடன், 1838ல் மொழிபெயர்ப்பாளராக, புத்தலத்தைச் சேர்ந்த அறிஞரான, முதலியார் சைமன் காசி சிட்டி என்பவரை, அன்றைய கவர்னர் ஜேம்ஸ் மெக்கென்ஸீ நியமித்தார்.

சிலோன் கெஜெட், தமிழ் புளூடார்ச், தி ஹிஸ்டரி ஆப் யாழ்ப்பாணம், தி அவுட்லைன் ஆஃப் தி தமிழ் சிஸ்டம் ஆஃப் நேச்சுரல் ஹிஸ்டரி ஆகிய நூல்களை இவர் எழுதினார்.

இவர் ஏராளமான கட்டுரைகளை வாசித்திருக்கிறார். அப்படி இவர் எழுதிய கட்டுரை ஒன்றில் இவ்வாறு குறிப்பிட்டுள்ளார்...

"சிங்களர்கள் தமிழர்களின் மொழி மற்றும் கலாச்சாரத்தை விரும்பவில்லை. அவர்கள் தங்களுக்கென்று தனியாக அரசாங்கத்தை அமைத்துக் கொண்டதாக கருதியிருந்தனர். இருந்தாலும், அவர்கள் தங்களுடைய சொந்த இனத்தைச் சேர்ந்த ஒருவரை மன்னராக பெறவே முடியவில்லை. ஏதோ ஒருவகையில் கலப்பினத்தைச் சேர்ந்தவர்கள்தான் சிங்களருக்கு

மன்னராக இருந்திருக்கிறார்கள்"

1845 ஆம் ஆண்டு இலங்கை சட்டமன்றக் குழுவில் இருந்து முதலியார் சைமன் காஸீ சிட்டி ராஜினாமா செய்தார். அதைத் தொடர்ந்து இலங்கை நீதித்துறையில் இணைந்து பணியாற்றினார்.

அதைத் தொடர்ந்து குமாரசாமியின் மருமகன் முதலியார் எதிர்மன்னசிங்கம், அவருக்கு அடுத்தபடியாக, குமாரசாமியின் மகன் சர் முத்துக்குமாரசாமி ஆகியோர் சட்டமன்றக் குழுவில் தமிழர்களின் பிரதிநிதிகளாக இருந்தனர்.

சர் முத்துக்குமாரசாமி, விக்டோரியா ராணியிடம் நேரில் பேசக்கூடி வாய்ப்பு பெற்றவர். அவரை அடிக்கடி அழைத்து விவாதம் நடத்துவார் விக்டோரியா ராணி.

கன்ஸர்வேடிவ் கட்சியின் பிரதமராக இருந்த பெஞ்சமின் டிஸ்ரேலி, சர் முத்துக்குமாரசாமியை பிரிட்டனிலேயே தங்கும்படி வற்புறுத்தினார். பிரிட்டன் நாடாளுமன்ற உறுப்பினராக நியமிக்கவும் விரும்பினார். அவருடைய கோரிக்கையை முத்துக்குமாரசாமி ஏற்க மறுத்துவிட்டார்.

சர் முத்துக்குமாரசாமி, எலிஸபெத் பீபி என்ற ஆங்கிலப் பெண்ணை மணந்திருந்தார். அவர்கள் இருவருக்கும் ஆனந்த குமாரசாமி என்ற மகன் பிறந்தார். இவர், பாஸ்டனில் உள்ள மியூசியம் ஆஃப் ஃபைன் ஆர்ட்ஸின் இயக்குனர்களில் ஒருவராக பணியாற்றினார்.

முத்துக்குமாரசாமி இறந்தவுடன் சர் பொன்னம்பலம் ராமநாதன் என்பவர் தமிழர்களின் பிரதிநிதியாக நியமிக்கப்பட்டார்.

1890 ஆம் ஆண்டு பிப்ரவரி மாதம் 10 ஆம் தேதி, விக்டோரியா ராணியை சந்தித்தார் பொன்னம்பலம். அப்போது, இலங்கையின் அரசியல் சட்டத்தை திருத்த வேண்டும் என்று ஒரு மனுவைச் சமர்ப்பித்தார். அதில், இரண்டு முக்கியமான ஆலோசனைகளைக் கூறியிருந்தார்.

இலங்கைச் சட்டமன்றக் குழுவில் அதிகாரபூர்வமான உறுப்பினர்கள் தேர்ந்தெடுக்கப்பட வேண்டும். அவர்களுக்கு பேச்சுரிமை வழங்க வேண்டும். ஒரு தீர்மானத்தின் மீது வாக்களிக்கும் உரிமை வேண்டும் என்று அவர் வற்புறுத்தினார்.

அதுபோல, அதிகாரபூர்வமற்ற உறுப்பினர்களை

பிரிட்டிஷ் ஆட்சி காலத்தில் கொழும்பு துறைமுகம்

நியமிக்கும்போது, அவர்கள் ஏழு ஆண்டுகளுக்கு ஒருமுறை மாற்றப்பட வேண்டும். அவர்களுக்கு வாக்களிக்கும் உரிமை தேவையில்லை. கவர்னரின் அனுமதி இல்லாமல், எதுகுறித்தும் கேள்வி எழுப்ப அவர்களுக்கு உரிமை அளிக்கக் கூடாது என்று அவர் தனது மனுவில் குறிப்பிட்டிருந்தார்.

அவருக்குப் போட்டியாக, 1908 ஆம் ஆண்டு பிரிட்டிஷ் வெளியுறவு அமைச்சரிடம் ஜேம்ஸ் பெய்ரீஸ் என்ற சிங்களப் பிரதிநிதி ஒரு மனுவை கொடுத்தார். அதிலும் இலங்கை சட்டமன்றக் குழுவில் மாற்றம் செய்ய வேண்டியதன் அவசியத்தை அவர் வலியுறுத்தி இருந்தார்.

அவருடைய யோசனை சிங்களருக்கு ஆதரவானதாக இருந்தது.

இலங்கையில் உள்ள அனைத்து இனக் குழுக்களுக்கும் சம எண்ணிக்கையில் பிரதிநிதித்துவம் வழங்கக் கூடாது என்பது அவருடைய கருத்தாக இருந்தது.

உறுப்பினர்களை தேர்ந்தெடுக்கும் வகையில் திருத்தம்

கொண்டுவர வேண்டும் என்று அவர் வற்புறுத்தினார்.

அரசியல் தலைவர்களுடைய யோசனையை இலங்கை மக்களுடைய விருப்பமாக கொள்ளத் தேவையில்லை என்று பிரிட்டிஷ் நாடாளுமன்றம் கருதியது. இருந்தாலும், ஒரு சமரசத் திட்டத்தை அது முன்வைத்தது.

சிங்களருக்கு இன்னொரு பிரதிநிதியை நியமிக்கலாம் என்றும், படித்த இலங்கை மக்களுக்காக ஒரு தேர்ந்தெடுக்கப்பட்ட பிரதிநிதியை குழுவில் சேர்க்கலாம் என்றும், குழு உறுப்பினர்கள் எண்ணிக்கையை 11 ஆக உயர்த்தலாம் என்றும் அன்றைய இலங்கை கவர்னர் ஹென்றி மெக்கல்லம் யோசனை தெரிவித்தார்.

1912 ஆம் ஆண்டு இலங்கையில் படித்தவர்கள் மட்டுமே தேர்ந்தெடுக்க வேண்டிய பிரதிநிதிக்கான தேர்தல் அறிவிக்கப்பட்டது.

அன்றை நிலையில் எடுக்கப்பட்ட கணக்கின்படி, இலங்கையில் மொத்தம் 2 ஆயிரத்து 938 வாக்காளர்கள் மட்டுமே படித்தவர்கள் என்று அறிவிக்கப்பட்டது.

அவர்களில், ஆயிரத்து 659 பேர் சிங்களர்கள். ஆயிரத்து 72 பேர் தமிழர்கள்.

சர் பி. ராமநாதனும், சிங்களரான சர் மார்கஸ் பெர்ணான்டோவும் மோதினர். இவர்களில், ராமநாதன் ஆயிரத்து 645 வாக்குகளுடன் வெற்றிபெற்றார். பெர்ணான்டோ 981 வாக்குகளை மட்டுமே பெற்றார். சிங்களர்களின் வாக்கு அதிகமாக இருந்தாலும், ஒரு தமிழர் வெற்றி பெற்றார்.

இதையடுத்து, சட்டமன்றக்குழு திருத்தி அமைக்கப்பட்டது.

அதில், தேர்ந்தெடுக்கப்பட்ட இரண்டு ஐரோப்பியர்கள், ஒரு தேர்ந்தெடுக்கப்பட தேயிலைத் தோட்ட உரிமையாளர், படித்தவர்களின் பிரதிநிதி, தாழ்நிலப்பகுதியைச் சேர்ந்த இரண்டு சிங்களர், கண்டியைச் சேர்ந்த ஒரு சிங்களர், இரண்டு தமிழர்கள், ஒரு முஸ்லிம் என்று உறுப்பினர்கள் கலந்து இருந்தனர்.

இந்தக் குழுவிலும் கூட சிங்களருக்கு இணையாக தமிழ் உறுப்பினர்கள் அங்கம் வகித்திருந்தனர். இது சிங்களர்கள் மத்தியில் ஆத்திரத்தை ஏற்படுத்தியது. தமிழருக்கு ஆதரவாக படித்த சிங்களர்களே வாக்களித்தது சிங்கள இனவெறிக்கு தூபம் போட்டது.

பொன்னம்பலம் ராமநாதன்

இனவெறியின் தொடக்கம்

1910ல் புத்தமதத்தின் பெயரால் தேசியவெறி பற்றவைக்கப்பட்டது.

சிங்களத் தலைவர்கள் பலர் உருவாகினர்.

சீர்திருத்தம் என்ற பெயரில் சிங்கள-புத்தமத தேசியவெறியை அவர்கள் பரப்பினார்கள்.

அவர்களில் அனகரிகா தர்மபாலா முக்கியமானவர்.

அவருடைய நிஜப்பெயர் டான் டேவிட். இலங்கை அரசாங்கத்தில் குமாஸ்தாவாக வேலை பார்த்தவர்.

அவருடைய தந்தை டான் கரோலிஸ். தாய் மல்லிகா குணவர்தனே. இலங்கையில் மிகப்பெரிய செல்வந்தக் குடும்பத்தைச் சேர்ந்தவர்கள். டான் கரோலிஸ் அன்டு சன்ஸ் லிமிடெட் என்ற மிகப்பெரிய பர்னிச்சர் கடையை நடத்தினார்கள். இது அந்தச் சமயத்தில் ஆசியாவிலேயே

மிகப்பெரிய பர்னிச்சர் கடையாக கருதப்பட்டது.

இத்தகைய குடும்பத்தில் பிறந்த டான் டேவிட், தனது பெயரை அனகரிகா தர்மபாலா என்று மாற்றிக் கொண்டு இலங்கையில் புத்தமதத்துக்கு எழுச்சி ஊட்டப் போவதாக பிரச்சாரத்தில் ஈடுபட்டார்.

வாயைத் திறந்தாலே பொய். பேனாவை எடுத்தாலே புனைச்சுருட்டு.

புத்தமதம் குறித்தும், சிங்கள இனம் குறித்தும் இவர் பேசிய பேச்சுக்களும் எழுத்துக்களும் வெறும் கற்பனை மயமானவையாக இருக்கும். ஆனால், சிங்கள மக்கள் மத்தியில் இவருக்கு வரவேற்பு இருந்தது. தேசியவெறி கொழுந்துவிட்டு எரியத் தொடங்கியது.

"நம்முடையதைப் போல எந்த ஒரு நாட்டுக்கும் மிக அறிவார்ந்த வரலாறு இல்லை. சிங்கள இனத்தைப் போல பூமியில் வேறெந்த இனமும் வெற்றிகரமானது இல்லை"

இவருடைய பேச்சு மறைந்து கொண்டிருந்த புத்தமதத்திற்கு புத்துயிர் ஊட்டியது உண்மைதான். ஆனால், விரைவிலேயே அது புத்தமதம் அல்லாதவர்களுக்கு எதிராக திரும்பியது. குறிப்பாக சிங்களர் அல்லாதவர்களுக்கு எதிராக திரும்பியது.

கண்டியை பிரிட்டிஷ் படைகள் கைப்பற்ற உதவியதற்காக சிங்கள தலைவர்களுக்கு சில சிறப்பு சலுகைகளை பிரிட்டிஷார் அளித்திருந்தனர். ஆனால், பிரிட்டிஷாருக்கு எதிராக 1817ல் சிங்களத் தலைவர்கள் நடத்திய கலகத்தைத் தொடர்ந்து அந்தச் சிறப்பு சலுகைகள் பறிக்கப்பட்டிருந்தன.

1915 ஆம் ஆண்டு கண்டியில் உள்ள கம்போலா புத்தர்கோவிலில் வருடாந்திர திருவிழாவை கொண்டாட திட்டமிடப்பட்டது.

ஆனால், ஊர்வலப் பாதையில் உள்ள புதிய மசூதிக்கு 100 மீட்டர் தொலைவில் வாத்தியங்களை இசைக்கக் கூடாது என்று கண்டி நிர்வாகம் உத்தரவிட்டது.

நிர்வாகத்தின் உத்தரவை எதிர்த்து கண்டி நீதிமன்றத்தில் சிங்களத் தலைவர்கள் வழக்கு தொடுத்தனர். அங்கு, சிங்களருக்கு ஆதரவான தீர்ப்பு கிடைத்தது. இதை எதிர்த்து கண்டி நிர்வாகம் உச்சநீதிமன்றத்துக்கு சென்றது. அங்கு, சிங்களரின் வழக்கு தள்ளுபடி செய்யப்பட்டது.

இதையடுத்து, பிரிட்டனில் உள்ள மறுஆய்வு நீதிமன்றத்தில் சிங்களர்கள் வழக்குத் தொடுத்தனர்.

இந்நிலையில், புத்தரின் பிறந்தநாள் திருவிழா வந்தது. 1915ஆம் ஆண்டு, மே மாதம் 28 ஆம் தேதி இரவு சிங்களர்கள் ஊர்வலம் நடத்தினர். மசூதியை நெருங்கியபோது, கலவரத்தில் ஈடுபட்டனர். மசூதிக்குள் நுழைந்து சேதம் விளைவித்தனர்.

கலவரத்தில் ஈடுபட்ட 25 பேரை பிரிட்டிஷ் போலீஸார் கைது செய்தனர்.

இதுபோதாதா?

கண்டியில் முஸ்லிம்கள் வேட்டையாடப்பட்டனர். அவர்களுடைய சொத்துகள் கொள்ளையிடப்பட்டன. கண்டியில் பரவிய கலவரம் இலங்கையின் எல்லா மாநிலங்களுக்கும் பரவியது.

அரசுக் கணக்குப்படி, 86 மசூதிகள் நாசப்படுத்தப்பட்டன. முஸ்லிம்களுக்கும் கிறிஸ்தவர்களுக்கும் சொந்தமான 4 ஆயிரத்து 75 கடைகள், நிறுவனங்கள் சூறையாடப்பட்டன. 35 முஸ்லிம்கள் கொல்லப்பட்டனர். 198 பேர் காயமடைந்தனர். 17 கிறிஸ்தவ தேவாலயங்கள் தீ வைத்துக் கொளுத்தப்பட்டன.

இந்தச் சம்பவம் நடந்தபோது, பிரிட்டனுக்கும் ஜெர்மனிக்கும் போர் நடைபெற்றுக் கொண்டிருந்தது. ஆம் முதல் உலகப்போர் சமயம் அது.

பிரிட்டிஷ் குடியேற்ற நாடுகளுக்கான வெளியுறவு அமைச்சர் பிரிட்டிஷ் நாடாளுமன்றத்தில் இப்படி பேசினார்...

"சிலோனில் நடைபெற்றுவரும் கலகத்தின் பின்னணியில் ஜெர்மன் அரசின் கைவரிசை இருக்கக்கூடும்"

அந்த அளவுக்கு கலவரத்தின் தாக்கம் இருந்தது.

உடனே, இலங்கையில் அவசர நிலைச் சட்டம் பிறப்பிக்கப்பட்டது. கலவரத்தை அடக்க கூடுதல் பிரிட்டிஷ் படைகள் அனுப்பப்பட்டன. இந்தியாவிலிருந்து பஞ்சாபி படைப்பிரிவு கண்டியில் கால்பதித்தது.

சிங்களத் தலைவர்கள் பலர் கைது செய்யப்பட்டனர். அவர்கள் மீது தேசவிரோத குற்றச்சாட்டு சுமத்தப்பட்டது. அனகாரிகா தர்மபாலாவின் சகோதரர் எட்மண்டு ஹேவவிதரத்னே சிறையில் இறந்தார்.

தர்மபாலா அந்தச் சமயத்தில் கல்கத்தாவில் தங்கியிருந்தார்.

அவர் இந்தியாவிலும் புத்தமதப் பிரச்சாரம் நடத்தினார்.

கலகம் மூண்டிருந்த சமயத்தில், இலங்கை சட்டமன்றக் குழுவில் படித்தவர்களுக்கான பிரதிநிதியாக தேர்ந்தெடுக்கப்பட்டிருந்த சர் பொன்னம்பலம் ராமநாதன் தென்னிந்தியாவில் உள்ள கொடைக்கானலில் மருத்துவ சிகிச்சை பெற்றுக் கொண்டிருந்தார்.

அவருக்கு சிங்களத் தலைவர்கள் தந்தி மேல் தந்தியாக அனுப்பிக் கொண்டிருந்தனர்.

"நிலைமை மோசமாகிக் கொண்டிருக்கிறது. நீங்கள்தான் எங்களைக் காப்பாற்ற வேண்டும்" என்று அவர்கள் கெஞ்சினர்.

சிங்களச் சகோதரர்களுக்கு ஏற்பட்ட பாதிப்பு, பொன்னம்பலம் ராமநாதனை வாட்டியது. உடனடியாக அவர் இலங்கை திரும்பினார்.

கவர்னரைச் சந்திக்க அனுமதி கேட்டார். முதலில் மறுக்கப்பட்டது. பிறகு, சந்திக்க ஒப்புக்கொண்டார். கலவரத்திற்கு காரணம் என்ன என்பதை விளக்கினார். போலீஸாரின் அத்துமீறல்களை பட்டியலிட்டார். சட்டமன்றக் குழுவில் ஆறு முறை இதுதொடர்பாக உரையாற்றினார். கலவரத்தை நியாயப்படுத்தாமல், போலீஸாரின் அடக்குமுறையை கடுமையாக சாடினார்.

சிறையில் அடைக்கப்பட்ட சிங்களத் தலைவர்களைச் சந்தித்தார். அவர்கள் சார்பில் வழக்குத் தொடர கையெழுத்துக்களைப் பெற்றார். இந்தத் துயரமான சம்பவத்துக்கு முழுமையாக அரசாங்கம்தான் பொறுப்பேற்க வேண்டும் என்று பொன்னம்பலம் கூறினார்.

1915 ஆம் ஆண்டு அக்டோபர் மாதம் 21 ஆம் தேதி, புத்தமதத் தலைவராக உயர்ந்திருந்த அனகாரிகா தர்மபாலா, பொன்னம்பலம் ராமநாதனுக்கு ஒரு கடிதம் எழுதினார். அதில்...

"இலங்கை சட்டமன்றத்தில் நீங்கள் நிகழ்த்திய வரலாற்று முக்கியத்துவம் வாய்ந்த உரைக்காக, தயவு செய்து எனது உளப்பூர்வமான பாராட்டுகளை ஏற்றுக் கொள்ளுங்கள். உங்களுக்கு உடல்நலக்குறைவு ஏற்பட்டு, இலங்கையிலிருந்து இந்தியாவுக்கு சென்றதிலிருந்து, பாவப்பட்ட சிங்கள மக்களை பாதுகாக்க நாதியில்லாமல் போயிற்று. அவர்களுக்கு வழிகாட்ட ஆளில்லாமல் போயிற்று. அவர்களுடைய மகிழ்ச்சி காணாமல் போயிற்று.

இந்தியாவுடன் இலங்கையை இணைக்கக் கோரி போராட்டம் நடத்துவதற்கு இதுதான் சமயம். இந்தியாவின் பாதுகாப்பு நிழல் இல்லாவிட்டால் இலங்கை அழிந்துவிடும். மதராஸ் மாநிலத்தோடு அல்லது வங்க மாநிலத்தோடு இலங்கையை இணைக்க வேண்டும். அது உங்கள் முடிவு. பாவப்பட்ட புத்தமதத்தினரை பாதுகாக்க உங்களால் முடிந்த அனைத்தையும் செய்வீர்கள் என்று நம்புகிறேன்"

(இன்றைக்கு புத்தமத சாமியார்களின் அட்டூழியத்தை கருத்தில் கொண்டால், ஒரு தமிழனிடம் பாதுகாப்புக் கோரிய புத்தமதத் தலைவரின் அன்றைய நிலை வேடிக்கையாகத்தான் இருக்கும்.)

பொன்னம்பலம் ராமநாதனின் முயற்சிகள் போதுமான பலனளிக்கவில்லை. இதையடுத்து, இந்த வழக்கை இங்கிலாந்துக்கே எடுத்துச் செல்ல முடிவு செய்தார். அவருடைய உடல்நிலையை குறித்து மனைவி மிகவும் அஞ்சினார்.

முதல் உலகப்போர் சமயம். கப்பல் செல்லும் வழிகளில் கண்ணிவெடி அபாயம் வேறு. மிகவும் நெருக்கடியான சமயத்தில் உயிரைப் பணயம் வைத்து இங்கிலாந்து சென்றார் பொன்னம்பலம்.

போனதும் முதல் வேலையாக, "இலங்கை கலவரமும் அவசர நிலைச் சட்டமும்" என்ற தலைப்பில் ஒரு கட்டுரையை பிரசுரிக்கச் செய்தார்.

இங்கிலாந்தின் சட்ட அமைப்புக் குழுவினருடனும், வெளியுறவு அமைச்சருடனும் பல முறை சந்தித்து விவாதித்தார்.

பஞ்சாபி படைப்பிரிவினர் சிங்கள சகோதரர்கள் மீது நடத்திய அடக்குமுறையையும், அட்டூழியங்களை பட்டியலிட்டார். அவசரநிலைச் சட்டத்தை உடனே திரும்பப் பெறவேண்டும் என்று வலியுறுத்தினார்.

இதையடுத்து, இலங்கை கவர்னராக இருந்த சால்மெர்ஸ் திரும்பப் பெறப்பட்டார். அவருக்குப் பதிலாக, ஜான் ஆண்டர்ஸன் என்பவர் புதிய கவர்னராக நியமிக்கப்பட்டார்.

சிங்களத் தலைவர்கள் சிறையிலிருந்து விடுவிக்கப்பட்டனர். 1916 ஆம் ஆண்டு பிப்ரவரி மாதம் 17 ஆம் தேதி இலங்கைக்கு திரும்பினார் பொன்னம்பலம்.

கொழும்புத் துறைமுகத்தில் சிங்களத் தலைவர்களும்

மக்களும் திரண்டு மாபெரும் வரவேற்பளித்தனர்.

ஊர்வலம் தொடங்கியதிலிருந்து அவருடைய வீடுவரை, தங்களுடைய தோள்களிலேயே பொன்னம்பலத்தைச் சுமந்து வந்தனர் சிங்களத் தலைவர்கள்.

அதன்பிறகு, முஸ்லிம்கள் பெரும்பான்மை சமூகத்தின் சேவகர்களாகவே இருக்க நேர்ந்தது. அவ்வப்போது நடைபெறும் அரசியல் நிகழ்வுகளுக்கு தகுந்தபடி தங்களுடைய முடிவை தீர்மானித்துக் கொண்டனர்.

முஸ்லிம்களைப் பற்றி தர்மபாலா இப்படி கூறியிருந்தார்...

"பிரிட்டிஷாருக்கு ஜெர்மானியர்கள் எப்படியோ, அந்தமாதிரிதான், சிங்களருக்கு முஸ்லிம்கள் எதிரிகள். முஸ்லிம் என்பவன் மதம், மொழி, இனம் எல்லா வகையிலும் வெளிநாட்டினன். புத்தமதம் இல்லாத சிங்களன் சாவைத் தேர்ந்தெடுப்பதே மேல். சிங்களர்களை பிரிட்டிஷ் அதிகாரிகள் சுடலாம், தூக்கிலிடலாம், சிறையில் அடைக்கலாம், என்ன வேண்டுமென்றாலும் செய்யலாம். ஆனால், சிங்களருக்கும் முஸ்லிம்களுக்கும் இடையே மோசமான ரத்தம் ஓடிக்கொண்டே இருக்கும். அமைதியாக இருக்கிற சிங்களர்கள் தங்களுக்கு முஸ்லிம்கள் இழைக்கும் அவமானங்களைத் தாங்க முடியாமல் ஒருநாள் கிளர்ந்து எழுவார்கள். இலங்கை மொத்தமும் முஸ்லிம் மக்களுக்கு எதிராக எழுச்சி பெறும்"

இப்படி வெறித்தனமாக பேசும் ஒருவரை, புத்தமதத் தலைவராக பெற்றிருந்தது இலங்கை.

பல ஆண்டுகள் வரை முஸ்லிம்களுக்கும் சிங்களருக்கும் இடையே மோதல் எழவில்லை. ஆனால், மோதல் என்று வந்தால் தங்களுக்குத்தான் இழப்பு என்பதை முஸ்லிம்கள் புரிந்து வைத்திருந்தார்கள்.

பொன்னம்பலம் வெற்றி வீரராக, சிங்களத் தலைவர்களை விடுவித்துத் திரும்பிய அடுத்த ஆண்டு, 1917ல் படித்தவர்களுக்கான சட்டமன்றப் பிரதிநிதியை தேர்ந்தெடுப்பதற்காக தேர்தல் நடைபெற்றது. இந்தத் தேர்தலில் அவரை எதிர்த்து சிங்களர் சார்பில் ஹெக்டர் ஜெயவர்த்தேனேயின் சகோதரர் ஜஸ்டஸ் செக்ஸ்டஸ் போட்டியிட்டார்.

ஆனால், மீண்டும் பொன்னம்பலம் பெரும்பான்மை வாக்குகளுடன் வெற்றி பெற்றார்.

இது இவ்வாறிருக்க, சர் பொன்னம்பலம் அருணாச்சலத்தின்

அரசியல் வளர்ச்சியை முக்கியமாக குறிப்பிட்டாக வேண்டும்.

இவர், முதலியார் பி. குமாரசாமி, சர் பொன்னம்பலம் ராமநாதன் ஆகியோரின் சகோதரர். இவர் தனது சகோதரர்களைப் போல இன்றி கேம்பிரிட்ஜ் பல்கலைக்கழகத்தில் படித்தவர். பொதுப் போட்டியில் சிவில் சர்வீஸுக்கு தேர்ந்தெடுக்கப்பட்ட முதல் இலங்கை பிரஜை இவர்தான்.

ராயல் ஆசியாட்டிக் சொஸைட்டியின் துணைத்தலைவராகவும், தலைவராகவும் பொறுப்பு வகித்தார். இந்தச் சொஸைட்டிக்கு தலைவராக தேர்ந்தெடுக்கப்பட்ட முதல் இலங்கை பிரஜையும் இவர்தான்.

இலங்கையில் தோட்டத் தொழிலாளர்களாக பணிபுரிந்த இந்திய வம்சாவளித் தமிழர்களின் அடிமைத்தளையை உடைத்ததில் இவருக்கு முக்கிய பங்கு உண்டு.

சிலோன் தொழிலாளர் நல அமைப்பை உருவாக்கினார். அதன் செயலாளராக பெரியண்ணன் சுந்தரம் என்ற இந்திய வம்சாவளித் தமிழரை நியமித்தார்.

அருணாச்சலத்தின் தீவிரமான அரசியல் பிரச்சாரம் காரணமாக, அரசியல் சட்டம் பலமுறை திருத்தப்பட்டது. பிரச்சாரம் வலுவடைந்து, இலங்கையில் இருந்து பிரிட்டன் வெளியேறினால்தான் நாடு நலமடைய முடியும் என்ற அளவுக்கு சென்றார்.

"நாம் நமது சொந்த நாட்டில் மரியாதைக்குரிய மக்களாக வாழவேண்டும் என்றுதான் கேட்கிறோம். அப்போதுதான் வெளிநாட்டிலும் உள்நாட்டிலும் நமக்கு மரியாதை கிடைக்கும். நாம் பிச்சைக்காரர்கள் அல்ல. இலங்கை தனது உரிமையைத்தான் கேட்கிறது"

இவர்தான் முதல் விடுதலைப் பிரச்சாரத்தை மேற்கொண்டவர். தொழிலாளர் நல அமைப்பை நிறுவிய இவர், சிலோன் சீர்திருத்த அமைப்பு, சிலோன் தேசிய சங்கம், யாழ்ப்பாண சங்கம் ஆகியவற்றை இணைத்து ஒரே தேசிய அமைப்பாக உருவாக்கினார். அதற்கு சிலோன் தேசிய காங்கிரஸ் என்று பெயர் சூட்டப்பட்டது.

முதல் விடுதலைப் போராட்ட வீரராக ஒரு தமிழர்தான் தலையெடுத்தார். ஆனால், விரைவிலேய எதிர்பார்ப்புகள் அனைத்தும் திசைமாறிச் சிதைந்தன.

பொன்னம்பலம் அருணாச்சலம்

நம்பிக்கை துரோகம்

பொன்னம்பலம் அருணாச்சலத்தின் மூளையில் உதித்த குழந்தை சிலோன் தேசிய காங்கிரஸ்.

ஒன்றுபட்ட இலங்கையின் விடுதலையை குறிக்கோளாகக் கொண்டு இந்த அமைப்பை அவர் தோற்றுவித்தார். சிங்களர்களை அவர் தனித்துப் பார்க்கவில்லை. சகோதரர்களாகவே நினைத்தார். அவர்களும் அவருக்கு ஒத்துழைப்பு அளிப்பதாக உறுதி அளித்தனர். அவரை தலைவராக ஏற்றனர்.

முதல் தீர்மானமே, சிலோன் சட்டமன்றத்தின் உறுப்பினர் எண்ணிக்கையை அதிகரிக்க வேண்டும் என்பதாக அமைந்தது. 50 உறுப்பினர்கள் இருக்கும்படி சட்டமன்றத்தை மாற்றி அமைக்க வேண்டும். அதில், ஐந்தில் நான்கு பங்கு உறுப்பினர்கள் பிரதேச வாரியாக வாக்காளர்களால் தேர்ந்தெடுக்கப்பட வேண்டும். ஒரு பங்கு உறுப்பினர்கள் இலங்கையின்

சிறுபான்மை மக்களின் பிரதிநிதிகளாக நியமிக்கப்பட வேண்டும் என்று அந்தத் தீர்மானம் வற்புறுத்தியது.

11 உறுப்பினர்களை மட்டுமே வைத்துக்கொண்டு இலங்கையின் அனைத்து இனக்குழுக்களையும் பிரதிநிதித்துவ படுத்தமுடியாது. உறுப்பினர்களின் எண்ணிக்கையை அதிகரிக்க வேண்டும். பிரதேச வாரியாக அனைத்து இனக்குழுக்களையும் பிரதிநிதித்துவ படுத்தும் வகையில் உறுப்பினர்களை சேர்க்கவேண்டும். அதிலும், குறிப்பாக தேர்தல் மூலம் தேர்ந்தெடுக்கப்பட்ட பிரதிநிதிகளின் எண்ணிக்கை நியமன உறுப்பினர்களைக் காட்டிலும் அதிகமாக இருக்கவேண்டும் என்று சர்.பி.அருணாச்சலம் வற்புறுத்தினார்.

இதையடுத்து, பிரிட்டிஷ் குடியேற்ற நாடுகளுக்கான வெளியுறவு அமைச்சர் 1920ஆம் ஆண்டு முக்கியமான முடிவை அறிவித்தார். இலங்கை சட்டமன்ற குழுவை மறுசீரமைத்து அவர் உத்தரவு பிறப்பித்தார். அதன்படி, இலங்கை சட்டமன்ற குழுவில் 37 உறுப்பினர்கள் இடம்பெறுவார்கள் என்று அறிவிக்கப்பட்டது.

இவர்களில் 14 பேர் அதிகார பூர்வமானவர்கள். இவர்களுக்கு மட்டுமே வாக்களிக்கும் உரிமை உண்டு. 23 பேர் மக்கள் பிரதிநிதிகள். இவர்கள் மக்கள் பிரச்சனைகளை பேச முடியும். வாக்களிக்க முடியாது. மக்கள் பிரதிநிதிகளில் 11 பேர் பிரதேச அடிப்படையில் தேர்ந்தெடுக்கப்படுவார்கள். மேலும், ஐரோப்பியர்களில் ஐந்து பேர், தேயிலைத் தோட்ட முதலாளிகள் இருவர், தொழில் வர்த்தக கூட்டமைப்பு சார்பில் ஒருவர், கண்டியைச் சேர்ந்த இருவர், இந்திய வம்சாவளியினர் மற்றும் முஸ்லிம்களுக்கு தலா ஒருவர் என இந்த 23 பேர் இடம் பெறுவார்கள் என்று அறிவிக்கப்பட்டது.

அருணாச்சலத்தின் முயற்சியால் இந்த சீர்திருத்தம் செய்யப்பட்டது. சிங்கள சகோதரர்களுடனும் இலங்கையின் அனைத்து மக்களுடனும் இணக்கமாக வாழவும், அவர்கள் அனைவருடைய உரிமைகளையும் பாதுகாக்கவும் அருணாச்சலம் நினைத்தார்.

ஆனால், புதிய சீர்திருத்தத்தின்படி தேர்தல் அறிவிக்கப்பட்டவுடன் சிங்களர்கள் தங்கள் புத்தியைக் காட்டிவிட்டனர்.

கொழும்பிலிருந்து சட்டமன்றக் குழுவுக்கு போட்டியிட

அருணாச்சலம் மனுவை தயார் செய்து கொண்டிருந்தார். அப்போது, சிங்களத் தீவிரவாத குழு ஒன்றை சிங்களத் தலைவர்கள் தூண்டிவிட்டனர். அவர்கள், அருணாச்சலத்தை எதிர்த்து போட்டியிடப் போவதாக அறிவித்தனர்.

தமிழர்களுக்கு சிங்களத் தலைவர்கள் அளித்திருந்த உறுதிமொழி காற்றில் பறக்கவிடப்பட்டது. தமிழர்களின் செல்வாக்கையும் புத்திசாலித்தனத்தையும் பயன்படுத்திக் கொண்ட சிங்களத் தலைவர்கள், தமிழர்கள் அதிகாரத்திற்கு வந்துவிடாமல் தடுக்கும் வேலையில் ஈடுபட்டனர்.

அருணாச்சலம் தனது முக்கியத்துவத்தை வளர்த்துக் கொள்ள பார்க்கிறார். அரசியலில் அவர் தீவிரவாதப் போக்கை கடைப்பிடிக்கிறார் என்று எப்.ஆர்.சேனநாயகே என்ற சிங்களத் தலைவர் குற்றம் சாட்டினார்.

சிங்களர்கள் சார்பில், ஜேம்ஸ் பெய்ரிஸ் என்பவரை வேட்பாளராக அறிவித்தனர். அருணாச்சலம் தனது முடிவை மாற்றிக் கொண்டார்.

அந்தச் சமயத்தில், அருணாச்சலம் 70 வயதைக் கடந்திருந்தார். ஓய்வில்லாத பிரச்சாரத்தில் களைத்துப் போயிருந்தார்.

"அரசியலில் இருந்து விலகுகிறேன். சட்டமன்றத்தில் இடம்பிடிக்க விரும்பவில்லை" என்று அறிவித்தார்.

கட்சியைத் தொடங்கும்போது, தங்களுக்கு விருப்பம் இல்லாவிட்டாலும், ஒன்றுபட்ட இலங்கை என்ற கோட்பாட்டை தமிழர்கள் ஏற்றுக் கொண்டிருந்தார்கள். ஆனால், சிங்களத் தீவிரவாதிகளின் போக்கால் அருணாச்சலம் வருத்தமடைந்தார். சிலோன் தேசிய காங்கிரஸ் கட்சியில் இருந்து விலகுவதாக அறிவித்தார். இத்தனைக்கும் அந்தக் கட்சி அவருடைய மூளையில் உதித்த குழந்தை.

பிரிட்டிஷ் ஆட்சி அமைவதற்கு முன் தமிழர்கள் எப்படி உரிமைகளோடு வாழ்ந்தார்களோ, அந்த உரிமைகளைத் திரும்பவும் பெற்று வாழ்வதுதான் அவர்களுக்கு மரியாதை. தனி இறையாண்மையுடன் அவர்களுக்கென்று நாடு வேண்டும் என்ற சிந்தனை வலுப்பெற்றது.

"தமிழர்களின் நலனைப் பாதுகாக்க தனி நாடு" என்ற முழக்கத்துடன் சிலோன் தமிழ் அமைப்பு ஒன்றை உருவாக்கினார் அருணாச்சலம்.

"சிங்களர்கள் நம்மோடு இணைந்து வாழ மறுக்கிறார்கள். நமக்குரிய உரிமைகளை விட்டுத்தர அவர்களுக்கு மனமில்லை. எனவே, நாம் நமது கோட்பாடுகளை கைவிடத் தேவையில்லை. தமிழர்கள் எப்படி இருந்தார்களோ அப்படியே தொடர்வதுதான் நல்லது. இலங்கை முழுவதும் பிரச்சாரம் செய்வோம். நமது தனித்தன்மையை பாதுகாப்போம். நாம் செத்த மீன்களல்ல என்பதை உணர்வோம். தமிழ் ஈழம் ஒன்றே நமது இலக்கு என்பதை உரக்க முழங்குவோம்" என்று அறைகூவல் விடுத்தார்.

1920ல் இலங்கை அரசியல் இரண்டு பிரிவாக பிரிந்தது. சிலோன் தேசிய காங்கிரஸ் கட்சி சிங்களர்களுடைய கட்சியாக மாறியது. தமிழர்கள் அனைவரும் சர் பி. ராமநாதன் தலைமையில் இணைந்தனர்.

1921ல் இலங்கை சட்டமன்றம் கூடியது. சிங்களர்களின் பிரதிநிதியான ஜேம்ஸ் பெய்ரிஸ் ஒரு தீர்மானத்தை முன்மொழிந்தார். அதில், குழுவின் உறுப்பினர்கள் எண்ணிக்கை 37ல் இருந்து 45 ஆக உயர்த்த வேண்டும் என்று வற்புறுத்தினார்.

ஆறு பேர் அரசு நியமன உறுப்பினர்களாக இருக்க வேண்டும். 28 பேர் பிரதேச அடிப்படையில் தேர்ந்தெடுக்கப்பட வேண்டும். நிர்வாகக் குழுவில் மூன்று அரசு உறுப்பினர்களும், மூன்று அமைச்சர்களும் இடம்பெற வேண்டும். இவர்கள் தேர்தல் மூலம் தேர்ந்தெடுக்கப்பட வேண்டும்.

இந்தத் தீர்மானத்தின் முக்கிய நோக்கம், பிரதேச அடிப்படையில் அங்குள்ள வாக்களர்களால் பிரதிநிதிகள் தேர்ந்தெடுக்கப்பட வேண்டும் என்பதுதான்.

அப்படி தேர்ந்தெடுக்கப்பட்டால், தமிழ் பிரதிநிதிகள் எண்ணிக்கை குறைந்துவிடும் என்பது தமிழர்களுக்கு தெரியும். எனவே, இந்தத் தீர்மானத்தை சட்டமன்றக் குழுவில் இடம் பெற்றிருந்த ஏ.சபாபதி என்ற தமிழ் உறுப்பினர் எதிர்த்தார்.

அப்போதும் அருணாச்சலத்தின் உதவியைத்தான் சிங்களர்கள் கேட்டார்கள். தமிழர்களுக்கு சிலோன் தேசிய முத்திரை தேவை என்ற நிலை இருந்தது. அதை மனதில்

கொண்டு ஒரு சமரச திட்டத்தை ஏற்படுத்தினார் அருணாச்சலம்.

வடக்கு மாகாணத்துக்கு மூன்று இடங்கள், கிழக்கு மாகாணத்துக்கு இரண்டு இடங்கள், மேற்கு மாகாணத்துக்கு ஒரு இடம், இதர மாநிலங்களிலும் கொழும்பு நகராட்சியிலும் வாய்ப்புக்கு ஏற்றபடி தமிழர்களுக்கு இடங்கள் ஒதுக்க வேண்டும். மேற்கு மாகாணத்தில் முஸ்லிம் உறுப்பினருக்கு தமிழர்கள் ஆதரவளிப்பார்கள் என்று அந்த சமரசத்திட்டம் வகுக்கப்பட்டது.

இந்த திட்டத்தை எழுத்து வடிவமாக்கினார் சர் பி.ராமநாதன். அதில் சிறுபான்மை தலைவர்கள் அனைவருடைய கையெழுத்தையும் பெற்றார். அதை முன்னெச்சரிக்கையாக பிரிட்டிஷ் குடியேற்ற நாடுகளின் வெளியுறவு அமைச்சருக்கு அனுப்பினார். தமிழர்கள் மற்றும் சிறுபான்மை மக்களின் பாதுகாப்புக்கு ஆவணமாக்கினார்.

சிங்களருடைய வாக்குறுதி மீது அவருக்கு நம்பிக்கை இல்லை. தனது சகோதரர் அருணாச்சலத்துக்கு நம்பிக்கைத் துரோகம் செய்தவர்கள் என்பதை அவர் மறக்கவில்லை.

சிலோன் தேசிய காங்கிரஸ் என்பது சிங்களருடைய கட்சியாக மாறிவிட்டது. அது, ஒட்டுமொத்த இலங்கை மக்களின் பிரதிநிதியாக இல்லை. இலங்கையில் வாழும் பல்வேறு சமூகத்தினரின் பரஸ்பர நம்பிக்கையை அது அழித்துவிட்டது என்று சர் பிராமநாதன் எழுதினார்.

குழுவில் இருந்த ஐரோப்பியர்கள், தேயிலைத் தோட்ட முதலாளிகள், தமிழர்கள், முஸ்லிம்கள், இந்திய வம்சாவளி உறுப்பினர்களுடன், பரிந்துரைகளை பரிசீலித்தார் வெளியுறவு அமைச்சர். தேர்ந்தெடுக்கப்பட்ட உறுப்பினர்களுக்கு கூடுதல் அதிகாரத்தை வழங்கினார்.

இதையடுத்து, சட்டமன்றக்குழு 1924 ஆகஸ்ட்டில் கலைக்கப்பட்டது.

புதிய குழுவில் மொத்தம் 49 பேர் இருப்பார்கள். 12 அதிகாரபூர்வ உறுப்பினர்கள், 37 பேர் அதிகாரபூர்வமற்ற உறுப்பினர்களாக இருப்பார்கள். இவர்களில் மூன்று பேரை கவர்னர் நியமிப்பார். 34 பேர் தேர்தல் மூலம் தேர்ந்தெடுக்கப்படுவார்கள்.

இவர்களிலும் 11 பேர் வகுப்புவாரி பிரதிநிதித்துவ தொகுதிகளில் இருந்து தேர்ந்தெடுக்கப்படுவார்கள். மற்ற 23

பேர் பிரதேச தொகுதிகளில் இருந்து தேர்ந்தெடுக்கப் படுவார்கள். இவர்களில், 16 பேர் சிங்கள வாக்காளர்களாலும், 7 பேர் தமிழ் வாக்காளர்களாலும் தேர்ந்தெடுக்கப்படுவார்கள்.

வடக்கு மாகாணத்தில் ஐந்து பேர், மேற்கு மாகாணத்தில் ஐந்துபேர், தெற்கு மாகாணத்தில் மூன்றுபேர், கிழக்கு, மத்திய மற்றும் சுபரகாமுவா மாகாணத்தில் தலா இருவர், வடக்கு, மத்திய மற்றும் உவா மாகாணத்தில் தலா ஒருவர் என இவர்கள் தேர்ந்தெடுக்கப்படுவார்கள்.

வகுப்புவாரியாக ஆறு பேர் தேர்ந்தெடுக்கப்படு வார்கள்.(ஐரோப்பியர்கள் மூவர், தோட்ட உரிமையாளர்கள் இருவர், மேற்கு மாகாணத்துக்கான சிலோன் தமிழர் ஒருவர்), ஐந்துபேர் வகுப்பு வாரியாக நியமிக்கப்படுவார்கள். அவர்களில் மூவர் முஸ்லிம்கள், இருவர் இந்திய வம்சாவளியினர்.

புதிய சீர்திருத்தத்தின்படி தேர்ந்தெடுக்கப்பட்ட உறுப்பினர்கள் பெரும்பான்மையாகவும், அரசு நியமன உறுப்பினர்கள் குறைவாகவும் இருந்தனர். இது புதிய சிக்கல்களை ஏற்படுத்தும் என்று பிரிட்டிஷ் கவர்னர் நினைத்தார்.

தேர்தலில் போட்டியிடும் வேட்பாளர் 25 வயது நிரம்பியவராக இருக்க வேண்டும். ஆங்கிலம் எழுதப்படிக்க தெரிந்திருக்க வேண்டும். ஏதேனும் ஒரு சொத்து உள்ளவராக இருக்க வேண்டும். வாக்காளர்களும் 21 வயதான ஆண்களாக இருக்க வேண்டும். ஆங்கிலம், சிங்களம், தமிழ் ஏதேனும் ஒரு மொழி எழுதப்படிக்க தெரிந்திருக்க வேண்டும்.

இவ்வளவு கட்டுப்பாடுகளுக்கும் பிறகு, இலங்கையில் தேறிய வாக்காளர்களின் எண்ணிக்கை எவ்வளவு தெரியுமா?

மொத்தமே, 2 லட்சத்து 4 ஆயிரத்து 997 பேர் மட்டுமே.

பெண்களுக்கு வாக்களிக்கும் உரிமை இல்லை.

ஆக, அன்றைய இலங்கை மக்கள் தொகையில் 4 சதவீதம் பேர் மட்டுமே வாக்களிக்க தகுதி பெற்றிருந்தனர்.

அந்தத் தேர்தலில், வடக்குத் தொகுதியிலிருந்து சர் பொன்னம்பலம் ராமநாதன் தேர்ந்தெடுக்கப்பட்டார். துரைச்சாமி வைத்திலிங்கம் (வடக்கு மாகாணம், மேற்கு), டி.எம். சபாரத்தினம் (வடக்கு மாகாணம், கிழக்கு), எஸ். ராஜரத்தினம் (வடக்கு மாகாணம், மத்தி), ஏ. கனகரத்தினம் (வடக்கு மாகாணம், தெற்கு), இ.ஆர். தம்பிமுத்து(மட்டக்களப்பு), எம்.எம்.சுப்பிரமணியம் (திரிகோணமலை), ஏ.மகாதேவா(மேற்கு

மாகாணம், சிலோன் தமிழர்), ஐ.எக்ஸ்.பெரைரா(முதல் இந்திய உறுப்பினர்), எஸ்.கே. நடேச ஐயர்(இரண்டாவது இந்திய உறுப்பினர்), கே. பாலசிங்கம்(நியமன தமிழ் உறுப்பினர்), முஸ்லிம்களில் எச்.எம். மக்கான் மரக்காயர், என்.எச்.எம்.அப்துல் காதிர், டி.பி. ஜயாஹ் ஆகியோர் இந்தச் சட்டமன்றக் குழுவில் இடம்பெற்று இருந்தனர்.

இலங்கையின் தொடக்க கால வரலாற்றை எடுத்துக் கொண்டாலும் சரி, பிரிட்டிஷ் ஆட்சிக்கால வரலாற்றை எடுத்துக் கொண்டாலும் சரி, தமிழர்கள் எப்போதுமே இலங்கையின் ஒட்டுமொத்த நலனை விரும்பியே இருக்கிறார்கள். அதற்காக பாடுபட்டிருக்கிறார்கள் என்பது தெளிவாகிறது.

ஆனால், எந்தக் காலகட்டத்திலும், தமிழர்களோடு சிங்களர்கள் சமரசத்தை விரும்பவில்லை என்பதே உண்மை.

இத்தனைக்கும் இலங்கை எப்போதுமே ஒருங்கிணைந்த நாடாக இருந்ததில்லை. பல்வேறு இனக் குழுக்கள் அடங்கிய தேசமாகத்தான் அது இருந்தது. பிரிட்டிஷார், சிங்களர்களை விட தமிழர்களிடம் நிறைய பயந்தார்கள் என்பதற்கு நிறைய ஆதாரங்கள் இருக்கின்றன.

அதே பயம் சிங்களர்களுக்கும் இருந்தது. தமிழர்களை சமயம் பார்த்து தங்களுக்கு பயன்படுத்திக் கொண்ட அவர்கள், பிறகு தமிழர்களை ஓரங்கட்டும் முயற்சிகளைத் தொடர்ந்தனர்.

இலங்கை ஒன்றுபட்ட நாடாக மாறும்பட்சத்தில் தாங்கள் சிறுபான்மையினர் ஆகிவிடுவோம் என்ற அச்சம் தமிழர்களுக்கு இருந்தது. அதை சிங்களர்கள் உறுதிப்படுத்தினர்.

எனவேதான், 1924லேயே, பெரும்பான்மை மற்றும் சிறுபான்மை இனக் குழுக்கள் என்று இலங்கையின் அரசியல் அமைந்துவிட்டது.

இலங்கையில் மிக முக்கியமான சிறுபான்மை குழுவாக தமிழர்கள் இருந்தனர். ஆனால், பிரிட்டிஷாரின் தந்திரமான காய் நகர்த்தல்களால், தமிழர்கள் எல்லாவற்றையும் இழந்தனர். தங்கள் அடையாளத்தையும் இழந்தனர். பிரதேச பிரதிநிதித்துவ உரிமையைப் பயன்படுத்தி, சிங்களர்கள் தங்களுடைய அரசியல் மேலாதிக்கத்தை மீண்டும் நிறுவிக் கொண்டனர்.

டோனக்மோர் பிரபு

மூலஸ்தானம்

முந்தைய அரசியல் சட்டத்தின்படி, இலங்கை சட்டமன்றக் குழுவில் இரண்டு பங்கு சிங்களர்களும் ஒரு பங்கு தமிழர்களும் இடம்பெற்று இருந்தனர்.

சட்டமன்ற நடவடிக்கைகள் பிரிட்டிஷ் அரசுக்கு திருப்தி அளிக்கவில்லை. சட்டமன்ற உறுப்பினர்கள் அரசாங்க நிர்வாகத்தை அடிக்கடி குறை கூறுவதாக பிரிட்டிஷார் நினைத்தனர். தங்களுக்கு நிர்வாக அதிகாரம் தேவை என்று உறுப்பினர்கள் குரல் எழுப்பினர்.

அதுமட்டுமின்றி, உறுப்பினர்களின் எண்ணிக்கையை அதிகரிக்கவேண்டும். எல்லோருக்கும் வாக்குரிமை தரவேண்டும் என்றெல்லாம் கோரிக்கைகள் முன்வைக்கப்பட்டன. குறிப்பாக, சிங்களர்கள் அனைவருக்கும் வாக்குரிமை என்ற கோரிக்கையை வலியுறுத்தினர்.

இந்தக் கோரிக்கையை தமிழர்கள் எதிர்த்தனர்.

எல்லோருக்கும் வாக்குரிமை அளிக்கப்பட்டால், தமிழர்கள் மிகச் சிறுபான்மையினராக மாற்றப்படுவார்கள் என்று அச்சம் வெளியிட்டனர்.

எனவே, டோனக்மோர் பிரபு தலைமையில் இலங்கை அரசியல் சட்டத்தை திருத்தி அமைப்பது தொடர்பாக, சிறப்பு கமிஷன் ஒன்றை பிரிட்டிஷ் அரசு அமைத்தது.

இந்தக் கமிஷன் இலங்கை வந்து அனைத்துத் தரப்பினரின் கருத்துக்களை கேட்டறிந்தது. 1927ஆம் ஆண்டு அக்டோபர் மாதம் 27ஆம் தேதி இலங்கை வந்த இந்தக்குழு 1928ஆம் ஆண்டு ஜனவரி 18ஆம் தேதி வரை தங்கியிருந்தது.

34 முறை இந்தக் கமிஷன் உறுப்பினர்கள் சந்தித்தனர். தலைவர்கள், அமைப்புகள் என 140 சாட்சியங்களிடம் கருத்தறிந்தனர்.

தமிழர்கள் சார்பில் 3 முக்கிய அமைப்புகள் இந்தக் கமிஷனிடம் கருத்து தெரிவித்தன. சிலோன் தமிழ் அமைப்பு, தமிழ் மகாஜன சபா, அனைத்து சிலோன் தமிழ் மாநாடு ஆகிய அமைப்புகள் சார்பில் தற்போது அனுமதிக்கப்பட்டுள்ள 2:1 என்ற விகிதத்தில் தமிழர்களுக்கு பிரதிநிதித்துவம் வழங்கப்படவேண்டும் என்று வற்புறுத்தினர்.

சிங்களர்கள் சார்பில் கமிஷனிடம் கருத்து தெரிவித்த தலைவர்கள், பெண்கள் உட்பட அனைவருக்கும் வாக்குரிமை வழங்கவேண்டும் என்று வற்புறுத்தினர். இந்தக் கருத்தை தமிழ் தலைவர்கள் கடுமையாக எதிர்த்தனர். கண்டியைச் சேர்ந்த சிங்களத் தலைவர்கள் தங்களுக்கு தன்னாட்சி வழங்கவேண்டும் என்று கோரிக்கை விடுத்தனர்.

மொத்தத்தில், இலங்கை அரசியல் கட்சித் தலைவர்கள் அரசியல் சட்ட சீர்திருத்தங்கள் குறித்து ஒருவருக்கொருவர் வேறுபட்ட கருத்துக்களைக் கொண்டிருந்தனர்.

சிலோன் தேசிய காங்கிரஸ் நாடாளுமன்ற அடிப்படையில் பிரதமர் மற்றும் அமைச்சர்களைக் கொண்ட அரசாங்கம் அமைக்கவேண்டும் என்று கோரிக்கை விடுத்தது. இலங்கைக்கு பிரிட்டிஷ் அரசாங்கத்தின் கீழ் சுயாட்சி உரிமை வழங்கவேண்டும். சொத்து உரிமை, ஆண்டு வருமானம் ஆகியவற்றை அடிப்படையாகக் கொண்டு எல்லோருக்கும் வாக்குரிமை வழங்கவேண்டும் என்று சிங்களர்கள் கோரினர்.

தமிழர்களும் மற்ற சிறுபான்மையினரும் தங்களுடைய உரிமைகள் பாதுகாக்கப்பட வேண்டும் என்று வலியுறுத்தினர். கண்டி சிங்களர்களோ தங்களுக்கு தன்னாட்சி உரிமை வேண்டுமென்று வற்புறுத்தினார்கள்.

அரசியல் கட்சிகளின் கருத்துக்களை கேட்டறிந்த டோனக்மோர் குழு 21 வயது முடிந்த ஆண், பெண் அனைவருக்கும் வாக்குரிமை வழங்க முடிவு செய்தது. இதன் மூலம்தான் நாடு முழுமைக்கும் அரசாங்கம் தன்னை பிரதிநிதித்துவப்படுத்த முடியும் என்று டோனக்மோர் குழு கருதியது.

இந்த அடிப்படையில் வாக்காளர்களைச் சேர்த்தால் 12 லட்சம் பேர் வாக்குரிமை பெறுவார்கள்.

வாக்காளர் ஆவதற்கு இலங்கைத் தீவில் ஐந்தாண்டுகள் குடியிருந்திருக்க வேண்டும். இந்த ஐந்து ஆண்டுகளில் எட்டு மாதங்கள் மட்டுமே தற்காலிகமாக வேறு எங்கும் சென்றிருக்க வேண்டும். இலங்கைத் தீவிலேயே நிரந்தரமாக குடியிருக்கப் போவதாக பிரகடனத்தில் கையெழுத்திட வேண்டும். வாக்காளராக விரும்புகிறவர்கள் தாங்களே முன்வந்து விண்ணப்பிக்க வேண்டும். யாருடைய நிர்ப்பந்தத்தின் பேரிலோ அவர்களை அறியாமலோ வாக்காளர் பட்டியலில் சேர்க்கக் கூடாது என்றெல்லாம் டோனக்மோர் குழு நிபந்தனைகள் விதித்தது.

சிறுபான்மையினருக்கு சிறப்பு வாக்குரிமை வழங்கவேண்டும் என்று தமிழ் தலைவர்கள் விடுத்த கோரிக்கைகளை டோனக்மோர் குழு நிராகரித்து விட்டது.

வகுப்புவாரி வாக்குரிமை, இன அடிப்படையிலான வாக்குரிமை, இலங்கையை ஒற்றுமைப்படுத்த உதவாது.

இலங்கையில் வாழும் பல்வேறு இனக்குழுக்களும் இதுபோன்ற கோரிக்கைகளை முன்வைக்கக் கூடும் என்று டோனக்மோர் குழு கருதியது.

இலங்கையில் அதிகரித்து வரும் இனவேறுபாட்டை களைவதற்கு வழிகளை கண்டுபிடிப்பதற்கு பதிலாக, வகுப்புவாரி பிரதிநிதித்துவத்தை இலங்கை ஒற்றுமைக்கு கேடு விளைவிக்கும் என்ற முடிவுக்கு அந்தக் குழு சென்றது.

ஆனால், இது உண்மையல்ல. பிரதேச அடிப்படையிலான

பிரதிநிதித்துவம் தமிழர்களுக்கு கேடு விளைவிக்கும். அதுதான், இன நல்லிணக்கத்துக்கு கேடு விளைவிக்கும் அடிப்படையான விஷயம் என்பதை டோனக்மோர் குழு மறந்துவிட்டது. மொழியும், மதமும், இன அடையாளத்தை வேறுபடுத்திக் காட்டும் அடிப்படை அம்சம் என்பதை அந்தக் குழு உணர தவறிவிட்டது.

இன அடிப்படையிலான ஒற்றுமை இல்லை. இனக்குழுக்களுக்கு இடையே நல்லிணக்கம் இல்லை என்பதை டோனக்மோர் குழு சரியாகத்தான் அடையாளம் கண்டு கொண்டது. ஆனால், அதற்கு சரியான வைத்தியத்தை பரிந்துரைக்க தவறிவிட்டது. இனப்பிரிவினைக்கு மூலகாரணம் எது? என்பதை ஆழமாக ஆய்வு செய்ய அது தவறிவிட்டது.

சரியான வைத்தியத்தை பரிந்துரைப்பதற்கு பதிலாக, பிரச்சனையை மேலும் சிக்கலாக்கிவிட்டது. இலங்கைக்கு குறைந்தபட்சம் கூட்டாட்சி முறையை அந்தக் குழு பரிந்துரைத்திருக்கலாம்.

அதிகாரப் பரவலுடன் கூடிய நிர்வாகத்தை அமைத்து பிரச்சனையை தீர்த்திருக்கலாம். அதைச் செய்ய டோனக்மோர் குழு தவறிவிட்டது.

சிறுபான்மை இனமக்களின் அச்சங்களை புரிந்து கொள்ளாமல் சுயாட்சி என்ற அவர்களுடைய கோரிக்கையை குழு நிராகரித்து விட்டது. சிறுபான்மையினரை பிரச்சனைகளை டோனக்மோர் குழு அடையாளம் கண்டு கொண்டது. ஆனால், அவர்கள் தங்களுடைய பிரச்சனைகளை அனுசரித்துப் போகவேண்டும். பெரும்பான்மை மக்களின் கருணையில் வாழ பழகிக்கொள்ள வேண்டும் என்று டோனக்மோர் குழு கருதிவிட்டது.

தமிழர்கள் மற்றும் முஸ்லிம்களின் கருத்துக்களை புறக்கணித்துவிட்டு 1928ஆம் ஆண்டு ஜுலை மாதம் தனது அறிக்கையை பிரிட்டிஷ் நாடாளுமன்றத்தில் டோனக்மோர் குழு சமர்ப்பித்தது. இது 20ஆம் நூற்றாண்டின் மிக முக்கியமான அறிக்கையாக கருதப்படுகிறது.

இந்த அறிக்கை இலங்கைக்கு கிடைத்தவுடன் அது தொடர்பாக சட்டமன்றத்தில் விரிவான அளவில் விவாதம் நடைபெற்றது.

"டோனக்மோர் குழுவின் அறிக்கை உள்ளூர் நிலைமைகளை சரியாக புரிந்து கொள்ளவில்லை. இலங்கைக்கு பொருத்தமில்லாத ஒரு அரசு முறையை டோனக்மோர் குழு பரிந்துரை செய்துள்ளது. இதை மக்கள் ஏற்றுக்கொள்ளவில்லை. அனைத்து கடமைகளும், பொறுப்புகளும் உறுப்பினர்களால் தேர்ந்தெடுக்கப்பட்ட அமைச்சரிடம்தான் இருக்க வேண்டும்" என்று தீர்மானம் நிறைவேற்றப்பட்டது.

இந்திய வம்சாவழி தமிழர்களுக்கு வாக்குரிமை அளிக்க டோனக்மோர் குழு பரிந்துரை செய்ததை சிலோன் தேசிய காங்கிரஸ் கடுமையாக எதிர்த்தது. இலங்கை தேயிலைத் தோட்டங்களில் தொழிலாளர்களாக உள்ள இந்திய வம்சாவளித் தமிழர்களுக்கு அவர்களுடைய சொந்த நாட்டியிலேயே வாக்குரிமை கிடையாது. அப்படி இருக்கும்போது குடியேறிய நாட்டில் மட்டும் வாக்குரிமை அளிக்கலாமா? என்று டி.எஸ்.சேனநாயகா வினா எழுப்பினார்.

இலங்கையில் 7 லட்சம் இந்திய வம்சாவளித் தமிழர்கள் உள்ளனர். அவர்களுக்கு வாக்குரிமை அளித்தால் கிராமப்புறங்களை உள்ளடக்கிய அனைத்து நாடாளுமன்ற இடங்களும் அவர்களுக்கே சென்றுவிடும். இலங்கையில் பூர்வீகமாக வசித்து வரும் மக்களுக்கு உரிய பிரதிநிதித்துவம் கிடைக்காது என்றும் சேனநாயகா கூறினார்.

இதையடுத்து, சிங்களர்களை தெளிவுபடுத்தும் நோக்கில் அன்றைய கவர்னர் ஸ்டான்லி ஒரு விளக்கம் அளித்தார்.

"ஐந்தாண்டுகள் இலங்கையில் குடியிருந்ததற்கான சான்றிதழ்களை இந்திய வம்சாவழி தோட்டத் தொழிலாளர்கள் கொண்டுவந்தாலும், இலங்கையிலேயே நிரந்தரமாக தங்கப்போவதாக ஒரு பிரகடனத்தில் கையெழுத்திட்டால் மட்டுமே அவர்களுக்கு வாக்குரிமை வழங்கப்படும்"

கவர்னரின் இந்த வழிகாட்டுதல்கள் இந்திய வம்சாவழித் தமிழர்கள் மீது தேவையில்லாமல் கட்டுப்பாடுகளை விதித்தன.

கவர்னரின் இந்த முடிவுதான் இன்றுவரை நீடிக்கும் மோதல்களுக்கு மூலகாரணம் ஆகும்.

சட்டமன்றத்தில் நடைபெற்ற விவாதங்களைத் தொடர்ந்து

டோனக்மோர் குழு அறிக்கையில் கூறப்பட்ட குறைகளை நிவர்த்தி செய்ய சில புதிய அறிவிப்புகள் வெளியிடப்பட்டன.

பெண்களுக்கு வாக்குரிமை அளிக்க 30 வயது என முன்பு வரையறை வகுக்கப்பட்டிருந்தது. அது 21 வயதாக குறைக்கப்பட்டது. அதுபோல வாக்காளர்கள் ஆங்கிலம், சிங்களம், தமிழ் ஆகிய மூன்று மொழிகளில் ஏதேனும் ஒரு மொழியில் மட்டும் எழுதப்படிக்க தெரிந்திருந்தால் போதும் என்றும் விதிகள் தளர்த்தப்பட்டன.

இதைத்தொடர்ந்து, சட்டமன்றத்தில் நடைபெற்ற விவாதத்தில் தமிழர் தலைவர் சர்.பொன்னம்பலம் ராமநாதன் நீண்ட உரையாற்றினார். அதில், பிரதேச அடிப்படையிலான பிரதிநிதித்துவத்தையும் அனைவருக்கும் வாக்குரிமை என்ற முடிவையும் அவர் கடுமையாக எதிர்த்தார். இந்த முடிவு நாட்டுக்கு பெரும் ஆபத்தை விளைவிக்கும் என்று அவர் கூறினார்.

டோனக்மோர் அறிக்கையில் புதிய நாடாளுமன்றத்தில் 65 உறுப்பினர்கள் இருப்பார்கள் என்று கூறப்பட்டிருந்தது. ஆனால், சட்டமன்றத்தில் நடைபெற்ற விவாதத்தின் முடிவில், பிரதேச அடிப்படையில் 50 உறுப்பினர்கள் தேர்ந்தெடுக்கப்படுவார்கள். 8 உறுப்பினர்கள் நியமிக்கப்படுவார்கள் என்று முடிவானது.

சட்டமன்றக் குழுவின் இந்தப் பரிந்துரையை கவர்னர் ஏற்றுக்கொண்டார். இதையடுத்து, 2:1 என்று விகிதத்தில் இடம்பெற்றிருந்த சிங்களர் மற்றும் தமிழ்ப் பிரதிநிதிகளின் விகிதாச்சாரம், இப்போது 5:1 என்று மாறியது.

கடும் எதிர்ப்புக்கு இடையே புதிய வடிவிலான, திருத்தங்களுடன் கூடிய டோனக்மோர் அறிக்கையை சட்டமன்றம் ஏற்றுக்கொண்டது. அறிக்கைக்கு ஆதரவாக 19 உறுப்பினர்களும், எதிராக 17 உறுப்பினர்களும் வாக்களித்தனர்.

டோனக்மோர் குழுவின் அறிக்கையை அமுல்படுத்தக்கூடாது என்று முக்கியமான தமிழ் தலைவர்கள் எதிர்த்தனர். வயது முதிர்ந்த நிலையிலும் தனது உடல்நிலையை பொருட்படுத்தாமல் சர் பொன்னம்பலம் ராமநாதன் இங்கிலாந்துக்கு சென்றார்.

டோனக்மோர் குழுவின் பரிந்துரைகள் இலங்கைக்கு பெரும் கேடு விளைவிக்கும் என்று ஆதரங்களுடன் எடுத்துக் கூறியும் பிரிட்டிஷ் அரசு அதை ஏற்கவில்லை.

இங்கிலாந்தில் இருந்து திரும்பிய அவர் தான் உருவாக்கிய ராமநாதன் கல்லூரியில் உணர்ச்சி மயமான உரையாற்றினார்.

"ஜென்டில்மென், அபாயகரமான காலகட்டம் நம்மை எதிர்நோக்கி இருக்கிறது. டோனக்மோர் குழு நமது நாட்டுக்கு அழிவை ஏற்படுத்தும் அரசியல் சட்டம் ஒன்றை வகுத்துள்ளது. எவ்வித குறிப்பறிவும் இல்லாத வெகு ஜனங்கள் உங்களுடைய ஆட்சியாளர்களை தேர்ந்தெடுக்கப் போகிறார்கள். நமது தமிழ் மக்களுக்கு எதிராக ஆவேசமான ஒரு மக்கள் கூட்டம் சுழண்டு வருவதை எனது கண்ணெதிரே காண்கிறேன். டோனக்மோர் என்றால் இனி தமிழர்கள் யாரும் இருக்கக்கூடாது என்று அர்த்தம். அன்னியர்கள் வகுக்கும் எந்தவொரு அரசாங்க அமைப்பாக இருந்தாலும், சிங்களர்கள் தங்களுக்கான அரசாங்கத்தை வகுத்திருப்பது போல, தமிழர்கள் தங்களுக்கான முழு சுதந்திரம் பெற்ற பிரதேசத்தை உத்தரவாதப்படுத்த வேண்டும்"

இதுதான், பொன்னம்பலம் ராமநாதன் கடைசியாக நிகழ்த்திய சொற்பொழிவு. 1930ஆம் ஆண்டு நவம்பர் 30ஆம் தேதி பொன்னம்பலம் ராமநாதன் காலமானார். அவருடைய மரணத்துடன் தமிழர்களின் மிகப் பெரிய சகாப்தம் முடிவுக்கு வந்தது.

1796ஆம் ஆண்டு டச்சுக்காரர்களிடமிருந்து தமிழ் முடியாட்சி பிரதேசத்தை பிரிட்டிஷார் கைப்பற்றினார்கள். அப்போதே, அந்தப் பிரதேசத்தை தனி இறையாண்மையுடன் கூடிய நாடாக அறிவித்திருக்கவேண்டும். ஆனால், 1802ஆம் ஆண்டு பிரிட்டிஷ் அரசாங்கத்தின் பகுதியாக அறிவித்தனர். அதேசமயம், 1815ஆம் ஆண்டு கண்டி முடியாட்சியை கைப்பற்றியபோது, தமிழர்களை அங்கிருந்து வெளியேற்றி உத்தரவு பிறப்பித்தார்கள். 1833ல் தமிழர்களின் கருத்துக்களை ஏற்றுக் கொள்ளாமல் கோல்புரூக் குழுவினர் தமிழ் முடியாட்சி பகுதியையும் சேர்த்து ஒரே நாடாக அறிவித்து விட்டார்கள்.

இதுதான், பிரிட்டிஷார் செய்த மிகப்பெரிய தவறு. இரண்டு வேறுபட்ட இனக்குழுக்களை ஒரே அரசியல் சூழலுக்குள் இணைத்துவிட்டார்கள். அதுதான், பல நூற்றாண்டுகளாக தாங்கள் அனுபவித்து வந்த இறையாண்மையையும், தனித்தன்மையையும், சுதந்திரத்தையும் இழப்பதற்கு காரணமாக அமைந்தது.

1833ல் தமிழர்களின் விருப்பத்தை மீறி ஒரே நாடாக

இணைத்த பிரிட்டிஷார், 1930ஆம் ஆண்டு சிங்கள இன ஆதிக்கத்தை தமிழர்கள் மீது திணித்துவிட்டார்கள்.

இலங்கையின் முதல் சுயாட்சிக்கான தேர்தல் 1931ஆம் ஆண்டு நடைபெற்றது.

தமிழர்களுக்கு மொத்தம் ஏழு தொகுதிகள் மட்டுமே ஒதுக்கப்பட்டுள்ளன. வடக்கு மாகாணத்தில் ஐந்து தொகுதிகளும் கிழக்கு மாகாணத்தில் இரண்டு தொகுதிகளும் ஒதுக்கப்பட்டிருந்தன. தேர்தல் நடைபெற்ற ஏப்ரல் மாத தொடக்கத்தில் யாழ்ப்பாணம் இளைஞர் காங்கிரசின் மாநாடு நடைபெற்றது. விக்டோரியா கல்லூரியின் முதல்வர் சிவபாதசுந்தரம் தலைமையில் நடைபெற்ற இந்த மாநாட்டின் இந்தியாவிலிருந்து சென்ற கமலாதேவி சட்டோபாத்யாயா சிறப்பு விருந்தினராக பங்கேற்றார். இவர் கவிக்குயில் சரோஜினி நாயுடுவின் உறவினர்.

மாநாட்டில் பங்கேற்ற டி.எம்.சுப்பையா ஒரு தீர்மானத்தை முன்மொழிந்தார். இலங்கைக்கு தனியுரிமை பெற்ற நாடு என்ற அந்தஸ்தை வழங்காத பிரிட்டிஷ் அரசியல் சட்டத்தையும் அதன் அடிப்படையில் நடைபெறும் தேர்தல்களையும் புறக்கணிக்கவேண்டும் என்று அந்த தீர்மானத்தில் கூறப்பட்டிருந்தது.

அதைத் தொடர்ந்து யாழ்ப்பாணத்தில் உள்ள விதீஸ்வரா வித்யாலயத்தில் நடைபெற்ற இளைஞர் காங்கிரஸ் கருத்தரங்கில் வைத்தியலிங்கம் துரைசாமி தலைமை வகித்தார். அந்தக் கருத்தரங்கம் யாழ்ப்பாணம் பிரதேசத்தில் இருந்து யாரும் தேர்தலில் போட்டியிடக்கூடாது என்று அறைகூவல் விடுக்கப்பட்டது.

யாழ்ப்பாணம் இளைஞர் காங்கிரஸ்தான் முதன் முதலாக பிரிட்டிஷ் காலனி ஆதிக்கத்தை விரும்பவில்லை என்றும் முழு சுதந்திரத்தை விரும்புவதாகவும் அறிவித்த இயக்கமாகும்.

தங்களுடைய கோரிக்கையை வலியுறுத்தி போராட்டம் நடத்தியதோடு, பிரிட்டனின் யூனியன் ஜாக் கொடியை பகிரங்கமாக தீ வைத்துக் கொளுத்தியது.

ஜவஹர்லால் நேரு, ராஜாஜி, மகாத்மா காந்தி என இந்தியாவின் தலைவர்களை அழைத்து விரிவுரைகளை

நிகழ்த்தியது.

தேசிய கலாச்சாரம், பொருளாதார வளமை, சமூக ஒற்றுமை, முழு விடுதலைப் பெற்ற சுயராஜ்யம் ஆகிய கோட்பாடுகளை நோக்கி யாழ்ப்பாணம் இளைஞர் காங்கிரஸ் போராடியது. இலங்கை விடுதலையை விரும்பும் சிங்கள அமைப்புகளும் தங்களுடைய வேண்டுகோளை ஏற்கவேண்டும் என்று யாழ்ப்பாணம் இளைஞர் காங்கிரஸ் கோரிக்கை விடுத்தது.

ஆனால், பிற்போக்கு சிங்களத் தலைமை இந்தக் கோரிக்கையை ஏற்க தவறிவிட்டது. பிரிட்டனில் அரசியல் சட்டப்படி தேர்தலை சந்திக்க சிங்களத்தலைவர்கள் முடிவெடுத்தனர். பிரச்சாரத்திலும் ஈடுபட்டனர்.

யாழ்ப்பாணம் இளைஞர் காங்கிரசின் அறைகூவலை ஏற்று வடக்கு மாகாணத்தில் நான்கு இடங்களிலும், வடமேற்கு மாகாணத்தில் ஒரு இடத்திலும் மட்டுமே தேர்தலை புறக்கணித்தார்கள்.

அதேசமயம், சிங்களர்களின் மையமான பிரதேசங்களில் ஒன்பது இடங்கள் போட்டியிடாமல் தவிர்க்கப்பட்டன. மொத்தம் 50 இடங்களில் 37 இடங்களுக்கு மட்டும் தேர்தல் நடைபெற்றது.

1931ஆம் ஆண்டு ஜுன் மாதம் முதல் வாரத்தில் தேர்தல் நடைபெற்றது.

ஜுன் 26ஆம் தேதி மேலும் 8 பேரை கவர்னர் நியமித்தார்.

ஜுலை 10ஆம் தேதி இலங்கையின் முதல் நாடாளுமன்றம் தொடங்கியது. ஏழு அமைச்சர்கள் நியமிக்கப்பட்டனர்.

மன்னர் ஐந்தாம் ஜார்ஜ் வாழ்த்துச் செய்தி அனுப்பியிருந்தார்.

முதல் தேர்தலை வெற்றி பெற்ற பல உறுப்பினர்கள் அடுத்த 50 ஆண்டுகள் வரை இலங்கை அரசியலில் முக்கியத்துவம் பெற்று இருந்தார்கள்.

1933ஆம் ஆண்டு ஜனவரி 2ஆம் தேதி இனவெறி தலைதூக்கியது. அந்த சமயத்தில் யாழப்பாணம் தீபகற்பத்தைச் சேர்ந்த ஜி.ஜி.பொன்னம்பலம், சர் அருணாச்சலம் மகாதேவன் உள்ளிட்ட முக்கியமான தமிழ் தலைவர்கள் மாநாடு ஒன்றைக் கூட்டினர். அந்த மாநாட்டில் நாடாளுமன்றத் தேர்தலை

புறக்கணிக்கும் முந்தைய முடிவுக்கு, முடிவுகட்டுவது தொடர்பாக விவாதிக்கப்பட்டது.

முந்தைய தேர்தலில் போட்டியிடாமல் தவிர்க்கப்பட்ட நான்கு தமிழ் தொகுதிகளுக்கும் போட்டியிட முடிவு செய்யப்பட்டது.

சர் பொன்னம்பலம் ராமநாதன், சர் பொன்னம்பலம் அருணாச்சலம் ஆகியோரின் மறைவுக்குப் பிறகு தமிழர்களுக்கு தனித்தன்மை வாய்ந்த தலைவர் இல்லாமல் இருந்தது.

அந்த இடத்தை ஜி.ஜி.பொன்னம்பலம் நிறைவு செய்தார்.

சிங்களர்களில் எஸ்.டபிள்யூ.ஆர்.டி.பண்டாரநாயகா சக்தி வாய்ந்த பேச்சாளராக உருவெடுத்து இருந்தார். இவர் சந்திரிகா குமாரதுங்காவின் தந்தையாவார்.

பண்டார நாயகாவின் வம்சாவளி தமிழர்களோடு தொடர்புடையது என யஸ்வின் குணரத்தினே கூறியிருக்கிறார்.

கண்டி முடியாட்சியின்கீழ் இருந்த போது மன்னருக்கு நெருக்கமானவர்ராக நீல பெருமாள் என்பவர் இருந்தார். இவர் 1454ஆம் ஆண்டுவாக்கில் சாமன் கோவிலின் பூசாரியாக இருந்தார். அப்போது நாயகா பண்டாரம் என்ற பெயரை பெற்றிருந்தார். நாயகா பண்டாரம் என்றால் தலைமை ஆவணக் காப்பாளர் என்று அர்த்தம்.

நாயகா பண்டாரம் என்பதே பிறகு பண்டார நாயகா என்று மருவியிருக்கலாம் என்பது யஸ்வின் குணரத்தினே கூறியிருக்கிறார்.

அதுபோலவே, ஆர்.எல்.டயஸ் பண்டாரநாயகாவும் தனது குடும்பத்தின் வம்சத் தொடர்பு தென்னிந்தியாவில் இருந்து தொடங்குவதாக குறிப்பிட்டிருக்கிறார்.

ஆக்ஸ்போர்ட்டு பல்கலைக்கழகத்தில் படித்த பண்டாரநாயகாவுக்கு சிங்களத்தில் பேசவராது என்பது முக்கியமான தகவல். தனக்கு சிங்கள மொழியில் பேசத்தெரியவில்லை என்பதற்காக தொடக்கத்தில் சிங்களர்களிடம் மன்னிப்பு கேட்டவர்தான் இவர்.

டோனக்மோர் குழுவின் அறிக்கையை ஒருமித்த கருத்து ஏற்படாத நிலையில் பிரிட்டிஷ் அரசு அமுல்படுத்தியது. எதிர்காலத்தில் இலங்கை மக்களின் ஒரு பகுதியினர் மனிதாபிமானம் இல்லாமல் கொடுமைகளுக்கு ஆளாவார்கள்

என்கிற அடிப்படை உண்மையை பிரிட்டிஷ் அரசு அன்றைக்கு புறக்கணித்தது. அதன் விலையை இன்று தமிழர்கள் கொடுத்து வருகிறார்கள்.

புதிய அரசியல் சட்டம் சிங்கள பெரும்பான்மை இனம் தமிழர்களை நசுக்குவதற்கு வழி அமைத்துக் கொடுத்தது. அந்த அரசியல் சட்டத்தின் அடிப்படையில் நடைபெற்ற தேர்தல்களில் சிங்கள உறுப்பினர்கள் நாடாளுமன்றத்தின் பெரும்பான்மையோராக அமர வழி ஏற்படுத்தியது.

தொடக்கத்தில் தமிழர்களே வெற்றிகொள்ள முடியாமல் இருந்த சிங்களர்கள் பிரிட்டிஷ் அரசியல் சட்டத்தின் மூலம் அடக்கி ஆளத்தொடங்கினர்.

சிங்களத் தலைவர்கள் தங்களுடைய அரசியல் வாழ்க்கையை தக்கவைத்துக் கொள்வதற்காக சிங்கள மொழியையும், புத்தமதத்தையும் வளர்த்துவிட்டார்கள். பன்முகத் தன்மைகொண்ட சமூகத்தில் இன சகிப்புத்தன்மை அற்ற போக்கை அவர்கள் கையாண்டார்கள்.

என்.எம். பெரீரா

முதல் தாக்குதல்

1935 ஆம் ஆண்டு ஜுன் மாதம் 23ஆம் தேதி இலங்கை சட்டமன்றக் குழுவுக்கு தேர்தல் நடத்தப்பட வேண்டும்.

ஆனால், ஆறு மாதங்கள் தேர்தல் தள்ளி வைக்கப்பட்டது.

வாக்காளர் பட்டியல் தயாரிப்பதில் தாமதம் ஏற்பட்டது. இதன் காரணமாக திருத்தப்பட்ட வாக்காளர் பட்டியலை தயாரிப்பதற்கு கால அவகாசம் தேவைப்பட்டது.

1931ஆம் ஆண்டு நடந்த முதல் தேர்தலில் 15 லட்சத்து 99 ஆயிரத்து 610 வாக்காளர்கள் பதிவு செய்யப்பட்டனர். ஆனால், 1936ஆம் ஆண்டு திருத்தப்பட்ட வாக்காளர் பட்டியலில் இந்த எண்ணிக்கை 24 லட்சத்து 51 ஆயிரத்து 323ஆக உயர்ந்தது.

1931ஆம் ஆண்டு 1 லட்சம் இந்திய வம்சாவளி தமிழ் வாக்காளர்கள் பதிவு பெற்றிருந்தனர். இந்த எண்ணிக்கை 1936ஆம் ஆண்டு 1லட்சத்து 43 ஆயிரமாக மட்டுமே உயர்ந்திருந்தது.

இந்திய வம்சாவளித் தமிழர்கள் அனைவரும் பிரிட்டிஷ் அரசாங்கத்துக்கு சொந்தமானவர்கள். இவர்களை வாக்காளர் பட்டியலில் சேர்ப்பதற்கு அமைப்பு ரீதியான முயற்சி மேற்கொள்ளப்படவில்லை.

தாங்கள் இந்திய நாட்டைச் சேர்ந்தவர்கள். இலங்கை நலனில் தங்களுக்கு எதற்கு அக்கறை என்கிற மனோபாவம் இந்திய வம்சாவளி தமிழர்களிடம் இருந்ததாக சிலர் குறை கூறினார்கள். அதன் காரணமாகதான் அவர்கள் நிரந்தர குடியிருப்பு சான்றிதழ் பெற்று, வாக்காளராக பதிவு செய்து கொள்ளவில்லை என்றும் அவர்கள் கூறினார்கள்.

தமிழர்கள் அனைவரும் வகுப்புவாதிகள் என்று சிங்களர்கள் குற்றம் சாட்டினார்கள். அதுபோல, சிங்களர்கள் மேலாதிக்கம் செலுத்துவதாக தமிழர்கள் குற்றம் சாட்டினார்கள். உண்மையில், தமிழர்கள் தங்களுடைய சமூக நலன்களையும், இன அடையாளத்தையும் பாதுகாக்க முயற்சிப்பதுதான் சிங்கள பெரும்பான்மையோருக்கு கவலையளிக்கிற விஷயமாக இருந்தது.

ஆனால், அவர்களுடைய கவலை அர்த்தமற்றது. ஏனென்றால் இலங்கை விடுதலைப் போராட்டத்தை முதலில் கையில் எடுத்தது அங்கு வாழ்ந்த தமிழர்கள்தான். பிரிட்டனுக்கு எதிராக 1915ஆம் ஆண்டிலேயே தமிழர்கள் குரல் எழுப்பத் தொடங்கினர். அதன்பிறகுதான் சிங்களர்கள் விடுதலை குறித்தே கவலைப்படத் தொடங்கினர்.

இரண்டாவது சட்டமன்ற குழு தேர்தல் முடிந்தது. பல புதிய முகங்கள் சட்ட மன்றத்தில் இடம் பெற்றன.

சிங்களர்கள் மற்றும் தமிழர் அமைப்புகளில் சாதி, மதம், இனம் ஆகியவற்றை விரும்பாத இளைஞர்கள் இருந்தனர். அவர்கள் பெரும்பாலும் வெளிநாடுகளில் படித்த, மார்க்சீய சிந்தனையாளர்களாக இருந்தார்கள்

இவர்கள் 1935ல் லங்கா ஸமா ஸமாஜ கட்சியைத் தொடங்கினார்கள்.

இந்தக் கட்சிதான் முதன்முதலில் முழு விடுதலை வேண்டும் என்ற முழக்கத்தை முன்வைத்தது. இதன் உறுப்பினர்களான என்.எம்.பெரீரா, கால்வின்.ஆர்.டி.சில்வா, பிலிப் குணவர்த்தனே ஆகியோர் இரண்டாவது சட்டமன்றத்தில் இடம்பெற்றனர்.

முழுமையான தேசிய விடுதலை, உற்பத்தி அனைத்தையும்

தேசியமயமாக்குவது, பொது வினியோகத்தையும் அரசாங்கம் ஏற்பது, இனம், சாதி, பாலினம் ஆகியவற்றில் சமத்துவத்துவத்தை நிலைநாட்டுவது ஆகிய கோட்பாடுகளை இந்தக் கட்சி முன்வைத்தது.

விடுதலைப் போராட்டத்தில் பரபரப்பான காட்சிகளை இந்தக் கட்சிதான் அரங்கேற்றியது. உரிமைகளை நிலைநாட்டுவதில் அச்சமற்ற போக்கை கடைப்பிடித்தது.

இலங்கை தேயிலைத் தோட்டத்தில் பணிபுரிய வந்தவர் பிரேஸ்கிர்டில்.

1936 ஆம் ஆண்டு இவரை வைத்து அரசாங்கத்துடன் மிகப்பெரிய உரிமைப் போராட்டத்தை எல்எஸ்எஸ்பி நடத்தியது.

இவர் பிரிட்டிஷ் ஆஸ்திரேலிய இனத்தைச் சேர்ந்தவர்.

அந்த ஆண்டு, நவம்பர் மாதம், நவலபித்தியாவில் ஆயிரக்கணக்கான தொழிலாளர்கள் கூடியிருந்தனர். அவர்களிடம் இந்தியாவிலிருந்து சென்றிருந்த கமலாதேவி சட்டோபாத்யாயா பேசினார்.

அவர் பேசியதும், டாக்டர் என்.எம். பெரீரா எழுந்தார்.

"தோழர்களே, நம்மிடம் ஒரு வெள்ளைக்கார தோழர் வந்திருக்கிறார். உங்களிடையே பேசுவதற்காக அவர் இங்கே வந்திருக்கிறார். உங்கள் முன் பேச வரும்படி தோழர் பிரேஸ்கிர்டிலை அழைக்கிறேன்..."

இவ்வாறு பெரீரா கூறியதும், தோட்டத் தொழிலாளர்கள் ஆரவாரம் செய்தனர். சாமி சாமி என்று அவரை கொண்டாடினார்கள்.

தோட்டத் தொழிலாளர்கள் படும் துயரத்தை நேரில் கண்ட அவர் உணர்ச்சிகரமான உரையாற்றினார். வெள்ளைக்காரர் ஒருவரே தொழிலாளர்களின் துயரத்தை கூறியது பொதுமக்களிடையே பெரும் பாதிப்பை ஏற்படுத்தியது. அரசாங்கத்தை அவர் கடுமையாகச் சாடினார். இது பிரிட்டிஷ் நிர்வாகத்துக்கும் வெள்ளை முதலாளிகளுக்கும் சங்கடத்தை ஏற்படுத்தியது.

தங்களுடைய கவுரவத்தை சக வெள்ளை இனத்தைச் சேர்ந்தவரே கழுவில் ஏற்றுகிறாரே என்று தோட்ட

பிலிப் குணவர்த்தனே

முதலாளிகள் ஆத்திரமடைந்தனர்.

அவர் அடுத்த 48 மணி நேரத்தில் நாட்டை விட்டு வெளியேற வேண்டும் என்று பிரிட்டிஷ் நிர்வாகம் உத்தரவிட்டது. அவருக்காக கப்பலில் டிக்கெட்டும் பதிவு செய்யப்பட்டது.

அரசு உத்தரவை மீறுவது என்று பிரேஸ்கிர்டிலும் எல்எஸ்எஸ்பி தலைவர்களும் முடிவு செய்தனர். அவரை தலைமறைவாக்கினர். போலீஸார் அவரைக் கைதுசெய்ய வலைவீசினர்.

அடுத்துவந்த மே தின விழாவில் பங்கேற்ற தொழிலாளர்கள், "எங்களுக்கு பிரேஸ்கிர்டில் வேண்டும். கவர்னர் ஸ்டப்ஸை நாடு கடத்த வேண்டும்" என்று கோஷமிட்டனர்.

அந்தக் கூட்டத்தில் ஸ்டப்ஸைக் கண்டித்தும், பிரேஸ்கிர்டிலுக்கு எதிரான நாடுகடத்தல் உத்தரவைத் திரும்பப் பெறக் கோரியும் தீர்மானம் நிறைவேற்றப்பட்டது.

மே ஐந்தாம் தேதி சட்டமன்றத்தில் கவர்னர் ஸ்டப்ஸை கண்டித்து எல்எஸ்எஸ்பி உறுப்பினர்களான என்.எம்.பெரீராவும், பிலிப் குணவர்த்தனேவும் தீர்மானம் கொண்டுவந்தனர். அந்தத் தீர்மானம் நிறைவேறியது. அந்த அளவுக்கு பொதுமக்களின் ஆத்திரத்தை மற்ற உறுப்பினர்கள்

உணர்ந்திருந்தனர்.

தீர்மானம் நிறைவேற்றப்பட்ட அதேநாளில், 50 ஆயிரம் பேர் திரண்ட கூட்டம் நடைபெற்றது. அந்தக் கூட்டத்தில் எல்எஸ்எஸ்பி தலைவர்கள் அனைவரும் கலந்து கொண்டனர். போலீஸ் குவிக்கப்பட்டு இருந்தது. திடீரென்று கூட்டத்தில் பிரேஸ்கிர்டில் தோன்றினார். கூட்டத்தினர் ஆரவாரம் செய்தனர். போலீஸார் சுதாரிப்பதற்கு முன் அவர் மாயமாக மறைந்தார்.

பிறகு இரண்டு நாட்கள் கழித்து, கட்சித் தலைவர் ஒருவருடைய வீட்டிலிருந்து அவரை போலீஸார் கைது செய்தனர்.

போலீஸாரின் பிடியில் சிக்கவைத்து, அவரை நீதிமன்றத்தின் மூலம் விடுவிக்க பெரீரா முடிவு செய்திருந்தார். அதன்படி உடனடியாக நீதிமன்றத்தில் ஹேபியஸ் கார்பஸ் மனு தாக்கல் செய்தார். பேச்சு சுதந்திரத்தை அனுபவித்ததற்காக அவரை நாடுகடத்த முடியாது என்று நீதிமன்றம் தீர்ப்பளித்தது.

எல்எஸ்எஸ்பி கட்சிதான் ஆங்கிலத்துடன் தமிழ் மற்றும் சிங்கள மொழியையும் ஆட்சி மொழியாக அறிவிக்க வேண்டும் என்று சட்டமன்றத்தில் முதன்முதலில் வற்புறுத்தியது.

அந்தக் கோரிக்கையை பிரிட்டிஷ் அரசு ஏற்கவில்லை என்பது வேறு விஷயம்.

இலங்கைத் தமிழர்களின் முக்கியத் தலைவராக ஜி.ஜி.பொன்னம்பலம் உருவெடுத்தார். 1931 ஆம் ஆண்டு முதல் சட்டமன்றத் தேர்தல் முடிந்தவுடன், அவர் சிங்களர்களின் இனவெறியை உணர்ச்சிமிகு வார்த்தைகளால் விவரித்து, தமிழர்களிடம் எழுச்சியூட்டினார்.

சிங்களர்களின் பூர்வீகக் கதையை விலாவாரியாக கூறி கிண்டலடிப்பார். அவர்களுடைய வரலாற்று ஆவணம் என்று கூறப்படும் மகாவம்சத்தில் உள்ள அருவறுப்பான விஷயங்களை அம்பலப்படுத்தினார்.

தமிழ் இன கலப்பு இல்லாத சிங்கள மன்னர் யாரேனும் இருக்கிறார்களா? சிங்களர்கள் அனைவருமே தமிழர்களுடன் கலந்து பிறந்தவர்கள்தான் என்று அவர் பேசுவார். அவரைப் பின்பற்றிய பல தமிழ் பேச்சாளர்களும் இப்படியே கூறினார்கள். அவர்களுடைய கேள்விக்கு அவர்களால் பதில் சொல்ல முடியவில்லை.

ஜி.ஜி. பொன்னம்பலம்

பொன்னம்பலத்துக்கு போட்டியாக 1936ல் சிங்கள மகா சாபை என்ற அமைப்பை எஸ்.டபிள்யூ.ஆர்.டி.பண்டாரநாயகா தொடங்கினார். புத்மதத்திற்கும், சிங்கள தேசிய உடைக்கும் அவர் முக்கியத்துவம் அளித்தார்.

பொன்னம்பலம் எங்கெல்லாம் சென்று பேசுகிறாரோ, அங்கெல்லாம் சிங்கள மகாசபையை பண்டாரநாயகா உருவாக்கினார். அந்த வகையில் பண்டாரநாயக வளர்ச்சிக்கு உதவிய பொன்னம்பலத்துக்கு அவர் சிலை வைக்க வேண்டும் என்று சிங்களர்களே கூறினார்கள்.

ஜி.ஜி.பொன்னம்பலம் தன்னை தமிழர் என்று கூறிக்கொள்வதைவிட சுத்தமான திராவிடன் என்று கூறிக்கொள்வதையே விரும்பினார்.

தமிழ் பேசுவதாலும், தமிழ்நாட்டில் பிறந்ததாலும் ஆரியர்கள்கூட தங்களை தமிழர்கள் என்று கூறிக்கொள்ள முடியும். ஆனால், அவர்கள் தங்களை நிச்சயமாக திராவிடர்கள் என்று கூறிக்கொள்ள விரும்ப மாட்டார்கள்.

1939ல் நவலப்பித்தியாவில் பொன்னம்பலம் உரையாற்றினார். அவருடைய ஆவேசமான பேச்சு, சிங்களருக்கும், தமிழருக்கும் முதல் முறையாக கலகம் ஏற்பட

காரணமாக இருந்தது. நவலப்பித்தியா, பஸ்ஸரா, மஸ்கேலியா, யாழ்ப்பாணம் ஆகிய பகுதிகளில் கலகம் பரவியது.

எல்லோருக்கும் வாககுரிமை என்ற முடிவு தவறு. தமிழர்களில் படித்த உயர்ஜாதியினரும், சிங்களர்களில் உயர் ஜாதியினரும் சரி சமமாக இருக்கிறார்கள். எனவே, இரு சமூகத்தவருக்கும் சரி சமமாக இடங்கள் ஒதுக்க வேண்டும் என்று பொன்னம்பலம் பேசினார்.

அவருடைய கருத்துப்படி, கீழ் ஜாதி தமிழர்கள், இந்திய தமிழர்கள், பெரும்பாலான சிங்களர்கள் விடுபட்டனர்.

ஜாதி அமைப்பை அவர் ஆதரித்தார்.

இலங்கையை எப்போதுமே தமிழர்கள்தான் ஆட்சி செய்தார்கள். முதல் சிங்கள மன்னரான விஜயனின் பெயர்கூட காஷ்யபா அல்ல. காசியப்பன் என்ற தமிழ்ப் பெயர்தான் அவ்வாறு மாறிவிட்டது. அதுபோல, பராக்கிரமபாஹுவின் பெயரும் பாண்டிய பராக்கிரமன்தான் என்றெல்லாம் பொன்னம்பலம் விளக்கமளித்துக் கொண்டிருந்தார்.

சிங்களத் தலைவர்கள் ஜெர்மனி சென்று அங்கு இனவெறி அரசியலைக் கற்றுத் திரும்பினர். அவர்களுக்கு போட்டியாக பொன்னம்பலமும் ஜெர்மனிக்குச் சென்று திரும்பினார்.

இந்நிலையில்தான், சிங்களர்களுக்கும் மற்ற இனத்தவருக்கும் சரிபாதி இடங்கள் ஒதுக்கப்பட வேண்டும் என்று சட்டமன்றத்தில் தமிழ்ப் பிரதிநிதிகள் கோரிக்கை விடுத்தனர். டோனக்மோர் தயாரித்த அரசியல் சட்டத்தை அதற்குத் தகுந்தபடி திருத்தவேண்டும் என்று தமிழ் தலைவர்களும் பிற இனக்குழுக்களைச் சேர்ந்த தலைவர்களும் வற்புறுத்தினர்.

எல்லோருக்கும் வாக்குரிமை என்கிற முடிவை ரத்துசெய்ய வேண்டும் என்று தமிழர்களும், முஸ்லிம்களும் கோரிக்கை விடுத்தனர். அந்த முடிவு தங்களுடைய உரிமைகளை பறிப்பதாக அவர்கள் கவலைத் தெரிவித்தனர். டோனக்மோர் பரிந்துரைகள் இலங்கையின் ஒற்றுமையை காப்பாற்றுவதில் தோல்வி அடைந்துவிட்டன என்று அவர்கள் ஆதாரங்களுடன் தெரிவித்தனர்.

இதையடுத்து, புதிய அரசியல் சட்ட சீர்திருத்தம் குறித்து ஆலோசனைகள் நடைபெற்று வந்தன. அது ஒருபுறம் நடைபெற்று வந்த நிலையிலேயே சட்டமன்றக் குழுவில் சிங்களர்கள் தங்கள் இனவெறி திட்டத்தை முதன் முறையாக

அரங்கேற்றினார்கள்.

இந்திய வம்சாவளித் தமிழர்களில் 15 ஆயிரம் பேரை இந்தியாவுக்கு திருப்பி அனுப்ப வேண்டும் என்று குணசிங்கே என்ற சிங்கள உறுப்பினர் தீர்மானம் கொண்டு வந்தார். 1939ல் கொண்டு வரப்பட்ட இந்த தீர்மானம்தான் தமிழர்கள் மீது தொடுக்கப்பட்ட முதல் தாக்குதல் என்று கருதப்படுகிறது. தமிழ் உறுப்பினர்கள் அனைவருடைய எதிர்ப்பையும் மீறி இந்த தீர்மானம் தாக்கல் செய்யப்பட்டது. சிங்களர்களின் ஆதரவோடு நிறைவேற்றப்பட்டது.

இந்த தீர்மானம் நிறைவேற்றப்பட்ட கையோடு சிங்களர்களின் செல்வாக்குப் பெற்ற தலைவராக இருந்த டி.எஸ்.சேனநாயகா தனது பங்குக்கு ஒரு தீர்மானத்தை முன்மொழிந்தார்.

10 ஆண்டுகளுக்கு குறைந்த சர்வீஸ் உள்ள இந்தியர்களை அரசு பணியிலிருந்து வெளியேற்றி அவர்களுடைய நாட்டுக்கு அனுப்ப வேண்டும் என்று அந்த தீர்மானத்தில் குறிப்பிடப்பட்டு இருந்தது.

இந்த தீர்மானமும் நிறைவேற்றப்பட்டது.

இப்படி தீர்மானங்கள் நிவேற்றப்பட்டவுடன் இந்திய விடுதலைப் போராட்டத் தலைவரான காந்தி, தனது சார்பில் நேருவை இலங்கைக்கு அனுப்பினார். அவர், இலங்கை வந்து சேனநாயகாவையும் மற்ற சிங்களத் தலைவர்களையும் சந்தித்தார்.

இந்திய வம்சாவளியினரை வெளியேற்றும் முடிவை கைவிட வேண்டும் என்று கேட்டுக் கொண்டார். ஆனால், அவருடைய முயற்சி பலனளிக்கவில்லை.

நேரு திரும்பியவுடன் இலங்கையின் போக்குவரத்து அமைச்சர் அங்கு பணிபுரிந்த 8 ஆயிரம் இந்திய ரயில்வே தொழிலாளர்களை டிஸ்மிஸ் செய்ய உத்தரவிட்டார்.

கொழும்பில் அரசுப்பணியில் இருந்த 800 இந்தியர்களை பதவி நீக்கம் செய்ய நோட்டீஸ் அனுப்பப்பட்டது. அத்துடன் எதிர்காலத்தில் இந்திய வம்சாவளியினர் யாரையும் அரசுப் பணிக்கு சேர்க்கக்கூடாது என்றும் உத்தரவிட்டனர்.

இதையடுத்து, இந்திய அரசு, இந்தியாவில் இருந்து சிலோனுக்கு தொழிலாளர்களை அனுப்புவதற்கு

தடைவிதித்தது.

இதன் விளைவாக இலங்கையில் ஏற்கனவே இருந்த 7 லட்சத்து 50 ஆயிரம் இந்திய வம்சாவளித் தமிழர்கள், இலங்கையிலேயே நிரந்தரமாக தங்கவேண்டிய கட்டாய சூழ்நிலை உருவானது.

இந்நிலையில்தான், 1939 செப்டம்பர் மாதம் ஜெர்மனி மீது பிரிட்டன் போர் தொடுத்தது.

பிரிட்டனின் மற்ற குடியேற்ற நாடுகளைப் போலவே, இலங்கையும் பிரிட்டனுக்கு ஆதரவு தெரிவித்தது.

இலங்கை அரசியல் நிலையிலும் குழப்பம் தொடங்கியது.

1939 நவம்பர் மாதம் தேயிலை தோட்டத் தொழிலாளர்களின் வேலைநிறுத்தம் தொடங்கியது. சிங்கள மற்றும் தமிழ் தொழிலாளர்கள் மத்தியில் அவ்வப்போது மோதல் ஏற்படுவது வாடிக்கைதான். ஆனால், தோட்டத் தொழிலாளர் சங்கங்களுக்கு இடையே அடிக்கடி மோதல் நடைபெற்றது.

யுத்தம் தொடங்கியவுடன், பிரிட்டனுக்கு நெருக்கடி தருவதற்கு இதுதான் நல்ல சமயம் என எல்எஸ்எஸ்பி கருதியது.

தொழிலாளர் போராட்டங்களை அது ஊக்குவித்தது. முழு விடுதலை என்ற முழக்கத்தை அது முன்வைத்தது.

இந்த வேலைநிறுத்த அலை அடுத்தடுத்து பிரிட்டிஷ் நிர்வாகத்தை நெருக்கடியில் தள்ளியது. நாடு முழுவதும் அது பரவியது. பல்வேறு வடிவங்களில் இந்தப் போராட்டம் அரசாங்கத்துக்கு பெரும் சவாலாக உருவெடுத்தது.

மூல் ஓயா என்ற தேயிலைத் தோட்டத்தில் கோவிந்தன் என்ற தொழிலாளி போலீஸாரால் சுட்டுக் கொல்லப்பட்டார். இது பெரும் அரசியல் நெருக்கடியை ஏற்படுத்தியது. இந்தத் துப்பாக்கிச் சூட்டை கவர்னர் நியாயப்படுத்தினார்.

இருந்தாலும், இந்தச் சம்பவம் குறித்து பொது விசாரணை நடத்த வேண்டும் என்ற கோரிக்கை வலுத்தது. பொது விசாரணை முடியும் வரை, மாஜிஸ்திரேட் நீதிமன்றத்தில் தாக்கலாகும் மனுக்களை எதிர்க்கக் கூடாது என்று போலீஸ் ஐ.ஜி.க்கு உள்துறை அமைச்சர் உத்தரவிட்டார். ஆனால், ஐ.ஜி. இந்த உத்தரவுக்கு பணியவில்லை.

அமைச்சரின் உத்தரவுக்கே மதிப்பில்லாமல் போனதால், கவர்னரைச் சந்தித்தார் சேனநாயகா. அப்போது இருவருக்கும் கடும் வாக்குவாதம் ஏற்பட்டது. இதையடுத்து, தனது பதவியை ராஜினாமா செய்தார். அவரைத் தொடர்ந்து மற்ற அமைச்சர்களும் விலகினார்கள்.

அடுத்து சட்டமன்றக் கூட்டம் தொடங்கியபோது, அமைச்சர்கள் வரிசை காலியாக இருந்தது. கவர்னருக்கு தர்மசங்கடமான நிலை. அவர் அமைச்சர்களுடன் பேசினார். அப்போது ஏற்பட்ட உடன்பாட்டைத் தொடர்ந்து, அனைவரும் பதவியேற்றனர்.

ஆனால், தோட்டத் தொழிலாளர்கள் மத்தியில் விடுதலை உணர்ச்சி பரவியது. தொழிலாளர்களை திரட்டி கூட்டம் நடத்துவதற்கு எல்எஸ்எஸ்பி தலைவர்களுக்கு நீதிமன்றத்தின் மூலம் தடை விதிக்கப்பட்டது.

அதைமீறி, பதுளையில் 1940 மே மாதம் பிரமாண்டமான தொழிலாளர் கூட்டம் நடைபெற்றது. அந்தக் கூட்டத்தை போலீஸாரால் தடுக்க முடியவில்லை.

வேவீஸா தேயிலைத் தோட்டத்திற்குள் தொழிலாளர் கவுன்சில் ஒன்று அமைக்கப்பட்டது. அங்கு தொழிலாளர்களை அச்சுறுத்த சென்ற போலீஸிடம் இருந்த ஆயுதங்களை தொழிலாளர்கள் பறித்துக் கொண்டனர். வெறுங்கையுடன் அவர்களை அனுப்பி வைத்தனர்.

திடீரென்று ஏற்பட்ட வெள்ளத்தால் போராட்டங்கள் நின்றன. வெள்ள நிவாரணப்பணியில் அனைவரும் ஈடுபட்டனர்.

போராட்டங்கள் தடைப்பட்டாலும், விடுதலை உணர்ச்சி சக்திவாய்ந்ததாக மாறி வருவதை பிரிட்டிஷ் நிர்வாகம் உணர்ந்து கொண்டது.

பிரிட்டன் போரில் ஈடுபட்டிருந்த நிலையில், 1941 ஆம் ஆண்டு நடைபெற்றிருக்க வேண்டிய தேர்தல், இரண்டு ஆண்டுகளுக்கு தள்ளி வைக்கப்படுவதாக அறிவிக்கப்பட்டது.

இலங்கையின் எதிர்காலம் குறித்து, அந்த நாட்டில் வசிக்கும் சில குறிப்பிட்ட தலைவர்களின் விருப்பப்படி பிரிட்டன் நடந்துகொண்டது. அத்தகைய நபர்களில் முக்கியமானவராக சேனநாயகா இருந்தார்.

பிரிட்டிஷ் அரசாங்கத்தை தனது நலனுக்கு ஏற்றபடி முடிவெடுக்கச் செய்வதில் சேனநாயகா வெற்றிபெற்று வந்தார்.

இலங்கை அரசியல் சட்டத்தை முழுவதுமாக திருத்தி அமைக்க பிரிட்டிஷ் அரசு விரும்புகிறது. அரசியல் தலைவர்களிடம் ஒருமித்த கருத்து ஏற்படாததால், இதுதொடர்பாக ஒரு கமிஷன் அமைக்கவோ அல்லது ஒரு மாநாட்டை நடத்தவோ அரசு விரும்புகிறது. ஆனால், யுத்தம் முடிந்தவுடன் இதற்கான ஏற்பாடுகள் செய்யப்படும் என்று பிரிட்டிஷ் அரசு அறிவித்தது.

யுத்த காலத்தில் இலங்கையின் நிர்வாகம் பிரிட்டிஷ் ராணுவத்திடம் இருந்தது. சிவில் ராணுவ துறை அமைக்கப்பட்டது. இந்தத் துறை சிவில் நிர்வாகத்தையும், ராணுவ நடவடிக்கைகளையும் ஒருங்கிணைத்தது. இதன் கமிஷனராக சர் ஆலிவர் குணதிலகே இருந்தார். அவரது உதவியாளராக சர் ஐவொர் ஜென்னிங்ஸ் நியமிக்கப்பட்டார். விவசாயத்துறை அமைச்சராக இருந்த சேனநாயகாவும் இவர்களுடன் அடிக்கடி கலந்து ஆலோசித்து வந்தார்.

இந்த மூவர் குழு, பிரிட்டிஷ் அதிகாரிகள் தங்களுக்கு சாதகமான முடிவை எடுப்பதற்கு தேவையான காரியங்களைத் திட்டமிட்டு செய்து வந்தது.

பிரிட்டிஷ் அரசியல் சட்டத்தின் கீழான சுதந்திர அரசாங்கத்தை அமைத்தால் போதும் என்ற நிலைக்கு சேனநாயகா வந்திருந்தார்.

பிரிட்டிஷ் அரசாங்கத்தை மூட்டை கட்டி மொத்தமாக பிரிட்டனுக்கே கப்பலில் ஏற்றி அனுப்ப வேண்டும் என்று எல்எஸ்எஸ்பியும் வேறு சில குழுக்களும் போராட்டங்களில் ஈடுபட்டன.

சிங்கப்பூர் ஜப்பான் வசம் வீழ்ந்தது. பிரிட்டனின் யுத்தக் கப்பலை ஜப்பான் நீர்மூழ்கிகள் தகர்த்தன. இதையடுத்து, பிரிட்டன் வியூகங்களை மாற்றத் தொடங்கியது. இந்திய பெருங்கடலில் இலங்கை தீவு தனது பொறுப்பில் நீடிக்க வேண்டும் என்ற கட்டாயம் ஏற்பட்டது.

கோகோஸ் என்ற குட்டித் தீவிலும் பிரிட்டிஷ் படைப்பிரிவுக்குள் புரட்சி ஏற்பட்டது. அது முறியடிக்கப்பட்டாலும், இலங்கையை தனது கையில் தக்க வைத்துக்கொள்ள வேண்டும் என்ற எச்சரிக்கை உணர்வு

அதிகரித்தது.

இலங்கைக்கு கூடுதல் உணவுப் பொருட்கள் வழங்கப்பட்டன. அரசியல் தலைவர்களிடம் பிரிட்டிஷ் ஆட்சியாளர்கள் அனுசரணையாக நடந்து கொண்டனர்.

இருந்தாலும், சிங்கப்பூரில் இருந்த இலங்கை வம்சாவளியினர் நேதாஜி படைப்பிரிவில் சேர்ந்தனர். லங்கா ரெஜிமெண்ட் என்று தனிப்பிரிவே ஏற்படுத்தப்பட்டது. அங்கிருந்து பயிற்சி பெற்ற உளவாளிகள் இலங்கைக்கு அனுப்பி வைக்கப்பட்டனர்.

அரசாங்கத்தில் அமைச்சராக சேனநாயகா இருந்தார். அவர் சிலோன் தேசிய காங்கிரஸ் கட்சியின் தலைவராக இருந்தார். ஆனால், அவருடைய கட்சியைச் சேர்ந்த ஜெயவர்த்தேனவும், டட்லி சேனநாயகாவும் இலங்கை விடுதலைக்கு ஜப்பானின் உதவியை நாடி பேச்சுவார்த்தை நடத்தினர்.

இலங்கை விடுதலைப் போராட்டத்தில் பிரிட்டிஷ் அரசுக்கு சிம்ம சொப்பனமாக இருந்தது எல்எஸ்எஸ்பி மட்டும்தான்.

அந்தக் கட்சியின் தலைவர்கள்தான் முழு விடுதலை என்ற கோஷத்தை முன்வைத்து, இலங்கை மக்களையும் தொழிலாளர்களையும் திரட்டி நெருக்கடியை ஏற்படுத்தினர்.

அடுத்தடுத்த வேலைநிறுத்தங்களை நடத்தினர். சமாளிக்க முடியாத அரசு பெரீரா உள்ளிட்ட தலைவர்களை கைது செய்தது. கட்சியின் பத்திரிகை அலுவலகத்துக்கு சீல் வைத்தது.

கைது நடவடிக்கையில் இருந்து தப்பிய தலைவர்கள் தலைமறைவாக இருந்து விடுதலை இயக்கத்தை தொய்வில்லாமல் நடத்தினர்.

1945ல் இரண்டாம் உலகப்போர் முடிவுக்கு வந்தது. அந்த ஆண்டு மே மாதம் 30 ஆம் தேதி, இலங்கை சட்டமன்றத்தில் தீர்மானம் கொண்டுவரப் பட்டது. ஜெயசூர்யா கொண்டுவந்த அந்த தீர்மானம் சட்டமன்றத்தில் நிறைவேற்றப் பட்டது. பிரிட்டிஷ் அரசு நியமித்த 4 உறுப்பினர்கள் மட்டுமே தீர்மானத்தை எதிர்த்தனர்.

இருந்தாலும், இரண்டு நாட்கள் சிறையில் பட்டினிப் போராட்டம் நடத்திய பிறகே தலைவர்கள் விடுவிக்கப்பட்டனர்.

இடதுசாரித் தலைவர்களுக்கு பலத்த வரவேற்பு இருந்தது. அவர்களுடைய கவுரவம் அதிகரித்தது. யுத்தத்திற்கு முன் அவர்களுக்கு இருந்த ஆதரவை விட, இப்போது ஆதரவு பெருகியது.

எல்எஸ்எஸ்பியிலிருந்து ட்ராட்கியிஸ்ட்டுகள் என்று முத்திரை குத்தி வெளியேற்றப்பட்ட பலர் கம்யூனிஸ்ட் கட்சியை தொடங்கினர். அவர்களுக்கு சிலோன் தேசிய காங்கிரஸ் ஆதரவளித்தது.

அந்தக் கட்சியின் 25 ஆவது ஆண்டுவிழா மாநாட்டில் "யுத்தத்திற்கு பிறகு முழு விடுதலை" என்ற தீர்மானம் நிறைவேற்றப்பட்டது.

இந்தத் தீர்மானத்தை எதிர்த்து டி.எஸ்.சேனநாயகா கட்சியிலிருந்து வெளியேறினார். விடுதலை அடைவது என்ற இலக்கிலிருந்து மாறிவிட்டதாக அவர் குறை கூறினார்.

1944 ஆம் ஆண்டு நவம்பரில்தான் சுசாந்தா பொன்சேகா சட்டமன்றத்தில் ஒரு தீர்மானம் கொண்டு வந்தார். அதில், டொமினியன் வகையைச் சேர்ந்த அரசியல் சட்டத்தின் கீழ் சுதந்திர இலங்கையை அமைக்க வேண்டும் என்று கோரப்பட்டு இருந்தது. அதைத் தொடர்ந்து 1945 ஜனவரி 19 ஆம் தேதி சுதந்திர இலங்கை என்ற மசோதா தாக்கல் செய்யப்பட்டது.

அந்தத் மசோதாவை சிலோன் தேசிய காங்கிரஸ் உறுப்பினர்கள் அனைவரும் ஆதரிக்க வேண்டும் என்று அந்தக் கட்சியின் மாநாடு அறிவுறுத்தியது. முழுவிடுதலை என்ற கட்சியின் நிலைப்பாட்டுக்கு இது விரோதமாக இருந்தது.

இருந்தாலும், விடுதலைக்கான போராட்டத்தின் முன்னோட்டமாக, இந்த மசோதாவை ஆதரிக்க வேண்டும் என்று கட்சி கேட்டுக்கொண்டது.

1945 ஆம் ஆண்டு பிப்ரவரி மாதம் சுதந்திர இலங்கை மசோதா பெரும்பான்மை வாக்குகளுடன் நிறைவேற்றப்பட்டது. பிரிட்டிஷ் அரசாங்கத்தின் கீழ் இயங்கும் சுதந்திர நாடாக இலங்கை அறிவிக்கப்பட்டது. அதற்கு ஏற்ற வகையில் அரசியல் சட்டம் வடிவமைக்கப்பட்டது.

யுத்தக் காலத்தில் விதிக்கப்பட்ட கட்டுப்பாடுகள் விடுதலைக் கனலையும் கட்டுப்பாட்டில் வைத்திருந்தது. ஆனால், இப்போது கட்டுப்பாடுகள் நீக்கப்பட்டுவிட்டன.

எனவே, மக்கள் கோபம் கொழுந்துவிடத் தொடங்கியது.

1945 செப்டம்பர் முதல் கொழும்பில் போராட்ட அலை சுழன்றடித்தது. ட்ராம் வே, துறைமுகம் என தொழிலாளர்கள் விடுதலை கோரி வேலை நிறுத்தத்தில் ஈடுபட்டனர்.

நவம்பரில், எல்எஸ்எஸ்பியும் அனைத்து சிலோன் ஐக்கிய மோட்டார் தொழிலாளர் சங்கமும் இணைந்து நாடு தழுவிய பேருந்து வேலைநிறுத்தத்துக்கு அழைப்பு விடுத்தன.

என்.எம்.பெரீரா, பிலிப் குணவர்த்தனே ஆகிய தலைவர்களை கைது செய்தும்கூட வேலை நிறுத்தம் முழு வெற்றி அடைந்தது.

அனைத்து சிலோன் விவசாயிகள் காங்கிரஸும் தனது பங்கிற்கு போராட்டத்தில் ஈடுபட்டது. குறைந்த விலைக்கு அரிசி கொள்முதல் செய்யும் பிரிட்டிஷ் அரசின் நடவடிக்கையை அது நிராகரித்தது. அரசு கொள்முதலை நிறுத்த வேண்டியிருந்தது.

1946 அக்டோபரில், அரசு ஊழியர்கள் போராட்டம் அறிவிக்கப்பட்டது. ரயில்வே, துறைமுகம், கேஸ் கம்பெனிகள் என அனைத்து துறைகளைச் சேர்ந்த அரசு ஊழியர்களும் போராட்டத்தில் பங்கேற்றனர். முதலில் பேச்சு நடத்த அரசு முன்வரவில்லை. இறுதியில் பேச்சு நடத்த கவர்னர் சம்மதித்தார். ஆனால், கைது செய்யப்பட்ட என்.எம்.பெரீராவை விடுதலை செய்து அவரும் பேச்சுவார்த்தையில் பங்கேற்றால்தான் பேசுவோம் என்று தொழிலாளர்கள் பிடிவாதமாக இருந்தனர். இதையடுத்து, அவர் விடுவிக்கப்பட்டார். உடன்பாடு ஏற்பட்டது.

கவர்னரின் வாக்குறுதிகளில் சில நிறைவேற்றப்படவில்லை. எனவே, 1947 மே முதல் ஜூன் வரை மீண்டும் போராட்டம் வெடித்தது. யுத்தம் முடிந்து விடுப்பில் சென்ற ராணுவத்தினர் அனைவரும் திரும்ப அழைக்கப்பட்டனர். அடக்குமுறையைக் கையாண்டு போராட்டத்தை முடிவுக்கு கொண்டுவந்தது அரசு. ஆனால், "நீங்களாக போகாவிட்டால், வலுக்கட்டாயமாக வெளியேற்றுவோம்" என்று சுவர்களில் எச்சரிக்கை வாசகங்கள் எழுதப்பட்டன.

மும்பை கப்பல்படை எழுச்சி உள்ளிட்ட பல்வேறு சம்பவங்களால் பயந்துபோயிருந்த பிரிட்டிஷ் அரசு இந்தியாவிலிருந்து வெளியேற தயாராக இருந்தது. விடுதலை குறித்து இந்தியத் தலைவர்களுடன் அது பேச்சு நடத்தி வந்தது. இலங்கையிலிருந்தும் வெளியேற வேண்டிய கட்டாய சூழல் உருவாகி வருவதை அது உணர்ந்தது.

டி.எஸ்.சேனநாயகா

விடுதலையும் வேதனையும்

சேனநாயகா மிகவும் தந்திரமாகவே சிலோன் தேசிய காங்கிரஸிலிருந்து வெளியேறியிருந்தார்.

சிலோன் தேசிய காங்கிரஸின் நிறுவன உறுப்பினர்களில் அவரும் ஒருவர்.

எல்எஸ்எஸ்பியில் இருந்து வெளியேறி கம்யூனிஸ்ட் கட்சியை உருவாக்கிய உறுப்பினர்களுடன் சிலோன் தேசிய காங்கிரஸ் உறவு கொண்டாடியது தனக்கு பிடிக்கவில்லை என்று சேனநாயகா கூறினார். தவிர, டொமினியன் அந்தஸ்த்துடன் விடுதலை என்பதைத்தான் சிலோன் தேசிய காங்கிரஸ் வலியுறுத்தி வந்தது. அந்த நிலையிலிருந்து மாறி, இப்போது, முழு விடுதலை என்ற முழக்கத்தை முன்வைப்பது தனக்கு பிடிக்கவில்லை என்று அவர் தனது ராஜினாமா கடிதத்தில் கூறியிருந்தார்.

சேனநாயகாவின் ராஜினாமாவுக்கு இது மட்டும்

காரணமில்லை என்று கூறப்பட்டது. அவருடைய ராஜினாமாவுக்கு சிலோன் தேசிய காங்கிரஸ் கட்சி முக்கியத்துவம் அளிக்கவில்லை.

இலங்கையின் புதிய அரசியல் சட்டம் குறித்து, சேனநாயகாவுடன்தான் பிரிட்டிஷ் அரசு பேச்சு நடத்தி வந்தது.

இரண்டாம் உலகப்போர் முடிந்ததும், இந்தியாவுக்கும் பர்மாவுக்கும் விடுதலை அளிப்பது தொடர்பாக பிரிட்டன் பேச்சு நடத்தி வந்தது. அவற்றுக்கு முழு விடுதலை அளிக்க அது முடிவு செய்திருந்தது.

ஆனால், இலங்கையை அது முற்றாக இழக்க விரும்பவில்லை. எனவேதான், தனது கட்டுப்பாட்டில் இயங்கும் சுகந்திர நாடாக இலங்கையை அறிவிக்க அது விரும்பியது. ஏனென்றால், இந்தியப் பெருங்கடலில் யுத்ததந்திர முக்கியத்துவம் பெற்றது இலங்கைத் தீவு. இந்தப் பிரதேசத்தில் தனது ஆளுமையை தக்க வைத்துக் கொள்ள அது விரும்பியது.

அதற்காகவே, ஸோல்பரி கமிஷனை இலங்கைக்கு அனுப்பியது பிரிட்டிஷ் அரசு. அந்தக் கமிஷனை புறக்கணிக்க சட்டமன்றக்குழு உறுப்பினர்கள் முடிவு செய்தனர். இது சிலோன் தேசிய காங்கிரஸின் முடிவு.

அதேசமயம், ஸோல்பரி கமிஷனுடன் சேனநாயகா மறைமுகமாக பேசி வந்தார்.

இலங்கையில் உள்ள சிறுபான்மை இனத்தவருடன் சிலோன் தேசிய காங்கிரஸுக்கு நல்ல உறவு இல்லை. புதிய அரசு அமையும் போது அவர்களுடன் உறவு அவசியம் என்று சேனநாயகா கருதினார்.

இலங்கை சட்டமன்றத்தில் இடம்பெறும் அமைச்சர்கள், மாதம் ஆயிரம் ரூபாய்க்கு மேல் சம்பளம் பெறக்கூடாது என்று சிலோன் தேசிய காங்கிரஸ் பிரகடனம் செய்திருந்தது. ஆனால், சேனநாயகா மட்டும் மாதம் ஆயிரத்து ஐநூறு ரூபாய் சம்பளம் பெற்றார். இதற்கு கட்சியின் இளைஞர் பிரிவு கடும் கண்டனம் தெரிவித்தது. அவர் உடனே அமைச்சர் பொறுப்பிலிருந்து விலக வேண்டும் என்று அது வற்புறுத்தியது.

இவை இரண்டும்தான் சேனநாயகா கட்சியிலிருந்து வெளியேற முக்கியமான காரணம் என்று அப்போது சொல்லப்பட்டது.

கட்சியிலிருந்து வெளியேறிய சேனநாயாகா பிரிட்டிஷ் குழுவினருடன் தனது விருப்பப்படி பேச்சு நடத்தினார்.

1946 ஆம் ஆண்டு சேனநாயகா திடீரென்று ஒரு நாடகத்தை அரங்கேற்றினார்.

இலங்கை சட்டமன்றத்தில், பல கட்சிகளைச் சேர்ந்த உறுப்பினர்கள் இடம்பெற்று இருந்தனர். அமைச்சர்களிலும்கூட பல கட்சிகளையும் சேர்ந்தவர்கள் இருந்தனர். இவர்களை கவர்னர்தான் நியமித்து இருந்தார். சட்டமன்றக் குழுவின் தலைவராக கவர்னரும் துணைத்தலைவராக சேனநாயகாவும் இருந்தனர்.

புதிய அரசியல் சட்டத்தின்படி தேர்தல் நடைபெற்றால், தனக்கென்று ஒரு கட்சி வேண்டும் என்று நினைத்தார் சேனநாயகா.

எனவே, பிரிட்டிஷ் அரசின் புதிய அரசியல் சட்டம் பிடிக்கவில்லை என்று கூறி தனது அமைச்சர் பதவியை ராஜினாமா செய்தார். விடுதலை ஒன்றே தனது லட்சியம் என்று போர்முரசு கொட்டினார். தனது தலைமையில் ஐக்கிய தேசிய கட்சியைத் தொடங்கினார்.

அமைச்சர்களில் ஐந்து பேரும், உறுப்பினர்களில் 25 பேரும் சேனநாயகாவின் திட்டத்துக்கு சம்மதம் தெரிவித்தனர்.

1946 ஜீூன் மாதம் 4 ஆம் தேதி புதிய கட்சி தொடக்கவிழா நடைபெற்றது.

சிங்கள இனவெறி அமைப்பான சிங்கள மகா சபா, தமிழர்களுக்கான இரண்டு அமைப்புகள், முஸ்லிம் அமைப்பு ஆகியவை இணைந்து இந்த புதிய கட்சி உருவானது.

அருணாச்சலம் மகாதேவன், ஏ.நடேசன் ஆகிய தமிழ் சட்டமன்ற உறுப்பினர்களும், ஜயாஹ் என்ற முஸ்லிம் உறுப்பினரும் சேனநாயகாவுடன் இணைந்தனர்.

சிங்களர் தலைவர்களான பண்டாரநாயகா, ஜெயவர்த்தனே போன்றவர்களும் இருந்தனர்.

இடதுசாரிக் கட்சிகள் எல்லோரையும் இணைத்து, மிகச் செல்வாக்குடன் திகழ்ந்தன. குறிப்பாக எல்எஸ்எஸ்பிக்கு மக்கள் செல்வாக்கு அதிகமாக இருந்தது. இந்த செல்வாக்கை உடைத்து, இனவெறி குழு என்ற முத்திரையை மாற்றும் முயற்சியாகத்தான் சேனநாயகா புதிய கட்சியை தொடங்கினார். மதம் இனம் சாராமல் கட்சி தொடங்கி, வாக்குகள் சிதறாமல் புதிய அரசாங்கம் அமைப்பதுதான் சேனநாயகாவின் லட்சியமாக இருந்தது.

பிரிட்டிஷ் அதிகாரிகள் அவருக்கு வழிகாட்டியிருக்கலாம் என்று கூறப்பட்டது.

புதிய கட்சிக்கு தலைவராக சேனநாயகாவும், துணைத்தலைவர்களாக பண்டாரநாயகா, கோட்டலவாலா, ஜார்ஜ் இ டி சில்வா, டி.பி.ஜயாஹ், அருணாச்சலம் மகாதேவன் ஆகியோரும், பொதுச்செயலாளராக அருணாச்சலம் மகாதேவனும்(இவர் துணைத்தலைவர் பொறுப்பிலும் இருந்தார்) இணைப் பொருளாளராக ஜே.ஆர்.ஜெயவர்த்தனே, ஏ.ஆர்.ஏ.ரஸிக் ஆகியோரும் நியமிக்கப்பட்டனர்.

இந்த ஏற்பாடு நடைபெற்று முடிந்தவுடன், விடுதலை குறித்து சேனநாயகாவுடன் பிரிட்டிஷ் அரசு பேச்சு நடத்தியது. மற்ற போராட்டத் தலைவர்களை அது கண்டுகொள்ளவே இல்லை.

ஸோல்பரி கமிஷன் வடிவமைத்த புதிய அரசியல் சட்டத்தின்கீழ் 1947 செப்டம்பர் மாதம் இலங்கையின் புதிய நாடாளுமன்றத்துக்கு தேர்தல் நடைபெறும் என்று அறிவிக்கப்பட்டது.

ஆகஸ்ட் மாதம் 23 ஆம் தேதி தொடங்கி செப்டம்பர் மாதம் 20 ஆம் தேதி வரை தேர்தல் பிரச்சாரம் நடைபெற்றது.

மன்னரின் நேரடிப் பிரதேசம் என்ற அந்தஸ்த்துடன் புதிய அரசியல் சட்டம் வடிவமைக்கப்பட்டு இருந்தது. இதைத்தான் சேனநாயகா வற்புறுத்தி வந்தார்.

இந்த அரசியல் சட்டத்தை எல்எஸ்எஸபி, போல்ஷ்விக் லெனினிஸ்ட் கட்சி, கம்யூனிஸ்ட் கட்சி, தொண்டமான் தலைமையிலான இலங்கை இநதிய காங்கிரஸ் ஆகிய கட்சிகள் ஏற்கவில்லை.

இந்திய வம்சாவளியினர், தொண்டமான் தலைமையிலான இந்திய இலங்கை காங்கிரஸில் இருந்தனர். இலங்கை தமிழர்கள் ஜி.ஜி.பொன்னம்பலம் தலைமையிலான அனைத்து சிலோன் தமிழ் காங்கிரஸில் இருந்தனர்.

பொன்னம்பலம் தலைமையிலான கட்சியை சேனநாயகா ஏற்கவில்லை. அது, வகுப்புவாத கட்சி என்று குற்றம்சாட்டினார்.

89 தொகுதிகளில் 95 உறுப்பினர்களைத் தேர்ந்தெடுக்கும வகையில் அரசியல் சட்டம் வகுக்கப்பட்டு இருந்தது. மொத்தம் 30 லட்சத்து 48 ஆயிரத்து 145 வாக்காளர்கள் வாக்களிக்கத் தகுதி பெற்றிருந்தனர்.

89 தொகுதிகளிலும் 360 வேட்பாளர்கள் போட்டியிட்டனர். இவர்களில் 181 பேர் சுயேச்சைகள்.

தமிழர் பகுதிகளில் சிங்களர்கள் வேட்பாளர்களாக நிறுத்தப்பட்டனர். ஆனால், ஐக்கிய தேசிய கட்சி சார்பில் சிங்களர் பகுதிகளில் ஒரு வேட்பாளர்கூட நிறுத்தப்படவில்லை.

இத்தனைக்கும் கொழும்பு தொகுதி மூன்று உறுப்பினர் தொகுதி என அறிவிக்கப்பட்டு இருந்தது. மூவரில் ஒருவர் தமிழராக இருக்க வேண்டும் என்று அரசியல் சட்டத்தில் கூறப்பட்டு இருந்தது. இருப்பினும், அங்கு கூட தனது கட்சி சார்பில் தமிழரை நிறுத்தவில்லை.

தேர்தல் பிரச்சாரம் முழுக்க முழுக்க வகுப்புவாத அடிப்படையிலேயே அமைந்தது.

புத்த சாமியார்கள் தேர்தல் பிரச்சாரத்தில் ஈடுபட்டனர். சாந்த சொரூபிகளாக இருக்க வேண்டிய புத்தமத சாமியார்கள் தீவிரவாதிகளைப் போல மதவெறியையும் இனவெறியையும் தூண்டிவிடும் வகையில் பிரச்சாரம் செய்தனர்.

அவர்களில் ஒரு பகுதியினர் சேனநாயகாவையும், இன்னொரு பகுதியினர் இடதுசாரிக் கட்சிகளையும் ஆதரித்தனர்.

இந்தியாவிலிருந்து குடியேறுவோருக்கு கட்டுப்பாடு விதிப்பதை போல்ஷ்விக் லெனினிஸ்ட் கட்சி எதிர்த்தது. குறைந்தபட்ச கட்டுப்பாடு விதிப்பதை லங்கா சம சமாஜ கட்சி ஆதரித்தது. 500 ஏக்கருக்கு மேல் உள்ள தேயிலைத் தோட்டங்கள் கைப்பற்ற வேண்டும் என்றும், அந்த நிலத்தை நிலமற்ற ஏழைகளுக்கு வழங்க வேண்டும் என்றும் இரு கட்சிகளும் வலியுறுத்தின.

சாலைப் போக்குவரத்தையும், பொது உபயோக நிறுவனங்களையும், வெளிநாட்டு வர்த்தகத்தையும் தேசியமாக்க வேண்டும் என்று இரு கட்சிகளும் பிரச்சாரம் செய்தன. இலங்கையில் உள்ள பிரிட்டனின் படைத்தளங்களை மூடவேண்டும் என்று கம்யூனிஸ்ட் கட்சி கூறியது.

வடக்கு மாகாணத்தில் உள்ள தமிழ் தொகுதிகளில் அனைத்து சிலோன் தமிழ் காங்கிரஸ் கட்சி வேட்பாளர்களை நிறுத்தியது. மன்னார் தொகுதியில் சுயேச்சையை அது ஆதரித்தது.

யாழ்ப்பாணம் தொகுதி அனைவருடைய கவனத்தையும் ஈர்த்தது. அங்கு ஜி.ஜி.பொன்னம்பலம் வேட்பாளராக போட்டியிட்டார். அவரை எதிர்த்து அருணாச்சலம் மகாதேவன் ஐக்கிய தேசிய கட்சி சார்பில் போட்டியிட்டார்.

தேர்தலுக்கு சில நாட்கள் முன்னதாக, இந்திய வம்சாவளி தமிழர்களின் சிலோன் இந்திய காங்கிரஸுடன் பொன்னம்பலம் ஒரு உடன்பாட்டில் கையெழுத்திட்டார். இந்திய வம்சாவளியினருக்கு குடியுரிமை பெற்றுத்தருவதில் இணைந்து போராட அவர் ஒப்புக் கொண்டார். இந்திய வம்சாவளியினரை வெளியேற்றும் முடிவை ஆதரிப்பதில்லை என்று அவர் உறுதி அளித்தார்.

தேர்தல் முடிவுகள் வெளியாகின.

தமிழர் உரிமைகளை விட்டுக் கொடுத்து, ஸோல்பரி கமிஷனின் அரசியல் சட்டத்துக்கு ஆதரவளித்த தமிழ் தலைவர்கள் அனைவருமே வடக்கு மாகாணத்தில் தோல்வியைத் தழுவினர். அவர்கள் அனைவரும் ஐக்கிய தேசிய கட்சி சார்பில் போட்டியிட்டவர்கள்.

குறிப்பாக, அந்தக் கட்சியின் துணைத்தலைவராக இருந்த அருணாச்சலம் மகாதேவன், மற்றொரு முக்கிய பொறுப்பில் இருந்த எஸ்.நடேசன் அய்யர் ஆகிய தமிழர்கள் படுதோல்வி அடைந்தனர். அதுவரை தீவிர அரசியலில் இருந்த அவர்கள் இந்தத் தோல்விக்கு பிறகு காணாமல் போனார்கள்.

தேர்தலில் எந்தக் கட்சிக்கும் தனிப்பெரும்பான்மை கிடைக்கவில்லை. ஆனால், ஐக்கிய தேசிய கட்சி 42 இடங்களைக் கைப்பற்றி தனிப்பெரும் கட்சியாக வந்தது.

எல்எஸ்எஸ்பி 10, அனைத்து சிலோன் தமிழ் காங்கிரஸ் 7, சிலோன் இந்திய காங்கிரஸ் 7, போல்ஷ்விக் கட்சி 5, கம்யூனிஸ்ட் கட்சி 2, லேபர் கட்சி 1, சுயேச்சைகள் 13 என இடங்கள் பிரிந்தன.

இனவாரியாக என்று எடுத்துக் கொண்டால், மொத்தம் உள்ள 95 இடங்களில் சிங்களர்கள் 68 பேரும், சிலோன் தமிழர்கள் 13 பேரும், இந்திய வம்சாவளி தமிழர்கள் 7 பேரும், முஸ்லிம்கள் ஆறுபேரும், பர்கெர் சமூகத்தைச் சேர்ந்த ஒருவரும் தேர்ந்தெடுக்கப்பட்டிருந்தனர்.

1947 செப்டம்பர் மாதம் 23 ஆம் தேதி சேனநாயகாவை ஆட்சி அமைக்க வரும்படி கவர்னர் அழைத்தார்.

அடுத்தநாள், நாட்டு மக்களுக்கு ஆங்கிலம், சிங்களம், தமிழ் ஆகிய மொழிகளில் வானொலியில் உரையாற்றினார் சேனநாயகா.

அரசு அமைக்க போதுமான பெரும்பான்மையை பெறுவதற்காக சுயேச்சையாக வெற்றிபெற்ற உறுப்பினர்

களுக்கு ஆசைகாட்டினார் சேனநாயகா. சுயேச்சைகள் சிலர் ஆதரவளித்தனர். அவர்களில் வவுனியாவில் வெற்றிபெற்ற சுந்தரலிங்கம், மன்னாரில் வென்ற சித்தம்பலம் முக்கியமானவர்கள். இருவருமே அமைச்சர்களாக நியமிக்கப்பட்டனர்.

இதுதவிர, கவர்னர் நியமித்த ஆறு உறுப்பினர்களுடைய ஆதரவும் சேனநாயகாவுக்கு கிடைத்தது. இருந்தாலும் சிறிதளவே பெரும்பான்மை கிடைத்தது.

1948 ஆம் ஆண்டு பிப்ரவரி 4 ஆம் தேதி இலங்கை சுதந்திர நாடாக பிரகடனம் செய்யப்பட்டது.

முன்னதாக, சுதந்திரம் அளிக்க பிரிட்டிஷ் அரசு முடிவெடுத்தவுடன், தேசிய கொடி குறித்து விவாதம் நடைபெற்றது.

அப்போது, கண்டியின் கடைசி மன்னர் விக்கிரம ராஜசிங்கே பயன்படுத்திய கொடியை தேசிய கொடியாக பயன்படுத்தலாம் என்று சேனநாயகா கூறினார்.

தமிழ் உறுப்பினர்கள் எதிர்ப்பு தெரிவித்தனர். அவர்களுக்கு பதிலளித்து சேனநாயகா இப்படிக் கூறினார்...

"சிங்கம் தனது வலது காலில் கத்தியை ஏந்தியிருப்பது போன்ற கொடியை விக்கிரம ராஜசிங்கே பயன்படுத்தினார். இலங்கையில் கடைசியா பிரிட்டனிடம் வீழ்ந்த முடியரசு கண்டி முடியரசுதான். எனவே, அந்த கொடியை பிரிட்டிஷ் அருங்காட்சியகத்திலிருந்து வாங்கி பறக்கச் செய்ய வேண்டும். தமிழர்கள் இதை எதிர்ப்பதற்கு எவ்வித காரணமும் இல்லை. ஏனென்றால், கண்டியை ஆண்ட கடைசி மன்னர் ஒரு தமிழர்தான்"

கடைசியில் அந்தக் கொடியே தேசியக் கொடியாக ஏற்கப்பட்டது.

இலங்கைக்கு விடுதலை கிடைத்துவிட்டது.

இந்திய வம்சாவளித் தமிழரின் வாழ்க்கையில் இடி விழுந்தது.

பிரிட்டனில் நாள் ஒன்றுக்கு 18 கோடியே 87 லட்சம் கப் டீ குடிக்கப் படுவதாக கணக்கெடுப்பில் தெரியவந்துள்ளது. அவர்கள் பெரும்பாலும் இலங்கையின் மிகச் சிறந்த டீயைக் குடிப்பதாகவும் புரூக் பாண்ட் டீ கம்பெனி நடத்திய அந்தக் கணக்கெடுப்பு கூறுகிறது.

தினமும் குறைந்தபட்சம் ஒரு கப் டீ குடித்தால், 44 சதவீதம் அளவுக்கு மாரடைப்பு கட்டுப்படும் என்று சமீபத்திய மருத்துவ

ஆதனூர் சோழன்

ஆய்வுகள் தெரிவித்துள்ளன.

ஆனால், உலகிலேயே மிகவும் ருசியான டீயை உற்பத்தி செய்யும், இலங்கையில் வாழும் இந்திய வம்சாவளி தமிழர்கள் வாழ்வில், சேனநாயகாவின் அரசு நெருப்பைக் காய்ச்சி ஊற்றியது.

இலங்கையில் முதன்முதலாக 1827 ஆம் ஆண்டு பெரதேனியா என்ற காபி எஸ்டேட் சோதனை முயற்சியாக உருவாக்கப்பட்டது.

இதற்காக அன்றைய பிரிட்டிஷ் அரசாங்கம் தென்னிந்தியாவிலிருந்து 300 தொழிலாளர்களை அழைத்து வந்தது.

இவர்கள் சம்பளம் இல்லாமல் வேலை பார்க்க வேண்டும் என்று சட்டம் இருந்தது. இதன்காரணமாகவே, இலங்கையின் சிங்கள தொழிலாளர்கள் யாரும் காபி, தேயிலை, ரப்பர், தென்னை எஸ்டேட்டுகளில் வேலை பார்க்க மறுத்தனர்.

1833ல் எஸ்டேட்டுகள் பெருகின. தொழிலாளர்கள் கூலி இல்லாமல் வேலை பார்க்க மறுத்தனர். அவர்களை பகைத்துக் கொள்ள அரசு விரும்பவில்லை. அதேசமயம் அதிக கூலி கொடுக்கவும் மனமில்லை. அந்த ஆண்டு, கூலி இல்லாமல் அரசுக்கு வேலை பார்க்க வேண்டும் என்ற சட்டத்தை பிரிட்டிஷ் அரசு நீக்கியது.

இருந்தாலும், சிங்களத் தொழிலாளர்கள் வேலைக்கு வர மறுத்தனர். கொசுக்கடியிலும், அட்டைக்கடியிலும் ரத்தம் சிந்தி உழைக்க அவர்கள் விரும்பவில்லை.

தென்னிந்தியாவில் மிகக் குறைந்த கூலிக்கு இளிச்சவாய்த் தமிழர்கள் கிடைக்கும் போது ஏன் சிரமப்பட வேண்டும் என்று பிரிட்டிஷ் காபித் தோட்ட உரிமையாளர்கள் கருதினர்.

காபித் தோட்டங்களை விரிவாக்க பிரிட்டிஷ் அரசு விரும்பியது. காபித் தோட்டங்களை உருவாக்க விரும்புகிற முதலாளிகளுக்கு ஐந்து ஷில்லிங்குகளுக்கு ஒரு ஏக்கர் நிலத்தை விற்க அரசு முன்வந்தது.

1837ல் இலங்கையில் 4 ஆயிரம் ஏக்கர் பரப்பில் மட்டுமே காபித் தோட்டம் இருந்தது. அது, 1870ல் 7 லட்சத்து 73 ஆயிரம் ஏக்கராக விரிவடைந்தது.

காபிக் கொட்டை பறிக்கும் வேலை குறிப்பிட்ட பருவத்தில் மட்டுமே நடைபெறும். இதனால், இந்தியாவிலிருந்து அழைத்துவரப்பட்ட தொழிலாளர்களுக்கு வேலை இல்லாத நிலை ஏற்பட்டது. அவர்களில் பெரும்பாலோர் தங்கள் நாட்டுக்கு திரும்ப வேண்டியதாயிற்று.

காபித் தோட்டங்களில் புதிதாக ஒரு நோய் பரவியது. இதையடுத்து, காபித் தோட்டங்களுக்குப் பதிலாக தேயிலை, ரப்பர், தென்னை தோட்டங்கள் உருவாக்கப்பட்டன.

இந்தத் தோட்டங்களில் தொடர்ச்சியாக வேலை இருக்கும். எனவே, தென்னிந்தியாவிலிருந்து ஏராளமான தொழிலாளர்கள் இலங்கைக்கு அழைத்து வரப்பட்டனர். இப்படி அழைத்து வரப்பட்டவர்கள் அனைவரும் பிரிட்டிஷ் அரசின் பொறுப்பு என அறிவிக்கப்பட்டது.

1871 முதல் 1901 வரை இலங்கையில் எடுக்கப்பட்ட மக்கள் தொகை கணக்கெடுப்பில் இலங்கைத் தமிழர்களும், இந்திய வம்சாவளித் தமிழர்களும் ஒரே பிரிவில் சேர்க்கப்பட்டனர். 1911ல்தான் இந்திய வம்சாவளித் தமிழர்கள் தனிப்பிரிவாக சேர்க்கப்பட்டனர்.

1901 கணக்கெடுப்புப்படி, தமிழர்கள் 24.5 சதவீதமாகவும் முஸ்லிம்கள் 6.4 சதவீதமாகவும் இருந்தனர். 1911 கணக்கெடுப்புப்படி, இலங்கைத் தமிழர்கள் 12.8 சதவீதமாகவும்

இந்திய வம்சாவளித் தமிழர்கள் 12.9 சதவீதமாகவும் இருந்தனர்.

1946ல் இலங்கைத் தமிழர்கள் 11.7 சதவீதமாகவும் இந்திய வம்சாவளித் தமிழர்கள் 11 சதவீதமாகவும் மாறினர். முஸ்லிம்கள் 5.6 சதவீதமாக இருந்தனர். அந்த அளவுக்கு சிங்கள இனத்தவரின் எண்ணிக்கை அதிகரித்து இருந்தது.

இந்தியாவிலிருந்து இலங்கைக்கு தொழிலாளர்களை தேர்வு செய்து அழைத்து வருவதற்காக கங்காணிகள் எனப்படுவோருக்கு லைசென்சுகள் வழங்கப்பட்டன.

1904 ஆம் ஆண்டு இதற்கான தலைமை அலுவலகம் திருச்சியில் தொடங்கப்பட்டது. ஆட்களை தேர்வு செய்வதற்காக தமிழ்நாட்டை நான்கு பிரிவாக பிரித்திருந்தனர்.

திருச்சியில் இருந்து திருச்சி, புதுக்கோட்டை, தஞ்சாவூர் ஆகிய மாவட்டங்களைச் சேர்ந்தவர்கள் எடுக்கப்பட்டனர்.

வேலூரில், செங்கல்பட்டு, ஆர்க்காடு மாவட்டங்களை சேர்ந்தவர்கள் தேர்வு செய்யப்பட்டனர்.

சேலத்தில், கோவை மற்றும் திருச்சியின் சில பகுதிகளைச் சேர்ந்தவர்கள் தேர்வு செய்யப்பட்டனர்.

மதுரையில், மதுரை, திருநெல்வேலி, ராமநாதபுரம் மாவட்டங்களைச் சேர்ந்தவர்கள் தேர்வு செய்யப்பட்டனர்.

1932ல் மட்டும் 2 ஆயிரத்து 589 கங்காணிகளுக்கு லைசென்சுகள் வழங்கப்பட்டன. இவர்கள் தமிழ்நாட்டின் அனைத்து கிராமங்களிலும் ஆட்களை தேடிப்பிடித்து இலங்கைக்கு அழைத்துச் சென்றனர்.

ராமேஸ்வரத்துக்கு கொண்டுவரப்படும் இவர்கள், அங்கிருந்து கப்பல்களிலோ படகுகளிலோ இலங்கைக்கு அழைத்து வரப்பட்டனர்.

தொழிலாளர்களைத் தங்க வைப்பதற்காக, ராமேஸ்வரத்தில் உள்ள மண்டபம் என்ற இடத்தில் இலங்கை அரசுக்கு அன்றைய சென்னை மாகாண அரசு நிலம் வழங்கியது.

அந்த முகாமிலிருந்துதான், முதல் தலைமுறை இந்திய வம்சாவளியினர் இலங்கைக்கு அழைத்துச் வரப்பட்டனர்.

இன்றைக்கு அதே மண்டபம் முகாம்தான் இலங்கையிலிருந்து வெளியேற்றப்படும் தமிழர்களுக்கு அடைக்கல மையமாக மாறியிருக்கிறது.

டி.எஸ்.சேனநாயகாவை, நேரு வரவேற்கிறார்

வம்சாவளியினர் அனுபவித்த இம்சைகள்

"சிங்கள சமூகம் துரதிருஷ்டவசமான சமூகமாகி விட்டது. அவர்கள் புரிந்துகொள்ள இயலாதவர்களாகி விட்டார்கள். அவர்கள் தங்கள் பாரம்பரியத்தை மறந்துவிட்டார்கள். மற்ற சமூகத்தினருக்கு உரிமைகளை அளித்துவிட்டு, தங்களுக்கு தாங்களே அபராதம் விதித்துக் கொள்ளும் சமூகம் வேறெங்கும் இருக்கும் என்று நான் நினைக்கவில்லை. இந்தியர்களுக்கு மிகப்பெரிய நாடு இருக்கிறது. நமக்கு இருப்பதோ மிகச் சிறிய நாடு. இந்த நாடு நமக்காக மட்டுமே இருக்க வேண்டும் என்று நான் விரும்புகிறேன்"

இலங்கை சட்டமன்றத்தில் டோனக்மோர் கமிஷன் வகுத்த அரசியல் சட்டத்தை ஏற்பது தொடர்பான விவாதத்தில், இலங்கையின் தந்தை என்று புகழப்படும் சேனநாயகா உதிர்த்த வாசகங்கள் இவை.

இந்திய வம்சாவளியினரை வாக்காளராக பதிவு செய்வதற்கு டோனக்மோர் கமிஷன் சில விதிகளை வகுத்தது. அந்த

விதிகளை எதிர்த்தும், இந்திய வம்சாவளியினரை வாக்களராக சேர்க்கக் கூடாது என்று வலியுறுத்தியும் சேனநாயகா பேசினார்.

1928 முந்தைய அரசியல் சட்டத்தின் கீழ், 12 ஆயிரத்து 438 இந்திய வம்சாவளியினர் மட்டுமே வாக்களர்களாக இருந்தனர். அவர்களுக்கு சட்டமன்றத்தில் பிரதித்துவம் அளிக்க வகைசெய்து டோனக்மோர் கமிஷன் வகுத்த புதிய அரசியல் சட்டத்திற்கு பிறகு, அந்த எண்ணிக்கை 1 லட்சமாக உயர்ந்தது.

இது, 1936ல் 1 லட்சத்து 45 ஆயிரமாகவும், 1938ல் 1 லட்சத்து 70 ஆயிரமாகவும், 1939ல் 2 லட்சத்து 50 ஆயிரமாகவும் உயர்ந்தது.

இந்திய வம்சாவளியினரின் எண்ணிக்கை அதிகரிக்க அதிகரிக்க சிங்களரின் ஆத்திரமும் அதிகரித்தது. அவர்கள் கவர்னரிடம் தங்கள் எதிர்ப்பை வெளியிட்டனர்.

1939ல் இந்திய வம்சாவளியினர் 15 ஆயிரம் பேரை திருப்பி அனுப்பும் தீர்மானத்தை இலங்கை சட்டமன்றத்தில் சேனநாயகா முன்மொழிந்தார். அரசுப் பணிகளில் இந்தியரை சேர்க்கக் கூடாது என்றும் அவர் வலியுறுத்தினார்.

மகாத்மா காந்தியும், நேருவும் சேனநாயகாவிடம் வற்புறுத்தியும் அவர் பிடிவாதமாக மறுத்துவிட்டார்.

இலங்கையின் இந்த நடவடிக்கையை இந்திய தேசிய காங்கிரஸ் கண்டித்தது. இந்தியர்களை திருப்பி அனுப்பும் நடவடிக்கையை நிறுத்தும்படி பிரிட்டிஷ் அரசுக்கு கோரிக்கை விடுத்தது.

இதையடுத்து, 1940ல் இரண்டு அரசாங்கங்களையும் சேர்ந்த பிரதிநிதிகளின் மாநாடு கூட்டப்பட்டது. டில்லியில் நடைபெற்ற இந்த மாநாட்டில் சேனநாயகா கலந்துகொண்டார்.

"இலங்கையில் உள்ள இந்திய வம்சாவளியினருக்கு முழு குடியுரிமை வழங்க வேண்டும் என்றார்கள். அப்படிப் பார்த்தால், இலங்கையில் உள்ள 9 லட்சத்து 99 ஆயிரம் இந்திய வம்சாவளியினருக்கும் குடியுரிமை வழங்க வேண்டும். இதை ஏற்க முடியாது என்று கூறிவிட்டோம். எனவே, மாநாட்டில் திருப்திகரமான முடிவுகள் எதுவும் எடுக்கப்படவில்லை"

இலங்கை திரும்பிய சேனநாயகா பொதுக்கூட்டத்தில்

இலங்கையின் முதல் அமைச்சரவை

இவ்வாறு பேசினார்.

இலங்கையின் முதல் பிரதமராக சேனநாயகா பதவியேற்றார். உடனே, தனது மகன் டட்லி சேனாநாயகாவை வேளாண்துறை அமைச்சராக நியமித்தார்.

இதற்கு, கடும் எதிர்ப்பு எழுந்தது. டட்லி சேனநாயகா பதவியேற்க மறுத்தார். இருந்தாலும், 20 ஆண்டுகளுக்கு மேலாக வேளாண்துறை அமைச்சராக இருந்த சேனநாயகா தனது திட்டங்களை விரைவுபடுத்த தனக்கு நம்பிக்கையான ஆள் தேவை என்று நியாயப்படுத்தினார்.

பிரதமரான கையோடு சேனநாயகா தனது இனவெறி திட்டங்களை அமுல்படுத்தத் தொடங்கினார். சிலோன் தமிழர்கள் என்கிறார்கள். இந்திய வம்சாவளி தமிழர்கள் என்கிறார்கள். இருவருக்கும் தனித்தனியே கட்சிகள் வைத்துக் கொண்டிருக்கிறார்கள். ஆளுக்கு கொஞ்சமாக நாடாளுமன்ற இடங்களை கைபற்றி வைத்திருக்கிறார்கள். சிங்களர்களுக்கு பெரும்பான்மை இல்லாமல் செய்து விட்டார்கள் என்று மனதுக்குள் பொருமிக் கொண்டிருந்தார்.

1946ஆம் ஆண்டு கணக்கெடுப்புப்படி இலங்கை மக்கள்தொகை 66 லட்சத்து 57 ஆயிரத்து 339 பேர். இதில்

இந்திய வம்சாவளித் தமிழர்கள் 7 லட்சத்து 84 ஆயிரத்து 708 பேர். இந்திய வம்சாவளி முஸ்லிம்கள் 44 ஆயிரத்து 141 பேர். இவர்கள் தவிர, இலங்கைத் தமிழர்கள் என்று 7 லட்சத்து 29 ஆயிரத்து 611 பேர் இருக்கிறார்கள். ஆக மொத்தம் 25 சதவீதம் வரை தமிழர்கள் ஆக்கிரமித்து விட்டார்கள்.

இதற்கு ஒரு முடிவு கட்டவேண்டும் என்று தனக்குள் கூறிக்கொண்டார். அதற்கான திட்டத்திலும் ஈடுபடத் தொடங்கினார். அதன் விளைவாகத்தான் 1948ஆம் ஆண்டு ஆகஸ்ட் 19ஆம் தேதி சிலோன் குடியுரிமைச் சட்டத்தை அறிமுகப்படுத்தினார்.

இலங்கை விடுதலை பெற்றால் கவர்னர் ஜெனரலாக பிரிட்டனைச் சேர்ந்தவர்தான் பொறுப்பு வகித்தார். ஆனால், நாடாளுமன்றம் பெரும்பான்மை அடிப்படையில் எந்தச் சட்டத்தையும் தன்னிச்சையாக நிறைவேற்ற முடியும்.

அந்த வகையில் சேனநாயகா தாக்கல் செய்த சிலோன் குடியுரிமைச் சட்டத்தின்படி இந்திய வம்சாவளியினருக்கு குடியுரிமையை ரத்து செய்ய வழி செய்யப்பட்டது. இந்தச் சட்டத்தை நாடாளுமன்றத்தில் இடம்பெற்ற இலங்கை தமிழர் பிரதிநிதிகளும், இந்திய வம்சாவளி தமிழர்களின் பிரதிநிதிகளும் கடுமையாக எதிர்த்தனர். அவர்களுடன் இடதுசாரி கட்சிகளின் உறுப்பினர்களும் சட்டத்தை எதிர்த்தனர்.

ஆனால், சட்டத்துக்கு ஆதரவாக 53 உறுப்பினர்கள் வாக்களித்தனர். எதிராக 35 வாக்குகளே கிடைத்தன. சேனநாயகாவின் அமைச்சரவையில் சுந்தரலிங்கம், சித்தம்பலம் ஆகிய இரு சுயேச்சை தமிழ் உறுப்பினர்கள் அமைச்சர்களாக இருந்தார்கள். முதல் வாக்கெடுப்பில் இருவரும் அரசுக்கு ஆதரவாக வாக்களித்தனர். ஆனால், இரண்டாவது சுற்று விவாதம் வந்தபோது சுந்தரலிங்கம் சில ஆட்சேபணைகளை தெரிவித்தார்.

சேனநாயகாவுக்கும், அவருக்கும் வாக்குவாதம் ஏற்பட்டது. அமைச்சரவையில் இருந்து கொண்டு எப்படி விமர்சிக்கலாம் என்று சேனநாயகா கேட்டார். உடனே, அமைச்சர் பதவியை சுந்தரலிங்கம் ராஜினாமா செய்தார்.

இந்திய வம்சாவளியினருக்கு ஆதரவாக சிலோன் தமிழர்

காங்கிரசின் தலைவர் பொன்னம்பலம் விவாதத்தில் பேசினார். சிலோன் இந்திய காங்கிரசின் தலைவர் தொண்டமான் சேனநாயகாவின் சட்டத்தை கடுமையாக எதிர்த்தார்.

அப்போது அவரை இந்திய ஆதரவாளர் என்று ஜெயவர்த்தனே குற்றம் சாட்டினார். அதற்குப் பதில் அளித்த அவர் தன்னை ஒரு கண்டித் தமிழர் என்று பிரகடனப்படுத்தினார். இலங்கை எங்களது தாய்மண் ஆகிவிட்டது. இந்த மண்ணை நாங்கள் ரத்தம் சிந்தி சொர்க்கபுரியாக மாற்றி இருக்கிறோம். இங்கு எங்களுக்கு குடியுரிமை இல்லையா? என்று ஆவேசமாக வினா எழுப்பினார்.

எதிர்ப்புகளையும் மீறி சட்டம் நிறைவேறியது. இதில் வேடிக்கை என்னவென்றால் இலங்கை ஒன்றுபட்ட தேசமாக இருக்கவேண்டும் என்று விரும்பிய இடதுசாரி கட்சிகளின் எல்லா உறுப்பினர்களும் சட்டத்தை எதிர்த்து வாக்களித்து இருந்தனர்.

ஆனால், அமைச்சரவையில் இருந்த ஒரே காரணத்திற்காக சட்டத்தை ஆதரித்து இரண்டு தமிழர்கள் வாக்களிக்க வேண்டியதாயிற்று.

அமைச்சரவையில் இருந்து சுந்தரலிங்கம் வெளியேறியவுடன் சேனநாயகா தமிழர்களைப் பிரிக்கும் உத்தியை கையாண்டார். சிலோன் தமிழர் காங்கிரசின் தலைவர் பொன்னம்பலத்தை சேனநாயகா அழைத்துப் பேசினார்.

சுந்தரலிங்கத்துக்குப் பதிலாக அவரை அமைச்சராக விரும்புவதாக ஆசை காட்டினார். பதவி ஆசை தமிழ் தலைவர்கள் சிலரை ஆட்டிப் படைத்துக் கொண்டிருந்தது. இந்திய வம்சாவளித் தமிழரின் நலன்களை பற்றி பொன்னம்பலம் கருதவில்லை. சேனநாயகாவின் அமைச்சரவையில் அவர் இணைந்தார். அவருடன் இன்னும் நால்வருக்கு அரசுப் பதவிகள் வழங்கப்பட்டன.

அமைச்சரவையில் இணைவதற்கு செல்வநாயகம், வன்னியசிங்கம், சிவபாலன், நாகரத்தினம், பரமநாயகம் ஆகியோர் கடும் எதிர்ப்பு தெரிவித்தனர்.

இந்நிலையில், 49ஆம் ஆண்டு மீண்டும் ஒரு சட்டத்தை சேனநாயகா அறிமுகப்படுத்தினார். இலங்கையில் வாழும்

இந்தியர்கள் மற்றும் பாகிஸ்தானியர்களுக்கு குடியுரிமை வழங்குவது தொடர்பான சட்டம் அது. இந்தச் சட்டத்தை பொன்னம்பலம் மற்றும் அரசுப் பதவியில் இருந்த அவரது ஆதரவாளர்கள் ஆதரித்தனர். ஆனால், இந்திய வம்சாவளியினர் மற்றும் இடதுசாரி சிங்கள உறுப்பினர்களுடன் இணைந்து செல்வநாயகமும் அவருடைய ஆதரவாளர்களும் எதிர்த்து வாக்களித்தனர்.

குறிப்பிட்ட தேதிக்குள் குடியுரிமை கோரி விண்ணப்பிக்கும் நபர்களுக்கு மட்டுமே குடியுரிமை வழங்கப்படும். விண்ணப்பத்தாரரின் தாத்தாவின் பிறப்புச் சான்றிதழ் விண்ணப்பத்துடன் இணைக்கப்பட வேண்டும் என்று அந்த சட்டம் கூறியது.

இந்த இரண்டு சட்டங்களின் மூலம் சுமார் 10 லட்சம் இந்திய வம்சாவளியினர் நாடற்றவர்களாகவும், வாக்குரிமை அற்றவர்களாகவும் மாற்றப்பட்டனர். இது தமிழர்கள் மத்தியில் பெரும் கொந்தளிப்பை உருவாக்கியது.

ரத்தம் சிந்தி பாடுபட்டு வளம் கொழிக்கச் செய்த பூமியில் தங்களுக்கென்று அடையாளம் இல்லாமல் வாழும் வேதனையான சூழ்நிலை இந்திய வம்சாவளியினருக்கு ஏற்பட்டது.

1949 டிசம்பர் மாதம் 9ஆம் தேதி செல்வநாயகம் தனது ஆதரவாளர்களுடன் இலங்கை தமிழரசு கட்சி என்ற புதிய கட்சியை தொடங்கினார்.

கட்சி தொடங்கிய சில மாதங்களிலேயே இலங்கையின் கவர்னர் ஜெனரல் ஸோல்பரி யாழ்ப்பாணத்திற்கு வருகிறார் என்று அறிவிக்கப்பட்டது.

தங்களுடைய அத்தனை கஷ்டங்களுக்கும் காரணம் ஸோல்பரிதான் என்று தமிழர்கள் முடிவு செய்திருந்தனர். எனவே, தங்களுடைய எதிர்ப்பை வெளிப்படுத்த திட்டமிட்டனர். ஸோல்பரி யாழ்ப்பாணம் வரும்போது அவருக்கு கறுப்பு கொடி காட்டுவது என்று தீர்மானம் நிறைவேற்றப்பட்டது.

யாழ்ப்பாணம் நகரில் அனைத்து பகுதிகளிலும் சுவர் எழுத்துகள், போஸ்டர்கள் என ஸோல்பரிக்கு எதிர்ப்பு தெரிவித்து வாசகங்கள் இடம்பெற்றன.

ஸோல்பரி யாழ்ப்பாணம் வரும்போது அவருக்கு எதிராக 1950 ஜனவரி 22ல் கண்டனக் கூட்டம் நடத்த ஏற்பாடு செய்யப்பட்டது. அந்தக் கூட்டத்துக்கு போலீஸார் தடை விதித்தனர். பலத்த காவலையும் மீறி திட்டமிட்ட இடத்துக்கு பக்கத்திலுள்ள மோட்டார் கார் ஒர்க்ஷாப் வளாகத்தில் கண்டக் கூட்டம் நடைபெற்றது.

தமிழர்கள் மத்தியில் செல்வநாயகம் மதிக்கப்படக் கூடிய தலைவராக உருவாகி வந்தார். அரசியல் சட்டத்துக்கு உட்பட்டு தமிழர்களின் உரிமையைப் பாதுகாக்க தொடர்ந்து போராட்டங்களை நடத்தினார்.

தமிழர்களை நாடற்றவர்களாக ஆக்கிய சேனநாயகா அடுத்தகட்டமாக தமிழ்மொழிக்கும் வேட்டு வைக்க திட்டமிட்டார். இலங்கையின் ஆட்சி மொழியாக எந்த மொழியை அங்கீகரிப்பது என்ற விவாதத்தை கிளப்பிவிட்டார்.

அரசாங்கத்தின் சேனநாயகாவுக்கு அடுத்த இடத்தில் பண்டாரநாயகா இருந்தார். இவர் சிங்கள மகாசபா என்ற அமைப்பை நடத்திவந்தார். ஐக்கிய தேசிய கட்சியின் சேனநாயகாவுக்கு அடுத்த வாரிசாக உருவாகி விடலாம் என்று திட்டமிட்டார். ஆனால், சேனநாயகாவின் மகன் டட்லி சேனநாயகாவும், அவருடைய உறவினர் கோட்டெலவாலாவும் தனக்கு இடமளிக்கமாட்டார்கள் என்பது பண்டாரநாயகாவுக்கு புரிந்து விட்டது.

இந்நிலையில், குதிரையேற்றத்தின் போது சேனநாயகா தவறி விழுந்தார். இதையடுத்து அவருடைய உடல்நிலை அடிக்கடி மோசமாகி வந்தது. எனவே, தனது அடுத்தகட்ட திட்டத்தை தொடங்க வேண்டிய அவசியம் பண்டாரநாயகாவுக்கு ஏற்பட்டது.

1951ஆம் ஆண்டு செப்டம்பர் மாதம் 2 ஆம் தேதி பண்டாரநாயகா தனது தலைமையிலான சிங்கள மகாசபாவை கலைத்தார். அதற்குப் பதிலாக ஸ்ரீலங்கா சுதந்திர கட்சியை தொடங்கினார்.

சிங்கள வெறியை தூண்டிவிட்டு வந்த பண்டாரநாயகா தனது கட்சியின் நிலையை தீர்மானிப்பதில் புத்திசாலித்தனமாக செயல்பட்டார். ஐக்கிய தேசிய கட்சி தீவிர வலதுசாரி கட்சியாக உருவெடுத்துவிட்டது. இடது சாரிகளோ தீவிர

இடதுசாரிகளாக மாறிவிட்டார்கள். எனவே, நடுநிலையான பாதையை தேர்ந்தெடுப்பதாக அவர் அறிவித்தார்.

1952ல் இரண்டாவது பொதுத்தேர்தல் நடைபெற்றது. அதில் ஸ்ரீலங்கா சுதந்திர கட்சி போட்டியிட்டது. ஆனால், அந்தக் கட்சி 9 இடங்களில் மட்டுமே வெற்றி பெற்றது. இந்தத் தேர்தலில் ஐக்கிய தேசிய கட்சி கூடுதல் இடங்களில் வெற்றி பெற்று ஆட்சியை தக்கவைத்துக் கொண்டது.

அதே ஆண்டு மார்ச் மாதம் 22ஆம் தேதி தன்னுடைய 67ஆவது வயதில் பிரதமர் சேனநாயகா மாரடைப்பால் மரணம் அடைந்தார். அவருக்கு அடுத்தபடியாக கோட்டெலவாலா பிரதமராவார் என்று எல்லோரும் எதிர்பார்த்து இருந்தனர்.

ஆனால், கவர்னர் ஜெனரல் ஸோல்பரி, சேனநாயகாவின் மகன் டட்லி சேனநாயகாவை பிரதமராக நியமித்தார். அவர் பிரதமரான நேரம் இலங்கை முழுவதும் உணவுப் பஞ்சம் தலைவிரித்தாடியது. வெளிநாடுகளிலிருந்து போதுமான அரிசியை இறக்குமதி செய்ய முடியவில்லை. உணவுப் பொருட்களின் விலை கடுமையாக உயர்ந்தது.

நாடு முழுவதும் இடதுசாரி கட்சிகளும், மற்ற அரசியல் கட்சிகளும் தொடர் போராட்டங்களில் ஈடுபட்டனர். 1953 ஆம் ஆண்டு அனைத்துக் கட்சிகளும் இணைந்து நாடுதழுவிய வேலை நிறுத்தத்தை தொடங்கின. நிலைமையை சமாளிக்க முடியாத டட்லி சேனநாயகா, தனது பதவியை ராஜினாமா செய்தார். அவரைத் தொடர்ந்து அவருடைய மாமா கோட்டெலவாலா பிரதமரானார்.

அடுத்த தேர்தல் வரை கோட்டெலவாலா ஆட்சிப் பொறுப்பை வகித்தார். பிரிட்டிஷ் படைத்தளங்கள் இலங்கையில் தொடர்ந்து இருப்பதை அவர் உத்தரவாதப்படுத்தினார். பிரிட்டிஷ் அதிகாரிகளுக்கு தனது மாமாவைப் போலவே மிகவும் விசுவாசமாகவே இருந்தார்.

ஆனால், 1956 ஆம் ஆண்டு பண்டாரநாயகா புதிய தந்திரம் ஒன்றை கடைப்பிடித்தார். அந்த ஆண்டு நடைபெற்ற பொதுத் தேர்தலில் ஸ்ரீலங்கா சுதந்திரக்கட்சி வேறு இரண்டு சிங்கள இனவெறி அமைப்புகளுடன் கூட்டணி அமைத்து தேர்தலைச் சந்தித்தது.

நாங்கள் ஆட்சிக்கு வந்தால், 24 மணி நேரத்தில் சிங்களத்தை மட்டும் ஆட்சி மொழியாக்குவோம் என்று பண்டாரநாயக அறிவித்தார். இதையடுத்து, முதன் முறையாக இலங்கையில் கூட்டணி அரசு பொறுப்பேற்றது. பண்டாரநாயகா பிரதமராகும் தனது லட்சியத்தை நிறைவேற்றிக் கொண்டார்.

இந்தத் தேர்தலில் ஐக்கிய தேசிய கட்சி படுமோசமான தோல்வியைச் சந்தித்தது. சிங்களர்களுக்கு ஆதரவாக செயல்பட்ட போதும், அனைத்து சிங்களப் பகுதிகளிலும் இந்தக் கட்சியின் வேட்பாளர்கள் தோல்வி அடைந்தார்கள். தமிழர் வாழும் பிரதேசங்களில்தான் ஓரளவு இடங்களை கைப்பற்ற முடிந்தது.

மிக குறிப்பாக செல்வநாயகம் தலைமையிலான இலங்கை தமிழரசு கட்சி 10 இடங்களை கைப்பற்றியது. அந்தக் கட்சியைக்காட்டிலும் மிகக் குறைந்த இடங்களில்தான் அதாவது வெறும் 8 இடங்களில் மட்டுமே ஐக்கிய தேசியக்கட்சி வெற்றி பெற்றது. எல்.எஸ்.எஸ்.பி. 14 இடங்களில் வெற்றி பெற்று முக்கிய எதிர்க்கட்சியாக செயல்பட்டது.

இந்தக் காலகட்டங்களில் ஆங்கிலத்துக்குப் பதிலாக தேசிய மொழி எது என்பது குறித்து சர்ச்சைகள் உருவாகி வந்தன. சிங்களம் மட்டுமே தேசிய மொழியாக இருக்கவேண்டும் என்ற கோரிக்கை சிங்களர்கள் மத்தியில் நிலவியது. 1956 ஆம் ஆண்டு ஜீலை மாதம், சிங்களம் மட்டுமே ஆட்சிமொழி என்ற சட்டத்தை பண்டாரநாயகா அரசு நாடாளுமன்றத்தில் தாக்கல் செய்தது.

1930 முதல் சிங்கள இனவெறியை தூபம் போட்டு வளர்த்தவர் பண்டாரநாயகா. சிங்களர்கள் இத்தகைய கோரிக்கையை முன் வைப்பதற்கே அவர்தான் காரணமாக இருந்தார். எனவே, சிங்களர்களுடைய கோரிக்கையை ஏற்பதாக அவர் அறிவித்தார்.

இந்தச் சட்டத்தை எதிர்த்து திரிகோணமலையில் தந்தை செல்வநாயகத்தின் தலைமையில் இலங்கைத் தமிழரசுக் கட்சியின் மாநாடு நடைபெற்றது.

அந்த மாநாட்டில் முக்கியமான தீரம்ானம் நிறைவேற்றப்பட்டது.

“இந்த சிங்கள ஒற்றையாட்சி முறை தீங்கிழைக்கும். இந்த ஆட்சி முறை அகற்றப்பட வேண்டும். அதற்கு பதிலாக, தமிழர்கள் வாழும் பிரதேசங்கள் அனைத்தும் இணைக்

கப்பட்டு ஒன்று அல்லது அதற்கு மேற்பட்ட பிரிவுகளைக் கொண்ட ஆட்சி முறை அமைக்க வேண்டும். அந்த ஆட்சிமுறை நாட்டின் ஒருமைப்பாட்டை காப்பாற்றுவதாக இருக்க வேண்டும். வெளிநாட்டினர் தலையீட்டிலிருந்து இலங்கையை பாதுகாப்பதாக அமைய வேண்டும். சுயநிர்ணய உரிமையும் தன்னாதிக்கமும் உள்ளதாக, பகுத்தறிவுக்கு ஏற்றதாக அந்த ஆட்சிமுறை அமைய வேண்டும். அப்படி ஒரு அரசியல் சட்டத்தின் கீழ், ஒன்று அல்லது அதற்கு மேற்பட்ட மொழிவழி ஆட்சி முறையை உருவாக்க வேண்டும்"

முன்பு, இந்தக் கட்சி வேறு நிலையை மேற்கொண்டிருந்தது. அதாவது, சிங்கள மாகாணமும், தமிழ் மாகாணமும் மட்டுமே அமைக்க வேண்டும் என்று அது வலியுறுத்தி வந்தது. அந்த நிலையிலிருந்து இப்போது இறங்கி வந்தது.

ஆனால், அதையும் சிங்கள அரசு ஏற்க மறுத்துவிட்டது.

அடுத்ததாக இன்னொரு சட்டம் கொண்டு வந்தது. அந்தச் சட்டத்தின்படி, வண்டிகளில் பொறிக்கப்படும் எண்ணின் முதல் எழுத்து ஸ்றீ என்று சிங்களத்தில் எழுதப்பட வேண்டும் என குறிப்பிடப்பட்டது.

1949 ஆம் ஆண்டில் நிறைவேற்றப்பட்ட கல்லோயா அபிவிருத்தித் திட்டத்தின் கீழ் தமிழர்கள் பெரும்பான்மையாக வசிக்கும் பகுதிகளில் சிங்களர்கள் குடியேற்றப்பட்டனர். அரசு உதவியுடனேயே ஈழப்பகுதிகளில் சிங்களர்கள் குடியேற்றப் பட்டனர்.

இதன்காரணமாக, ஏற்கெனவே சிங்களருக்கும் தமிழருக்கும் மனக்கசப்பு அதிகரித்திருந்தது. 1958ல் அரசு நிறைவேற்றிய வாகன எண் சட்டம், மேலும் ஆத்திரத்தை ஏற்படுத்தியது. தமிழர்கள் பகுதிக்கு வரும் வாகனங்களில் ஸ்றீ எழுத்தை சிங்களர்கள் எழுதினர். அதை தமிழர்கள் அழித்தனர். இதையடுத்து கலவரம் தொடங்கியது. தமிழர்கள் கொல்லப்பட்டனர். தமிழ்ப் பெண்களின் மார்புகளிலும், தொடைகளிலும் ஸ்றீ எழுத்தைப் பொறித்தனர். சொத்துக்கள் சூறையாடப்பட்டன. சிங்களப் பகுதிகளில் வசித்த தமிழர்கள் ஈழப்பகுதிக்கு ஓடிவந்தனர். கொழும்பில் வசித்த தமிழர்கள் கப்பல்களில் ஏற்றப்பட்டு ஈழப்பகுதிக்கு அனுப்பிவைக்கப் பட்டனர்.

இதன்மூலம் சிங்களர்களே தமிழர்களை வடக்கு மற்றும் கிழக்கு மாகாணங்களுக்குத்தான் விரட்டினார்கள்.

தமிழர் தலைவர் செல்வாவுடன் பண்டார நாயகா ஒப்பந்தம்

ஒப்பந்தங்கள்... ஏமாற்றங்கள்!

10 லட்சம் இந்திய வம்சாவளியினர் நாடற்றவர்களாக, வாக்குரிமையற்றவர்களாக அலைந்து திரிந்தனர்.

பிரிட்டிஷ் நிர்வாகம் இருக்கும்வரை மற்றவர்களைப் போலவே சமஉரிமை அனுபவித்தவர்கள் இவர்கள்.

அவர்களுடைய உரிமைகளை மீண்டும் பெற்றுத்தரும் முயற்சியில் தொண்டமான் தொடர்ந்து ஈடுபட்டிருந்தார். குடியுரிமைக்காக விண்ணப்பித்தால், குடியுரிமை வழங்கப்படும் என்று அரசு அறிவித்திருந்தது.

இந்திய வம்சாவளியினர் அனைவருமே குடியுரிமை கோரி விண்ணப்பிக்க விரும்பினார்கள். ஆனால், 1 லட்சத்து 40 ஆயிரம் பேரிடம் இருந்து மட்டுமே விண்ணப்பங்கள் பெறப்பட்டன.

அவர்களுடைய விண்ணப்பங்களும் விரைந்து பரிசீலிக்கப்படவில்லை. 1949ல் இதற்கான அறிவிப்பு வெளியிடப்பட்டும் 1956 வரை அவர்களுடைய கதி என்ன

ஆதனூர் சோழன்

பண்டாரநாயகா

என்பதற்கு பதிலே இல்லை. ஏனென்றால், இந்தியாவில் நேரு தலைமையிலான அரசு இலங்கையிலிருந்து இந்திய வம்சாவளியினரை ஏற்க முடியாது என அறிவித்து விட்டது. அதேசமயம், லைசென்ஸ் இல்லாத விலங்குகளை அடித்து விரட்டுவதைப் போல தமிழர்கள் மீது சிங்களர்கள் காட்டுமிராண்டித்தனமான தாக்குதல்களை நடத்தினர்.

தமிழர்களுக்கு கூடுதல் உரிமைகள் வழங்குவதற்கு ஏற்ற வகையில், இலங்கை தமிழரசு கட்சியின் தலைவர் செல்வநாயகத்துடன் பண்டாரநாயகா ஒரு ஒப்பந்தத்தை ஏற்படுத்தினார்.

இதற்கு சிலோன் தமிழ் காங்கிரஸ் கட்சியின் தலைவர் பொன்னம்பலம் எதிர்ப்பு தெரிவித்தார். ஐக்கிய தேசியக் கட்சியைச் சேர்ந்த ஜெயவர்த்தனே இன்னொருபுறம் எதிர்ப்பு பேரணியை தொடங்கினார். பண்டாரநாயகாவுக்கு சிங்கள ஆதிக்க வெறியர்களின் எதிர்ப்பு முதன் முறையாக வலுப்பெற்றது.

அவர் வளர்த்த கிடா அவரையே முட்டிப் பார்த்தது.

இருந்தாலும், தமிழர்களுடன் ஓரளவு சமரசம் செய்து கொள்வதை அவர் விரும்பினார். ஏனென்றால் கூட்டணி அரசில் இடம்பெற்றிருந்த வலதுசாரி தலைவரான பிலிப் குணவர்த்தனே அடிக்கடி குடைச்சல் கொடுத்துக் கொண்டிருந்தார்.

அரசாங்கத்தில் அங்கம் வகித்துக் கொண்டே அரசுக்கு எதிரான போராட்டங்களையும் நடத்தி வந்தார்.

பிலிப் குணவர்த்தனேவை அரசு பொறுப்பிலிருந்து நீக்கினார். சிங்கள வெறியர்கள் அவருக்கு எதிராக சதித்திட்டங்களை தீட்டினர். 1958ல் சிங்களர்களுக்கும், தமிழர்களுக்கும் இடையே பெரும் கலகம் மூண்டது. அடுத்த ஆண்டு செப்டம்பர் மாதம் பண்டாரநாயகா கொல்லப்பட்டார்.

புத்த சாமியார் ஒருவன் அவரை சுட்டுக் கொன்றான்.

அவரைத்தொடர்ந்து, எல்.எஸ்.எஸ்.பி.யின் முன்னாள் உறுப்பினரான விஜயாநந்தா தனநாயகா பிரதமராக பொறுப்பேற்றார். அவரால் அரசாங்கத்தை திறம்பட நடத்தமுடியவில்லை.

எனவே, 1960 ஆம் ஆண்டு மார்ச் மாதம் தேர்தல் நடைபெற்றது.

அந்தத் தேர்தலில் எந்தக் கட்சிக்கும் பெரும்பான்மை கிடைக்கவில்லை. டட்லி சேனநாயகா அரசு அமைக்க முயற்சி செய்தும் போதுமான ஆதரவு கிடைக்கவில்லை. எனவே, அடுத்த ஐந்து மாதங்களில் மீண்டும் தேர்தல் அறிவிக்கப்பட்டது.

இதில், பண்டாரநாயகாவின் மனைவி சிரிமாவோ பண்டாரநாயகா தலைமையிலான இலங்கை சுதந்திரக் கட்சி வெற்றி பெற்றது. அந்தக் கட்சிக்கு 75 இடங்கள் கிடைத்தன. இலங்கை தமிழரசு கட்சிக்கு 16 இடங்கள் கிடைத்தன. இது, தமிழர்களின் வரலாற்றில் மிக அதிகமான இடங்களாகும். ஜி.ஜி.பொன்னம்பலம் தலைமையிலான தமிழ் காங்கிரஸ் கட்சி ஒரே ஒரு இடத்தில் மட்டுமே வெற்றி பெற்றது.

இவர் தமிழர்களுடன் மோதல் போக்கை தொடர

உலகின் தேர்ந்தெடுக்கப்பட்ட முதல் பெண் பிரதமர் சிரிமாவோ பண்டாரநாயகா

விரும்பவில்லை. உலகின் தேர்ந்தெடுக்கப்பட்ட முதல் பெண் தலைவர் என்ற அந்தஸ்துடன், தனது கணவரின் அணிசேரா கொள்கையையும் கடைப்பிடித்தார்.

தமிழர்களுடன் அனுசரனையான போக்கை கடைப்பிடிக்கும் தலைவர்களுக்கு எதிராக புத்தமத சாமியார்கள் சதித்திட்டம் தீட்டுவதையே தொழிலாகக் கொண்டிருந்தனர். சிரிமாவோவுக்கு எதிராகவும் ராணுவ கலகத்தை தொடங்கினர். ஆனால், சிரிமாவோவின் சமயோசித நடவடிக்கையால் அந்த கலகம் முறியடிக்கப்பட்டது.

தேசியமயம் என்ற நடவடிக்கை இலங்கையில் தொடங்கப்பட்டது. இடதுசாரி கட்சிகள் தொடர்ந்து வலியுறுத்தி வந்த இந்த கொள்கையை திருமதி பண்டாரநாயகா தனது கையில் எடுத்துக் கொண்டார். அவர் எண்ணெய் நிறுவனங்களை தேசிய மயமாக அறிவித்தவுடன் எண்ணெய் உற்பத்தியாளர்கள் வேலை நிறுத்தத்தில் ஈடுபட்டனர்.

1964 ஆம் ஆண்டு இடதுசாரி கட்சியான எல்.எஸ்.எஸ்.பி.யுடன் இணைந்து இவர் கூட்டணி அரசாங்கத்தை அமைத்தார். அந்தக் கட்சியின் உறுப்பினர் டாக்டர் என்.எம்.பெரீரா நிதியமைச்சராக நியமிக்கப்பட்டார்.

அமெரிக்காவுடனான உறவை துண்டித்து, சோவியத் ரஷ்யாவின் பக்கம் சாய்ந்தார் திருமதி பண்டாரநாயகா. இந்தியாவுடன் உறவை பாதுகாக்க விரும்பிய அவர் அணிசேரா அமைப்பில் உறுப்பினராக இணைந்தார்.

இந்நிலையில் நேரு மறைந்தார். அவர் இருக்கும் வரை இலங்கையில் வாழும் இந்திய வம்சாவளியினரின் பிரச்சனைகளுக்கு முடிவு எட்டப்படாமல் இருந்தது.

நேரு மறைவுக்குப் பிறகு, லால்பகதூர் சாஸ்திரி இந்தியப் பிரதமரானார். 1964ல் அவரைச் சந்தித்த திருமதி பண்டாரநாயகா, இந்திய வம்சாவளியினரில் ஒரு பகுதியினரை இந்தியாவுக்கு திரும்ப அழைத்துக் கொள்ளும் வகையில் ஒப்பந்தம் ஏற்படுத்தினார்.

5 லட்சத்து 25 ஆயிரம் இந்திய வம்சாவளியினரை இந்தியா அழைத்துக் கொள்ளவேண்டும். அதற்குப் பதிலாக 3 லட்சம் இந்திய வம்சாவளியினருக்கு இலங்கை குடியுரிமை வழங்கப்பட வேண்டும் என்று ஒப்பந்தம் ஏற்படுத்தப்பட்டது. அப்போதும்

தந்தை செல்வா

கூட 1 லட்சத்து 50 ஆயிரம் இந்திய வம்சாவளியினர் கணக்கில் விடுபட்டிருந்தனர்.

இந்த ஒப்பந்தத்தை அமுல்படுத்துவதற்குள் அடுத்த தேர்தல் வந்துவிட்டது.

1965ஆம் ஆண்டு நடைபெற்ற தேர்தலில் மீண்டும் ஐக்கிய தேசியக் கட்சி வெற்றி பெற்றது. ஐக்கிய தேசிய கட்சி 66 இடங்களில் மட்டுமே வெற்றி பெற்றது. தமிழரசுக் கட்சி 14 இடங்களில் வெற்றிபெற்றது. இலங்கை சுதந்திரா கட்சி 41 இடங்களை கைப்பற்றியிருந்தது. எல்.எஸ்.எஸ்.பி. 10 இடங்களை பெற்றிருந்தது. மொத்தம் உள்ள 151 இடங்களில் ஆட்சி அமைப்பதற்கு 76 இடங்கள் தேவை. எனவே, தமிழரசு கட்சியின் ஆதரவை பெற்று ஆட்சி அமைக்க டட்லி சேனநாயகா முடிவெடுத்தார்.

அவருடைய அழைப்பை தந்தை செல்வநாயகம் ஏற்றார். அதற்கு பதிலாக ஒரு உடன்படிக்கை ஏற்படுத்தப்பட்டது.

வடக்கு, கிழக்கு மாகாணங்களில் தமிழ் மொழியை நிர்வாக மொழியாகவும், ஆவணங்கள் பதிவு செய்யும் மொழியாகவும் பயன்படுத்துவதற்கு வகை செய்வது.

இந்த மாகாணங்களில் உள்ள நீதிமன்றங்களில் தமிழ்மொழி பாவிக்கப்பட வழி செய்வது.

பிரதேச ஆட்சி முறை மன்றங்களை நிறுவுவது.

நில அபிவிருத்திக் கட்டளைச் சட்டப்படி நிலப்பகிர்வை முறைப்படுத்துவது ஆகிய அம்சங்கள் இடம்பெற்றிருந்தன.

ஆட்சி தொடங்கிய நாளில் இருந்து, பொருளாதார நெருக்கடி இலங்கையை வாட்டி வதைத்தது. அத்தியாவசிய பொருட்களின் விலை கட்டுக்கடங்காமல் உயர்ந்தது. இலங்கையின் ஜனத்தொகை பெருகியது. இலங்கையில் உற்பத்தி ஆகும் தேயிலை, காபி, ரப்பர் போன்ற பொருட்களின் விலை, இறக்குமதியாகும் அன்னிய பொருட்களின் விலையோடு ஒத்துப்போகவில்லை.

1968ஆம் ஆண்டிலேயே திருமதி பண்டாரநாயகா அடுத்து வரும் தேர்தலை சந்திக்க திட்டமிட்டார். தனது கணவர் சிங்கள வகுப்புவாத அமைப்புகளுடன் இணைந்து முதல் கூட்டணி அரசாங்கத்தை அமைத்ததைப் போல, இவர் எல்.எஸ்.எஸ்.பி., இலங்கை கம்யூனிஸ்ட் கட்சி ஆகியவற்றுடன் இணைந்து ஐக்கிய முன்னணியை உருவாக்கினார்.

1970 ஆம் ஆண்டு சோஷலிஸம் என்ற பொதுமேடையில், மூன்று கட்சிகளும் இணைந்து போட்டியிட்டன. சிங்களக் குடியரசை அமைப்போம் என்ற கோஷத்தை முன்வைத்து இவர்கள் தேர்தலைச் சந்தித்தனர்.

அதேசமயம், தமிழருக்கும் சிங்களருக்கும் தனித்தனி மாநில ஆட்சியும், அவற்றை இணைத்த மத்திய அரசும் வேண்டும். கூட்டாட்சி முறையை அமல்படுத்தும் அரசியல் சட்டம்தான் தமிழர்கள் தங்கள் உரிமைகளைப் பாதுகாக்க உதவும். முற்றிலுமாக அழிந்து போகாமல் தமிழர்கள் தங்களைப் பாதுகாத்துக் கொள்ள உதவும். இலங்கையில் வாழும் தமிழ் பேசும் மக்கள் தங்கள் பிறப்புரிமையை காப்பாற்றி, சிங்கள சகோதரர்களுடன் சம உரிமைபெற்று வாழ முடியும் என்று தந்தை செல்வா தலைமையிலான இலங்கைத் தமிழரசு கட்சி தனது தேர்தல் அறிக்கையில் தெரிவித்தது.

இப்போதுள்ள அரசியல் சட்டம் தமிழர்களை இரண்டாந்தர குடிமக்களாக மாற்றுவதற்கு வழி செய்கிறது. அவர்களுடைய தனித்தன்மையையும் அடையாளத்தையும் அழிக்க உதவியாக இருக்கிறது என்றும் அந்த அறிக்கையில்

கூறப்பட்டிருந்தது.

ஆனால், இலங்கையை இரண்டாக பிரித்து தனி நாடு அமைக்க வேண்டும் என்று அந்தக் கட்சி கூறவில்லை.

"இலங்கையை பிரிப்பது நாட்டுக்கோ, தமிழர்களுக்கோ நன்மையாக அமையாது. எனவே, நாட்டை துண்டாடுவதற்கு விரும்பும் எந்த அரசியல் அமைப்புக்கும் தமிழ் பேசும் மக்கள் ஆதரவளிக்கக் கூடாது" என்றுதான் இலங்கைத் தமிழரசு கட்சி வேண்டுகோள் விடுத்திருந்தது.

பிரிவினையை அப்போது இலங்கைத் தமிழரசுக் கட்சி ஆதரிக்கவில்லை.

இலங்கைத் தமிழரசுக் கட்சியும், தமிழ் காங்கிரஸும் தமிழர் பிரதேசங்களில் உள்ள மொத்தம் 20 இடங்களில் 16 இடங்களை கைப்பற்றின.

இலங்கை சுதந்திரா கட்சி 91 இடங்களிலும் அதன் கூட்டணி கட்சியான எல்.எஸ்.எஸ்.பி. 19 இடங்களிலும், கம்யூனிஸ்ட் கட்சி 6 இடங்களிலும் வெற்றி பெற்றன. இலங்கைத் தமிழரசு கட்சி 13 இடங்களையும் தமிழ் காங்கிரஸ் 3 இடங்களையும் கைப்பற்றி இருந்தன.

1970 ஜீூலை 19 ஆம் தேதி.

கொழும்பில் உள்ள நவரங்க ஹால். பிரதமர் சிரிமாவோ பண்டார நாயகா அழைப்பின் பேரில், புதிதாக தேர்ந்தெடுக்கப்பட்ட அனைத்து உறுப்பினர்களும் கூடியிருந்தனர்.

"இது முறைப்படியான நாடாளுமன்றக் கூட்டம் அல்ல. ஆனால், புதிய அரசியல் சட்டத்துக்கு இலங்கை மக்கள் ஒருமனதாக ஆதரவளிக்கின்றனர் என்பதை வெளிப்படுத்தும் கூட்டம் இது. சிங்களர்கள், தமிழர்கள், முஸ்லிம்கள் என அனைத்து இனமக்களும், புத்த மதத்தினர், இந்துக்கள், முஸ்லிம்கள் என அனைத்து மதத்தினரும் ஒரே தேசத்தவராக தங்களை அடையாளப்படுத்தும் கூட்டம் இது" என்றார் சிரிமாவோ.

புதிய அரசியல் சட்டத்தை உருவாக்குவதற்கான தீர்மானத்தை அவர் முன்மொழிந்தார். அந்த தீர்மானத்தை எதிர்க்கட்சித் தலைவராக இருந்த ஜே.ஆர். ஜெயவர்த்தனே

வழிமொழிந்தார்.

தீர்மானத்தை ஆதரித்து இலங்கை தமிழரசுக் கட்சி உறுப்பினரான எஸ்.கதிர்வேட்பிள்ளை பேசினார்.

"இலங்கையை துண்டாடும் கோரிக்கையை எங்கள் கட்சி அடியோடு எதிர்க்கிறது. கூட்டாட்சிக்கு வழி வகுக்கும் புதிய அரசியல் சட்டத்தை நாடாளுமன்றம் ஏற்க வேண்டும் என்று விரும்புகிறது."

தீர்மானத்தின் மீது மூன்று நாட்கள் விவாதம் நடைபெற்றது. பின்னர், புதிய அரசியல் சட்டத்தை வடிவமைக்க குழுக்கள் அமைக்கப்பட்டன. இந்தக் குழுவில் பணியாற்ற அனைத்துக் கட்சிகளும் தங்கள் பிரதிநிதிகளை அனுப்பலாம் என்று அறிவிக்கப்பட்டது.

ஆனால், இந்தத் தீர்மானத்தை தமிழ் பிரிவினைக் கோரிக்கையின் தந்தை என்று கருதப்படும் சி.சுந்தரலிங்கம் மட்டும் எதிர்த்தார். இதை எதிர்த்து உச்சநீதிமன்றத்தில் வழக்குத் தொடர்ந்தார். எதிர்பார்த்தபடியே வழக்கு தள்ளுபடி செய்யப்பட்டது.

தந்தை பெரியாரைச் சந்தித்த செல்வநாயகம்

சிங்களனுக்கு புரியும் ஆயுதம்

புதிய அரசியல் சட்ட வடிமைப்புப் பணி நடைபெற்றுக் கொண்டிருந்தது. ஆனால், அதேசமயத்தில் தமிழர்களை ஆத்திரமூட்டும் சில முக்கியமான நடவடிக்கைகளையும் அரசு மேற்கொணடிருந்தது.

இந்நிலையில்தான், தமிழ் இளைஞர்களை வெறுப்பின் உச்சகட்டத்துக்கு இழுத்துச் செல்லும் வகையில், இலங்கை அரசு புதிய சட்டம் ஒன்றை பிரகடனப் படுத்தியது.

கல்வியை தரப்படுத்தும் சட்டம் என்ற பெயரில் 1971ஆம் ஆண்டு சிறீமாவோ பண்டாரநாயகாவின் அரசு ஒரு சட்டத்தை நிறைவேற்றியது.

சுதந்திரம் அடைந்த காலம் தொட்டு ஈழத்தமிழர்கள் கல்வியில் சிறப்புற்று இருந்தார்கள். பொதுவாக தமிழர்கள்

கல்விக்கு முக்கியத்துவம் வழங்குவார்கள். அவர்களுடைய புலமைசார் மரபு, கல்வியில் அவர்களுக்கு ஆர்வத்தை அளித்திருந்தது.

அந்தவகையில், இலங்கையின் வடக்குப் பகுதியில் தமிழர்கள் கல்வி நிலையங்களை உருவாக்கி தமிழ் இளைஞர்களுக்கு செம்மையான கல்வியை அளித்தனர். ஒப்பீட்டு அளவில் சிங்கள மாணவர்களைவிட அதிக சதவீதம் தமிழ் மாணவர்கள் உயர்கல்வி கற்றனர். அரசுப் பொறுப்புகளிலும் தமிழர்களே பெரும் பகுதியினர் இடம்பிடித்து இருந்தனர்.

இது சிங்களர்களுக்கு வெறுப்பை ஏற்படுத்தியது. தமிழர்களின் வாய்ப்புகளை சிங்களர்களுக்கு மாற்றுவதற்காக பெரும்பான்மை சிங்கள அரசுகள் அவ்வப்போது முயற்சி மேற்கொண்டன, அத்தகைய முயற்சிகளில் ஒன்றுதான் கல்வி தரப்படுத்தும் சட்டம்.

இதன்மூலம் சிங்கள, தமிழ், முஸ்லிம் மக்கள் தொகை அடிப்படையில் உயர்கல்வி வாய்ப்புகள் பிரிக்கப்பட்டன.

அதாவது, அதிக மதிப்பெண்கள் பெற்ற தமிழ் மாணவர்களின் வாய்ப்புகளை குறைவான மதிப்பெண்கள் பெற்ற சிங்கள மாணவர்கள் தட்டிப் பறிக்கும் நிலை ஏற்பட்டது.

இந்த சட்டம் தமிழ் மாணவர்கள் மத்தியில் ஆவேசத்தை ஏற்படுத்தியது.

சாத்வீகம் பேசிய தமிழர் தலைவர்களை இளைஞர்கள் எதிர்க்கும் நிலை உருவானது. தமிழ் ஈழம் ஒன்றே தங்களுடைய உரிமைகளை பாதுகாக்க உதவும் என்கிற எண்ணம் தமிழர்கள் மத்தியில் உறுதி பெற்றது.

ஆனால், அஹிம்சை வழியில் உரிமைகளை வென்றெடுக்கும் நோக்கத்தில் இருந்து விலக தமிழர் தலைவர்கள் விரும்பவில்லை. பேசித் தீர்த்து விடலாம் என்கிற நம்பிக்கை அவர்களிடம் நீடித்தது.

சிங்கள தலைவர்கள் தமிழர்களை வஞ்சிக்கும் போக்கு நீடித்தது.

சாத்வீகமான முறையில் போராடினால் உரிமைகளை வென்றெடுக்க முடியாது. அடிக்கு அடி என்ற கோட்பாடுதான் சிங்களர்களை கட்டுப்படுத்த உதவும் என்று இவர்கள்

ஆதனூர் சோழன்

தமிழர்களுக்கு கல்வி உரிமை மறுக்கப்படுவதை சித்தரிக்கும் கார்ட்டூன் படம்.

கூறிவந்தார்கள்.

மாணவர் பேரவை தொடங்கப்பட்டது. சத்திய சீலன் என்பவர் இதற்கு முக்கிய காரணமாக இருந்தார். என்ன சோப்பு போட்டாலும் சிங்களர்கள் மனதில் உள்ள அழுக்கை போக்க முடியாது. அடித்துத் துவைத்தால் மட்டுமே போக்க முடியும் என்ற எண்ணத்திற்கு தமிழ் இளைஞர்கள் வந்துவிட்டனர். தீவிரவாத சிந்தனை வளரத் தொடங்கியது.

இலங்கை அரசின் போக்கில் எவ்வித அணுசரனையும் இல்லை. தமிழர்களை அது தொடர்ந்து வஞ்சித்து வந்தது.

சிங்கள மொழியை தேசிய மொழியாகவும், புத்த மதத்தை தேசிய மதமாகவும் அறிவிக்க புதிய வரைவு அரசியல் சட்டத்தில் விதிகள் சேர்க்கப்பட்டிருந்தன.

இதையடுத்து, இலங்கை அரசாங்கத்தின் முடிவை மாற்ற இந்தியத் தலைவர்களின் உதவியைக் கேட்பது என்று தந்தை செல்வா நினைத்தார். அவர், அமிர்தலிங்கத்தை அழைத்துக்கொண்டு 1971 பிப்ரவரி மாதம் தமிழ்நாட்டுக்கு வந்தார்.

அங்கு தந்தை பெரியாரையும், அப்போது முதல்வராக இருந்த கலைஞரையும், ஆளுநராக இருந்த கே.கே.ஷாவையும் சந்தித்தார். அகில இந்திய காங்கிரஸ் தலைவராக இருந்த பெருந்தலைவர் காமராஜ், பக்தவச்சலம், காயிதே மில்லத் ஆகியோரையும் சந்தித்து இலங்கை நிலவரத்தை தெரிவித்தார்.

பிரதமர் இந்திராவிடம் நிலைமையை தெரிவிப்பதாக அவர்கள் உறுதி அளித்தனர்.

இந்நிலையில்தான் புதிய அரசியல் சட்டம் எப்படி இருக்க வேண்டும் என்று இலங்கைத் தமிழரசுக் கட்சி மாதிரி ஒன்றை வடிவமைத்து இருந்தது. அதை அரசியல் சட்டக் குழுவிடம் அளித்தது.

ஸ்ரீலங்கா என்று பெயர் மாற்றுவதையும், சுதந்திர சமத்துவக் குடியரசு என்று பெயர் மாற்றுவதையும் கட்சி ஏற்றுக் கொண்டது.

ஆனால், அரசாங்கத்தின் அமைப்பு முறை, அடிப்படை உரிமைகள், மொழி அந்தஸ்த்து ஆகியவை தொடர்பாக கட்சி அளித்திருந்த அனைத்து திருத்தங்களையும் அரசியல் சட்டக் குழு நிராகரித்துவிட்டது.

இதையடுத்து 1971 ஆம் ஆண்டு ஜீூன் மாதம் 15 ஆம் தேதி இலங்கைத் தமிழரசுக் கட்சியின் பொதுக்குழு யாழ்பாணத்தில் கூடியது. இலங்கை நாடாளுமன்றக் கூட்டத்தில் தொடர்ந்து பங்கேற்பதை முடிவு செய்வதற்காக அது கூடியிருந்தது.

மொழி தொடர்பான திருத்தம் நிராகரிக்கப்பட்டதால், நாடாளுமன்ற நடவடிக்கையிலிருந்து விலகுவதாக கட்சி அறிவித்தது. ஆனால், யாழ்ப்பாணம் தொகுதி உறுப்பினர் மார்ட்டின் மட்டும் இந்த முடிவை எதிர்த்தார். எனவே, அவர் கட்சியிலிருந்து நீக்கப்பட்டார்.

தமிழர்கள் மத்தியில் புதிய அரசியல் சட்டத்துக்கு கடும் எதிர்ப்பு உருவானது. ஆனால், இந்த எதிர்ப்பை பண்டார நாயகா அரசு கண்டுகொள்ளவில்லை. புதிய அரசியல் சட்டத்தை உடனடியாக நிறைவேற்ற வேண்டியது அவசியம் என்று பண்டார நாயகா கருதினார்.

தமிழர் பகுதிகளில் புதிய அரசியல் சட்டத்துக்கு கிளம்பிய எதிர்ப்பை மறைக்க விரும்பினார் பண்டார நாயகா. எனவே,

பத்திரிகை தணிக்கை முறையை கொண்டு வந்தார். அந்தப்பகுதிகளில் ஊரடங்கு உத்தரவை பிறப்பித்தார். அரசியல் சூழ்நிலையை விவாதிக்க நாடாளுமன்றத்தை கூட்ட விரும்பினார். நாடாளுமன்றத்தில் பேச்சுரிமை இருக்காது என்று கூறி ஐக்கிய தேசிய கட்சி உறுப்பினர்கள் பங்கேற்க மறுத்தனர்.

அப்படி இல்லை, உங்கள் கருத்துக்களை வெளிப்படையாக கூறலாம் என்று பண்டார நாயகா அறிவித்தார். அதைத் தொடர்ந்து அவர்கள் நாடாளுமன்றக் கூட்டத்துக்கு வந்தனர். புதிய அரசியல் சட்டத்தை நிறைவேற்ற வேண்டியதன் அவசரத்தை பண்டார நாயகா வலியுறுத்தினார்.

இலங்கைக்கு ஜனாதிபதி தலைமையிலான அரசமைப்பு தேவை என்று ஜெயவர்தனா ஒரு தீர்மானம் கொண்டு வந்தார். அந்த தீர்மானத்தை ஆளும் கூட்டணி நிராகரித்து விட்டது.

புதிய அரசியல் சட்டத்தின்படி பண்டார நாயகாவின் அரசு மேலும் 6 ஆண்டுகளுக்கு நீடிக்க வகை செய்யப்பட்டிருந்தது. ஆனால், இதை எதிர்க்கட்சித் தலைவர் ஜெயவர்தனே எதிர்த்தார். இதையடுத்து, அரசியல் சட்டம் நிறைவேற்றப்படும் தேதியில் இருந்து 5 ஆண்டுகள் மட்டும் ஆயுளை நீடிக்க வகை செய்யப்பட்டது.

ஐக்கிய முன்னணியின் இந்த அவசரம் தமிழ் இளைஞர்கள் மத்தியில் கொந்தளிப்பை ஏற்படுத்தியது.

1971 ஆகஸ்ட் மாதம் இலங்கை துணை அமைச்சர் சோமவீர சந்திரசிரி யாழ்பாணத்துக்கு வந்தார். உரும்பிராயில் உள்ள தமிழ் பள்ளிக்கூடம் ஒன்றில் நடைபெற்ற நிகழ்ச்சியில் அவர் பங்கேற்றார். அந்த சமயத்தில் பொன்.சிவக்குமரன் தலைமையிலான இயக்கம் அவருடைய காரில் குண்டு பொருத்தியது.

அமைச்சர் காரில் ஏறும்போது வெடிக்கும் வகையில் அது பொருத்தப்பட்டது. ஆனால், முன்கூட்டியே குண்டு வெடித்தது. இதனால் அமைச்சர் உயிர் தப்பினார். இந்த சம்பவம் இலங்கை அரசாங்கத்தை அதிர்ச்சியடையச் செய்தது.

தமிழர் தலைவர்களை யோசிக்க வைத்தது.

தமிழ் இளைஞர்களின் இந்த போக்கிற்கு மேற்கு பாகிஸ்தானுக்கும் கிழக்கு பாகிஸ்தானுக்கும் ஏற்பட்டிருந்த

சண்டைதான் காரணமாக அமைந்தது. 1971ஆம் ஆண்டு மேற்கு பாகிஸ்தானில் இருந்து பிரிந்து தனி நாடாக செயல்பட கிழக்கு பாகிஸ்தான் முடிவு செய்தது. இதையடுத்து மேற்கு பாகிஸ்தான் ராணுவம் போரைத் தொடங்கியது.

கிழக்கு பாகிஸ்தான் விடுதலைப் போராட்டத் தலைவர்களான முஜிபுர் ரஹ்மான் உள்ளிட்டோர் கொல்கத்தாவில் தனி அரசாங்கம் அமைத்தனர். பாகிஸ்தான் ராணுவத்தின் அட்டூழியம் காரணமாக கிழக்கு பாகிஸ்தானில் இருந்து லட்சக்கணக்கானோர் மேற்கு வங்கத்திற்குள் அகதிகளாக நுழைந்தனர். இந்நிலையில் இந்திய ராணுவத்தை கிழக்கு பாகிஸ்தானுக்குள் நுழைய உத்தரவிட்டார் இந்திரா காந்தி.

14 நாட்கள்தான் 1971 டிசம்பரில் வங்கதேசம் மலர்ந்தது. இதுதான் இலங்கை தமிழ் இளைஞர்களின் புதிய நம்பிக்கைக்கு வித்திட்டது.

மாவை சேனாதிராஜா, காசிஆனந்தன், கோவை மகேசன், வேலுப்பிள்ளை பிரபாகரன், உமா மகேஸ்வரன், செட்டி தனபாலசிங்கம், குட்டிமணி, தங்கதுரை உள்ளிட்டோர் குழுவாக செயல்பட்டு வந்தனர். எதிர்காலத்தில் வங்கதேசத்தைப் போல தமிழ் ஈழத்தை அமைக்க நடவடிக்கை எடுக்க வேண்டும் என்று வெளிப்படையாக பேசத் தொடங்கினர்.

எதிர்க்கட்சியான ஐக்கிய தேசிய கட்சி புதிய அரசியல் சட்டத்தை ஆதரிக்க முடிவு செய்த நிலையில், 1972ஆம் ஆண்டு மே மாதம் 14ஆம் தேதி தந்தை செல்வா முக்கியமான கூட்டம் ஒன்றுக்கு அழைப்பு விடுத்தார்.

திரிகோணமலையில் உள்ள டவுன்ஹாலில் இந்தக் கூட்டம் நடைபெற்றது. அரசியல் வேறுபாடுகளைக் கடந்து தமிழர்களுக்காக ஒரு அமைப்பை ஏற்படுத்துவது குறித்து ஆலோசிக்க இந்தக் கூட்டம் ஏற்பாடு செய்யப்பட்டது.

இதில், இலங்கை தமிழரசுக் கட்சி, அனைத்து இலங்கை தமிழ் காங்கிரஸ், சிலோன் தொழிலாளர் காங்கிரஸ், ஈழத் தமிழர் ஒற்றுமை முன்னணி, அனைத்து சிலோன் தமிழ் மாநாடு ஆகிய கட்சிகளின் பிரதிநிதிகள் கலந்து கொண்டனர்.

உணர்ச்சி கவிஞர் காசி ஆனந்தன்

இதுதவிர, பல்வேறு தொழிற்சங்கங்கள், மாணவர் அமைப்புக்கள், கட்சி சாராத தொழிலாளர்களின் பிரதிநிதிகள் இந்த மாநாட்டில் பங்கேற்றனர்.

மாநாட்டு முடிவில் தமிழ் ஐக்கிய முன்னணி என்ற அமைப்பு உருவாக்கப்பட்டது.

இதையடுத்து, அதுவரை மாணவர் பேரவை என்ற பெயரில் இயங்கிய அமைப்பு தமிழ் இளைஞர் பேரவை என்று மாற்றப்பட்டது.

இந்த மாற்றத்தைத் தொடர்ந்து அரசியல் சட்டத்தை ஆதரிக்க வேண்டிய கட்டாயம் ஏற்பட்டது. ஆனால், தமிழர் கட்சிகள் நாடாளுமன்றத்தை புறக்கணிக்க முடிவு செய்தன. மொத்தம் 20 தமிழ் உறுப்பினர்கள் நாடாளுமன்றத்தில் இருந்தனர். அவர்களில் 15 பேர் மட்டுமே புதிய அரசியல் சட்டத்துக்கு எதிராக இருந்தனர்.

அனைத்து இலங்கை தமிழ் காங்கிரஸ் கட்சியின் சி.அருளம்பலம், ஏ.தியாகராஜா ஆகியோரும் இலங்கை தமிழரசு கட்சியில் இருந்து விலக்கப்பட்ட மார்ட்டின் மற்றும் நியமன உறுப்பினர்களான எம்.சி.சுப்பிரமணியம், சி.குமாரசூரியர் ஆகிய 5 தமிழ் எம்.பி.,க்கள் விலைக்கு வாங்கப்பட்டனர்.

1972 மே மாதம் 22ஆம் தேதி புதிய அரசியல் சட்டத்தின்

மீது வாக்கெடுப்பு நடத்தப்பட்டது. தமிழ் எம்.பி.,க்கள் 15 பேர் வாக்கெடுப்பை புறக்கணித்த நிலையில், அரசியல் சட்டம் ஒருமனதாக நிறைவேற்றப்பட்டது.

வடக்கு, கிழக்கு மாநிலங்களில் வன்முறை வெடித்தது. காலை முதல் மாலை வரை முழு அடைப்பு அறிவிக்கப்பட்டது. பொதுக்கூட்டங்களுக்கு அரசாங்கம் தடை விதித்தது. புதிய அரசியல் சட்டத்தின் நகல்களை தமிழ் இளைஞர்கள் தீயிட்டுக் கொளுத்தினர். தேசியக் கொடியை எரித்தனர். பஸ்கள் கொளுத்தப்பட்டன. அரசுக்கட்டிடங்கள் மீது குண்டு வீசப்பட்டன. முக்கியமான இடங்களில் கருப்புக் கொடிகள் ஏற்றப்பட்டன.

புதிய அரசியல் சட்டத்தை எதிர்த்து யாழ்பாணத்தில் நடைபெற்ற ஒரு பேரணிக்கு தந்தை செல்வா தலைமை வகித்தார். அந்தப்பேரணியில் உணர்ச்சிக் கவிஞர் காசிஆனந்தன் ஆவேசமாக பேசினார்.

"மிஸ்டர்.துரையப்பா, மிஸ்டர்.சுப்பிரமணியன், மிஸ்டர்.அருளம்பலம், மிஸ்டர்.ஆனந்த சங்கரி... நீங்கள் தமிழ் தேசத்தின் எதிரிகளாகி விட்டீர்கள். உங்களுக்கு இயற்கையான மரணம் கிடையாது. விபத்தில்தான் உயிரிழப்பீர்கள். தமிழ் மக்கள் அதிலும் குறிப்பாக தமிழ் இளைஞர்கள்தான் நீங்கள் எப்படி சாக வேண்டும் என்பதை தீர்மானிப்பார்கள்"

காசிஆனந்தனின் இந்தப்பேச்சு அரசாங்கத்தை உஷார் படுத்தியது. கிராமங்கள் அளவில் ஏராளமான ஆர்ப்பாட்டங்கள் நடைபெற்றன. காசிஆனந்தன், சேனாதிராஜா உள்ளிட்ட 50 இளைஞர் தலைவர்கள் கைது செய்யப்பட்டனர். இவர்கள் அனைவரும் விசாரணை இல்லாமல் சிறையில் அடைக்கப்பட்டனர்.

1972ஆம் ஆண்டு ஜூன் மாதம் 4ஆம் தேதி. தமிழ் இளைஞர்களான சத்தியசீலன், செட்டி தனபால சிங்கம், சபாரத்னம், செல்வராஜா ஆகியோர் கோபாய் என்ற இடத்தில் ஒரு காரை இடைமறித்தனர். அது நல்லூர் கிராம பஞ்சாயத்தின் தலைவர் வி.குமாரகுலசிங்கத்துடையது. காரின் டிரைவரை அடித்துக் கட்டி டிக்கியில் போட்டனர். காரை குமாரகுலசிங்கத்தின் வீட்டுக்கு ஓட்டிச் சென்றனர். இவர் பண்டார நாயகா கட்சியின் தீவிர ஆதரவாளர். எனவே அவரை கொலை செய்யும் நோக்கத்துடன்தான் வீட்டுக்குச் சென்றனர். அவரை நோக்கி துப்பாக்கியால் சுட்டனர். ஆனால்,

பொன் சிவக்குமரன்

காயத்துடன் உயிர்தப்பிவிட்டார்.

வந்த காரிலேயே திரும்பிய அவர்கள், கார் டிரைவருடன் காருக்கு தீவைத்தனர். இந்த சம்பவத்தில் சத்தியசீலன் என்ற பொன் சிவக்குமரன் கைது செய்யப்பட்டார்.

அதே ஆண்டு செப்டம்பர் மாதம் யாழ்பாணம் மேயர் ஆல்பிரட் துரையப்பா கலந்து கொண்ட நிகழ்ச்சியில் குண்டுவெடிக்கும்படி செய்தார் வேலுப்பிள்ளை பிரபாகரன் என்ற இளைஞர்.

இரண்டு ஆண்டுகள் சிவகுமரன் சிறையில் கழிக்கவேண்டியதாயிற்று. சிறையிலிருந்து வெளியே வந்த பின்னரும் அவர் தனது பாதையில் தெளிவாக இருந்தார்.

யாழ்ப்பாணம் இளைஞர் பேரவையின் நிகழ்ச்சிகளில் கலந்து கொண்டு உரையாற்றுவார். தமிழ் மீது அளவில்லாத பற்று கொண்டவர் சிவகுமரன். அந்தக் காலகட்டத்தில், ஒரு பகுதியினர் மத்தியில் இந்தியாவுடன் இலங்கையை இணைக்க வேண்டும் என்ற கோரிக்கை எழுந்திருந்தது. இதை, பொருத்தமற்ற வாதம் என்று மறுதலித்தார் சிவகுமரன்.

ஒரு அடிமைத்தனத்தை நீக்கவேண்டும் என்பதற்காக

வல்லரசு மாதிரியான இன்னொரு நாட்டிடம் அடிமையாக இருக்க முடியாது என்று வாதிட்டார்.

இந்தியா பற்றிய அரசியல் ரீதியான தெளிவு அவரிடம் இருந்தது. அதேசமயம் மொழி மீதான பற்றும் அவரிடம் இருந்தது.

இலங்கை திருநெல்வேலியில் அமைச்சர்களுக்கு எதிராக கருப்புகொடி போராட்டம் ஒன்று நடத்தப்பட்டது. அதிலே பங்கேற்ற தமிழர்கள் ஆங்கிலத்திலே உரையாடிக் கொண்டிருந்தனர். அந்த இடத்துக்குப் போன சிவகுமரன் அவர்களிடம் சிங்களத்தில் உரையாடத் தொடங்கினார்.

"தமிழுக்கான ஒரு போராட்டத்தில் பங்கேற்கிறவர்கள், ஆங்கிலத்தில் உரையாடுவதைக் காட்டிலும் சிங்களத்திலே உரையாடலாம்"

இதுதான் சிவகுமரன்.

இந்நிலையில்தான், யாழ்ப்பாணத்தில் நான்காவது உலகத் தமிழ் ஆராய்ச்சி மாநாடு ஏற்பாடு செய்யப்பட்டது.

இந்த மாநாட்டின் முகமைக் குழுவின் தலைவராக பேராசிரியர் சு.வித்தியாநந்தன் பொறுப்பேற்றுக் கொண்டார். மாநாடு நடத்த மூன்று மாதம் மட்டுமே அவகாசம் இருந்தது. அந்தநிலையில், இலங்கை பாதுகாப்பு அமைச்சர் லஷ்மண் ஜெயக்கொடியின் அழைப்பை ஏற்று வித்தியாநந்தனும் மாநாட்டுப் பொறுப்பாளர்கள் சிலரும் சென்றனர். அமைச்சரை தலைவர் வித்தியாநந்தன் மட்டும் தனியாக சந்தித்தார்.

"மாநாடு கொழும்பில் தான் நடத்தப்படவேண்டும். பண்டாரநாயகா மண்டபத்தில் நடத்தலாம். பிரதமர் சிறீமாவோ மாநாட்டை தொடங்கி வைக்கவேண்டும். அமைச்சர் செல்லையா குமாரசூரியர் வரவேற்புரை ஆற்றவேண்டும். மாநாட்டில் கலந்து கொள்கிறவர்களுக்கு அரசு செலவில் தங்கும் வசதியும், உணவும் ஏற்பாடு செய்யப்படும்"

இதுதான் பாதுகாப்பு அமைச்சர் முன்வைத்த கோரிக்கைகள். ஆனால், வித்தியாநந்தன் இந்தக் கோரிக்கைகளை ஏற்க மறுத்துவிட்டார்.

தமிழர்கள் அதிகம் வாழும் வடக்குப் பகுதியில் மாநாட்டை நடத்தாமல் கொழும்பில் மாநாட்டை நடத்த சொல்வது எந்த வகையிலும் ஏற்கத்தக்கது அல்ல. இடமும், பாதுகாப்பும் மட்டுமே அரசிடம் நாங்கள் எதிர்பார்க்கிறோம் என்று வித்தியாநந்தன் கூறிவிட்டார்.

அமைச்சருக்கு ஆத்திரம் பொங்கியது.

"அபேபலமு" என்று சிங்களத்தில் கூறி விட்டு விருட்டென்று வெளியேறினார். அபேபலமு என்றால் "நாங்கள் பார்த்துக் கொள்கிறோம்" என்று அர்த்தம். அதாவது, மாநாட்டை எப்படி நடத்துகிறீர்கள் பார்க்கலாம் என்று அமைச்சர் மிரட்டிவிட்டுச் சென்றார்.

அப்போதே, யாழ்ப்பாணத்தில் மாநாடை நடத்துவது சிரமம்தான் என்பது அமைப்பாளர்களுக்கு புரிந்து விட்டது.

உலகத்தமிழ் மாநாட்டு நினைவிடம்

உலகத் தமிழ் மாநாடும், சிங்களர் அட்டூழியமும்

1974 ஆம் ஆண்டு தை மாதம் 3ஆம் தேதி முதல் 9ஆம் தேதி வரை யாழ்ப்பாணத்தில் நான்காம் உலகத் தமிழ் மாநாடு நடைபெறும் என்று முடிவு செய்யப்பட்டது.

மாநாட்டுக்கு அரசு அனுமதி வழங்கவில்லை. இருந்தாலும், அமைப்பாளர்கள் மாநாட்டுக்கான வேலைகளை தொடங்கிவிட்டனர். தமிழ் இளைஞர்கள் ஆர்வத்துடன் நகரை அலங்கரிக்கத் தொடங்கினர்.

பத்திரிகைகளும், வானொலியும் மாநாடு நடைபெறாது என்ற தோற்றத்தை உருவாக்கி வந்தன. மாநாட்டுக்காக இலங்கை வந்த தமிழ் அறிஞர்களையும், பார்வையாளர்களையும் அரசு திருப்பி அனுப்பியது.

அவர்கள் தத்தமது நாடுகளுக்குச் சென்று இலங்கை அரசின் இனதுவேசத்தை உலகுக்கு அறிவித்தனர். இது இலங்கை

அரசுக்கு சங்கடத்தை ஏற்படுத்தியது. கலாச்சார நிகழ்ச்சிக்குகூட இலங்கை அரசு அனுமதி மறுக்கிறது என்ற செய்தி பரவியவுடன், மாநாடு தொடங்க மூன்று தினங்கள் மட்டுமே இருக்கும் போது வெளிநாட்டு பிரதிநிதிகளுக்கு விசா வழங்க உத்தரவிட்டது.

வடக்கு - கிழக்கு மாநிலங்களில் உள்ள திரையரங்குகளிலும் முக்கிய இடங்களிலும் திட்டமிட்டபடி மாநாடு நடைபெறும் என்ற விவரம் விளம்பரப்படுத்தப்பட்டது. எனவே, வேறு வழியின்றி மாநாட்டுக்கு அனுமதி அளித்தது. ஆனால், அரசாங்கப் பொறுப்பில் உள்ள மண்டபங்களை விழாவுக்குத் தர அனுமதி மறுக்கப்பட்டன.

யாழ்ப்பாணம் மேயராக இருந்த ஆல்பிரட் துரையப்பா, யாழ்நகர திறந்தவெளி அரங்கத்தையும் மாநாட்டுக்காக ஒதுக்க மறுத்தார். எனவே, தனியார் மண்டபங்களில் மாநாட்டு நிகழ்ச்சிகள் ஏற்பாடு செய்யப்பட்டன.

தடைகளை மீறி யாழ் நகரம் விழாக்கோலம் பூண்டது. தென்னங் குறுத்தோலை, மாவிலை தோரணங்களால் யாழ் நகரம் முழுவதும் அலங்கரிக்கப்பட்டு இருந்தன. வீதிகள்தோறும் தென்னை, பனைமரங்கள் நடப்பட்டு இருந்தன.

1967ஆம் ஆண்டு சென்னையில் அறிஞர் அண்ணா முதல்வராக இருந்த போது உலகத் தமிழ்மாநாடு நடைபெற்றது. மிகவும் பிரம்மாண்டமாக லட்சக்கணக்கான தமிழர்கள் பங்கேற்புடன் அந்த மாநாடு நடைபெற்றது.

அதே எழுச்சியுடன் யாழ்ப்பாண தமிழர்களும் பெருமிதத்துடன் விழா ஏற்பாடுகளில் ஈடுபட்டிருந்தனர். இது, சிங்கள இனவெறிக் கூட்டத்துக்கு ஆத்திரத்தை ஏற்படுத்தியது.

மாநாடும், கருத்தரங்குகளும் வெற்றிகரமாக நிறைவேறின. ஜனவரி 10ஆம் தேதி பரிசளிப்பும் விருந்தினர்களுக்கு வழியனுப்பும் நடைபெறவேண்டும்.

இதற்காக யாழ்ப்பாணம் திறந்தவெளி அரங்கத்தில் நிகழ்ச்சி ஏற்பாடு செய்யப்பட்டு இருந்தது. ஆனால், 10ஆம் தேதி அரங்கத்தின் புறக்கதவுகள் மூடப்பட்டு இருந்தன. மேயர் ஆல்பிரட் துரையப்பாவை சந்திக்க முயற்சி மேற்கொள்ளப்பட்டது. அவர் தலைமறைவாகி விட்டார். அவர் எங்கே இருக்கிறார் என்பதே தெரியவில்லை.

அவசர அவசரமாக தனியார் மண்டபம் ஒன்று ஏற்பாடு செய்யப்பட்டது. அங்கேயே வழியனுப்பும் நிகழ்ச்சி நடத்தப்பட்டது. இந்த நிகழ்ச்சியில் ஐம்பதாயிரத்துக்கும் மேற்பட்ட மக்கள் திரண்டு வந்து பங்கேற்றனர். வீரசிங்கம் மண்டபம் நிறைந்து வீதிகள் முழுவதும் மக்கள் கூட்டம் வழிந்தது.

மண்டபம் இருந்த தெரு முழுமையாக மக்கள் கூட்டத்தால் அடைபட்டு இருந்தது. போக்குவரத்தை மாநகர நிர்வாகம் ஒழுங்குபடுத்தவில்லை. மக்கள் கூட்டம் நிரம்பி இருந்ததால் வாகன ஓட்டிகள் தாங்களாகவே மாற்றுப் பாதைகளில் செல்லத் தொடங்கினர். அதே பாதையில் போக்குவரத்து போலீஸ் அதிகாரியான சேனாதிராஜா மோட்டார் சைக்கிளில் வந்தார்.

அவரும் மாற்றுப்பாதையில் செல்லவேண்டியதாயிற்று. காவல் நிலையத்தில் நடந்ததை கூறியவுடன் மாநாட்டுக் கூட்டத்தை கலைக்க உத்தரவிடப்பட்டது. போலீஸ் அதிகாரி சந்திரசேகரும், மேயர் ஆல்பிரட் துரையப்பாவும் கூட்டுச் சதி செய்தனர்.

அமைதியாக விழா நிகழ்ச்சிகளை கவனித்துக் கொண்டிருந்த பொதுமக்கள் மீது கலகத்தை அடக்கும் போலீஸ் பிரிவினரை ஏவிவிட்டனர். அவர்கள் கண்ணீர் புகைகுண்டுகளை வீசி கூட்டத்தினரைக் கலைக்க முயன்றனர். கண்மூடித்தனமான தடியடி நடத்தப்பட்டது.

மின்சார கம்பிகள் அறுந்து விழும்படி துப்பாக்கி குண்டுகளால் சுட்டனர். அறுந்து விழுந்த மின்கம்பிகளில் மிதித்த பொது மக்கள் நூற்றுக்கணக்கானோர் தூக்கி எறியப்பட்டனர். அங்கும்மிங்கும் ஓடிய பொதுமக்கள் நெரிசலில் சிக்கி கீழே விழுந்தனர். கீழே விழுந்தவர்கள் மீது ஏறி மிதித்து உயிரைக் காப்பாற்றிக் கொள்ள பலர் ஓடினர்.

யாழ்ப்பாணம் மத்திய பேருந்து நிலையம் வரை பொதுமக்கள் அடித்து விரட்டப்பட்டனர். உயர் அழுத்த மின்கம்பிகளில் சிக்கிய 9 தமிழர்கள் கொல்லப்பட்டனர். பேருந்து நிலையம் அருகே இருந்த ராணி தியேட்டருக்குள் ஓடி ஒளிந்தனர். தியேட்டருக்குள்ளும் போலீஸ்சார் நுழைந்து கண்ணீர் புகைக்குண்டுகளை வீசினார்கள்.

இந்திர விழாக்கோலம் பூண்டு இருந்த யாழ்ப்பாணம் நகரம்

ஒரே நொடியில் சோகத்தில் மூழ்கியது. நகரம் முழுவதும் துக்கம் அனுசரிக்கப்பட்டது.

அந்த ஆண்டு பொங்கல் திருநாள் தமிழர்களுக்கு துக்க நாளாகியது. தமிழர்கள் யாரும் பொங்கல் பண்டிகையை கொண்டாடவில்லை.

இதுதான், இலங்கைத் தமிழர்கள் அரசு தலையீடு இல்லாமல் எதையும் செய்ய முடியாதவாறு ஒடுக்கப்பட்டுள்ளனர் என்பதை உலகுக்கு அறிவித்த முதல் சம்பவம்.

இந்த சம்பவத்தைத் தொடர்ந்துதான் ஈழத்தமிழர்கள் சத்தியாக்கிரக பாதையில் முழுவதுமாக நம்பிக்கை இழந்தனர். ஏற்கெனவே, இளைஞர் பேரவைகள், மாணவர் பேரவைகள் என தொடங்கப்பட்டு சிங்கள வெறிக்கூட்டத்தினருக்கு பதிலடி கொடுத்து வந்தனர்.

யாழ்ப்பாணம் மேயர் ஆல்பிரட் துரையப்பாவும், போலீஸ் அதிகாரி சந்திரசேகரும்தான் உலகத் தமிழ் மாநாட்டு துயரச் சம்பவத்துக்கு காரணம் என்று இளைஞர்கள் ஆவேசமடைந்தனர்.

தமிழர்களாக இருந்து கொண்டு பதவி பெறுவதற்காக இனத்துக்கு துரோகம் செய்த அவர்களை பழிக்குப்பழி தீர்க்க துடித்தார்கள்.

மாநாடு நடைபெற்ற 9 நாளும் ஒரு தொண்டராக தன்னை பதிவு செய்துகொண்டு இரவு பகலாக உழைத்தவர் பொன்.சிவகுமரன் தனது கண்ணெதிரிலேயே நடைபெற்ற இந்த துயரச் சம்பவம் சிவகுமரனை அலைக்கழித்தது. சந்திரசேகரனை சுட்டுக் கொல்லவேண்டும் என்று வெளிப்படையாகவே கூறினார்.

அவருடைய இந்த நோக்கம் போலீஸாருக்கு தெரியவந்தது. அவருக்கு வலை விறிக்கப்பட்டது. சமயம் பார்த்துக் கொண்டிருந்தார். சந்திரசேகரனை சுட்டுக் கொல்வதற்கு ஒருமுறை முயற்சி செய்தார். அது தோல்வியில் முடிந்தது. சிவகுமரனின் துப்பாக்கி சரியான நேரத்தில் இயங்க மறுத்தது. அங்கிருந்து தப்பி ஓடிக்கொண்டிருந்த சிவகுமரன் ஆல்பிரட் துரையப்பாவை எதிரில் சந்தித்தார். அவருக்கும் குறி வைத்தார்.

அப்போதும் துப்பாக்கி இயங்கவில்லை.

போலீஸார் விரட்டினர். கிட்டத்தட்ட அவர் சுற்றி வளைக்கப்பட்டார். தப்புவதற்கு வழியே இல்லை. அவர்களிடம் சிக்குவதற்குப் பதில் உயிரை மாய்த்துக் கொள்ளலாம் என்று தன்னிடமிருந்த சயனைட் விஷத்தை மென்று உயிர் துறந்தார்.

சயனைடு விஷம் அருந்தி சாவது என்ற பழக்கத்தை முதலில் தொடங்கி வைத்தவர் சிவகுமரன்தான். அவருடைய இறுதி ஊர்வலத்தில் 20 ஆயிரத்துக்கும் மேற்பட்ட தமிழர்கள் கலந்து கொண்டனர். இளைஞர்கள் உணர்ச்சி வயப்பட்டு சிங்கள வெறியர்களுக்கு முடிவுகட்ட தீர்மானித்தனர்.

சிவகுமரனும், வேலுப்பிள்ளை பிரபாகரனும் தமிழீழ மாணவர் பேரவையில் உறுப்பினர்களாக செயல்பட்டனர். சிவகுமரனை தனது வழிகாட்டியாக கொண்டிருந்தார் பிரபாகரன்.

அவர் ஏற்கெனவே, புதிய தமிழ் புலிகள் என்ற அமைப்பை ஏற்படுத்தியிருந்தார். சிவகுமரன் முயற்சி செய்து தோற்ற காரியத்தை நிறைவேற்ற பிரபாகரனும் உறுதியேற்றார். தனது சகாக்களுடன் ஆலோசனை செய்தார். நன்றாக இயங்கக்கூடிய துப்பாக்கியை தேடிப்பிடித்து வாங்கினார்.

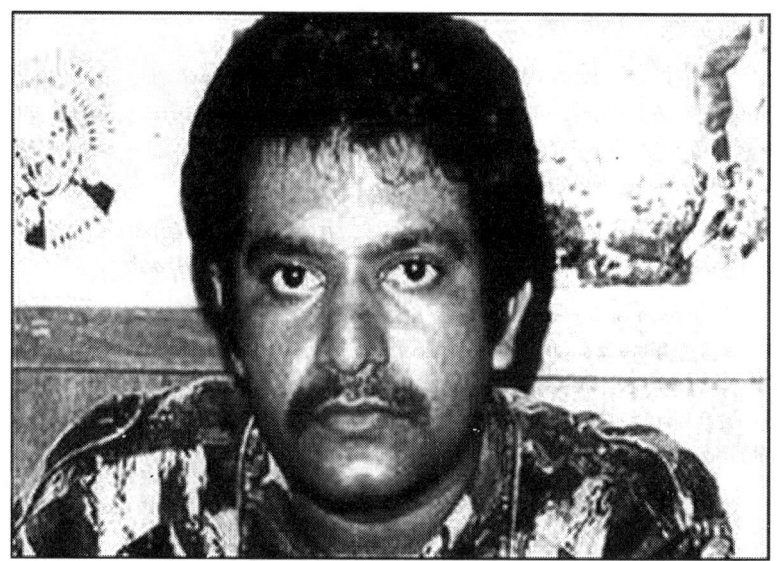

மிக இளம் வயதில் பிரபாகரன்

தம்பியின் குறி தப்பியதில்லை

பொன்னாலை.

அங்குள்ள வரதராஜ பெருமாள் கோவில் பிரசித்தி பெற்றது.

யாழ்பாணம் நகர மேயராக இருந்த ஆல்பிரட் துரையப்பாவுக்கு அந்தக் கோவில் என்றால் ரெம்பவும் இஷ்டம்.

அதெப்படி?

கிறிஸ்தவருக்கும் இந்து கோவிலுக்கும் என்ன சம்பந்தம்?

அவர் அப்படித்தான். இத்தகைய நாடகங்களால்தான் யாழ்பாணத்தின் மேயராக, ஐக்கிய தேசிய கட்சியின் எம்.பி.,யாக அவரால் ஆக முடிந்தது. சிரிமாவோ பண்டார நாயகாவின் நெருங்கிய நண்பராக இருந்தார்.

அவர் செய்த தவறு சொந்த இன மக்களின் சந்தோஷத்தைக் கெடுத்தது. அதற்குத்தான் அவர் தண்டனையை எதிர்நோக்கி இருந்தார். ஆனால், அந்த விஷயம்

அவருக்கு தெரியாது.

தமிழ் இளைஞர்கள் அனைவருமே அவரை குறிவைத்திருந்தனர். சிவக்குமரன் முயற்சி செய்து செத்துப்போனான். ஆனால், அவனுடைய நண்பர்கள் விடுவதாய் இல்லை.

வேலுப்பிள்ளை பிரபாகரன், காண்டீபன், இன்பம் என மொத்தம் 4 பேர்தான். தீவிரமாக அலோசித்தார்கள்.

"அவனைக் கொன்றுவிட வேண்டும். அதுதான் தமிழ் தேசத்திற்கு நல்லது. உண்ணாவிரதம், ஊர்வலம் எதுவும் பிரயோஜனமில்லை. அவனைக் கொல்வதன் மூலம் தமிழர்களுக்கு புதிய பாதையையும் நாம் காட்டுவோம்" என்றார் பிரபாகரன்.

"பொன்னாலையில் வேண்டாம்" என்றார் காண்டீபன். இவர் தமிழர் தலைவர் அமிர்தலிங்கத்தின் மகன். தனது தந்தையின் தொகுதியில் உள்ள பொன்னாலையில் இப்படி ஒரு கொலை வேண்டாம் என்று அவர் கருதினார். ஆனால், பிரபாகரன் முடிவு எடுத்துவிட்டார்.

1975ஆம் ஆண்டு ஜூலை மாதம் 27ம் தேதி. பெருமாள் கோவில் வாசலில் பிரபாகரன் தனது நண்பர்களுடன் காத்திருந்தார். யாரிடமும் பதட்டமில்லை. உதறல் இல்லை.

தமிழ் மக்களுக்காக இதை செய்யப்போகிறேன் என்று தனக்குள் கூறிக்கொண்டார் பிரபாகரன்.

வழக்கம்போல, போவோர் வருவோரை பார்த்து கும்பிட்டபடி காரில் வந்தார் ஆல்பிரட் துரையப்பா. பக்தி எல்லாம் ஒன்றும் இல்லை. இந்துக்களை கவருவதற்கு அவர் நடத்தும் நாடகம். வரதராஜ பெருமாள் கூட அவருடைய நாடகத்தை ஏற்க மாட்டார்.

எதிரே நிற்கும் எமனை அறியாமலேயே காரை விட்டு இறங்கினார். பிரபாகரன் கொஞ்சம்கூட பதட்டம் இல்லாமல், தனது துப்பாக்கியை இயக்கினார். பாய்ன்ட் பிளாங்க் ரேஞ்ச் என்பது துப்பாக்கி சுடுதலில் ஒரு இலக்கு. அந்த இலக்கில்தான் குறிதவறாமல் சுட்டார் பிரபாகரன்.

இறந்து விழுந்தவரை இழுத்துப் போட்டார்கள்.

அவருடைய உடல் மீது டி.என்.டி. என்று எழுதப்பட்ட அட்டையை வீசினார்கள். அவருடைய காரிலேயே ஏறி தப்பினார்கள்.

தகவல் இலங்கை முழுவதும் பரவியது. ஏதுமறியாதவர் போல பிரபாகரன் தனது வீட்டில் வந்து படுத்து தூங்கினார்.

"பயல்கள் சாதித்து விட்டார்கள்" தமிழர்கள் நெஞ்சில் ரகசிய பெருமிதம் பொங்கி வழிந்தது.

யார் இந்த பிரபாகரன்?

வல்வெட்டித்துறையில் பிரபாகரனின் குடும்பம் பிரபலமான குடும்பம். அவரது அப்பா வேலுப்பிள்ளை அரசாங்க நில அளவைத்துறையில் அதிகாரியாக பணிபுரிந்தார். அம்மா பார்வதி அன்பே உருவானவர். அதிர்ந்து பேச மாட்டார். கோவில், கடவுள், புத்தகம் தவிர வேறு எதுவும் பெரிதாக தெரியாது. வீடு முழுவதும் புத்தகங்கள் இரைந்து கிடக்கும்.

வேலுப்பிள்ளையின் தாத்தா கட்டிய வைத்தீஸ்வரன் கோவில் வல்வெட்டித்துறையில் பிரபலமான கோவில்.

பிரபாகரன் வீட்டில் கடைசி பையன். பாலா, வினோதினி என்ற இரண்டு சகோதரிகள். ஒரு மூத்த சகோதரர். எல்லோருக்கும் பிரபாகரன் என்றால் ரொம்ப பிரியம். தம்பி என்றுதான் அழைப்பார்கள்.

அப்பாவுடன் பிரபாகரனுக்கு நெருக்கம் அதிகம். மிக உரிமையுடன் எப்போதும் அவர் மடி மீது அமர்ந்திருப்பார். அப்பாவுக்கு தந்தை செல்வாவை பிடிக்கும். அவர்தான் தமிழர்களுக்கு நிம்மதியான வாழ்க்கையை அமைத்துக் கொடுப்பார் என்று நம்பினார்.

ஆனால், நடந்து கொண்டிருந்த விஷயங்கள் அந்த நம்பிக்கையை போக்கிக் கொண்டிருந்தன. சிங்களர்களின் அட்டூழியம் அதிகரித்துக் கொண்டே போனது.

ஒருநாள் பாணந்துறை கோவில் குருக்கள் ஒருவரை உயிரோடு கொளுத்திவிட்டார்கள் என்று அப்பாவின் நண்பர்கள் கூறினார்கள். அப்போது பிரபாகரனுக்கு 3 வயது.

"அவர்களை குருக்கள் திருப்பி அடிக்கவில்லையா?"

சுட்டுக் கொல்லப்பட்ட
ஆல்பிரட் துரையப்பா

மகனின் இந்தக்கேள்வியை தந்தை எதிர்பார்க்கவில்லை. திருப்பி அடிக்க வேண்டும் என்கிற எண்ணம் பிரபாகரனிடம் இருந்திருக்கிறது. தந்தையும் நண்பர்களும் பேசிக்கொள்ளும் விஷயங்கள் சின்னவயதில் இருந்தே பிரபாகரனுக்குள் பாதிப்பை ஏற்படுத்தி இருந்தது.

கொழும்பில் இருந்து பிரபாகரனின் அத்தை வந்திருந்தார். ரொம்பநாள் கழித்து அவரை பிரபாகரன் குடும்பத்தினர் பார்த்தனர். அத்தையின் முகத்திலும் கழுத்திலும் கைகளிலும் தீக்காய வடுக்கள் இருந்தன.

"இது எப்படி அத்தை வந்தது?" பிரபாகரன் கேட்டார்.

"ஏய், சும்மா இருங்க..." என்றார் அம்மா.

பிள்ளைகள் அடங்கி விட்டார்கள். சற்றுநேரம் கழித்து, அம்மா இல்லாத சமயத்தில் அத்தையிடம் மீண்டும் பேச்சுக் கொடுத்தனர்.

அத்தை சொன்ன கதை அதிர்ச்சியூட்டியது.

கொழும்புவில் சிங்களர்கள் தமிழர்களை விரட்டிவிரட்டி கொன்றார்கள். அத்தையின் வீட்டுக்கும் வந்தார்கள். அத்தையும் மாமாவும் அவர்களின் பிள்ளைகளும் அறைக்குள் ஓடி ஒளிந்தார்கள். சிங்கள வெறியர்கள் கவலைப்படவில்லை. ஒரு கேன் நிறைய பெட்ரோலை வீட்டுக்குள் ஊற்றினர். தீ வைத்தனர். வீடு தீப்பற்றி எரிந்தது. மாமா தீயில் சிக்கி இறந்தார்.

பிரபாகரனின் சகோதரி வினோதினி. கனடாவில் வசிக்கிறார்

அத்தையும் பிள்ளைகளும் பின்பக்க சுவரேறி குதித்து தப்பினர். அவர்கள் வீட்டுக்கு பின்னால் இருந்த சிங்கள குடும்பத்தினர் சிலர் பாதுகாப்பு அளித்தனர்.

தமிழர் பகுதிகளில் மட்டுமின்றி, நாடு முழுவதும் சிங்களர்களின் அட்டூழியம் பரவி இருப்பதை முதன்முறையாக பிரபாகரன் உணர்ந்தார்.

1970களின் தொடக்கம். சிங்கள அரசு தமிழர்களின் கல்வியில் கை வைத்தது. அதைத்தொடர்ந்து மாணவர் பேரவை தொடங்கப்பட்டது. பொன்னுதுரை சத்தியசீலன் இந்த பேரவையை தொடங்கினார். ஏராளமான மாணவர்கள் சிங்கள எதிர்ப்பு உணர்வுடன் பேரவையில் இணைந்தனர். போராட்டங்களை நடத்தினர்.

பிரபாகரனும் பேரவையில் ஈடுபாடு காட்டினார். மாணவர்களுக்குள் தீவிரவாதம் வளர்ந்தது. 1972இல் துரையப்பா ஸ்டேடியத்தில் மேயர் ஆல்பிரட் துரையப்பா பேசிக் கொண்டிருந்தார். திடீரென்று ஒரு குண்டு வெடித்தது. வெடிக்கச் செய்தது பிரபாகரன். அவருக்கு அப்போது 16 வயது.

போலீஸ் பிரபாகரனை விரட்டியது. பிரபாகரனுடன்

இருந்தவர்கள் தப்பி ஓடினார்கள். பிரபாகரன் இருட்டும் வரை வீட்டுக்கு வரவில்லை.

அன்று அக்கா வினோதினிக்கு திருமணம். திருமண வீட்டில் உறவினர்கள் குவிந்திருந்தனர். எல்லோரும் பிரபாகரனைத் தேடினார்கள். அப்பாவுக்கு கவலை அதிகரித்தது.

பிரபாகரன் என்ன செய்கிறார்? எங்கே போகிறார்? சமீப நாட்களாக அவருடைய நடவடிக்கை சந்தேகப்படும்படி இருக்கிறதே, அக்காவின் திருமணத்தைவிட வேறு என்ன முக்கியமான காரியத்துக்கு போயிருக்கிறார் என்று அவருக்குள் கேள்விகள் அடுக்கடுக்காய் எழுந்தன.

இரவு நேரம். பிரபாகரன் வீட்டுக்கு வந்தார். எல்லோருக்கும் கவலை தீர்ந்தது.

"எங்கப்பா போயிருந்தாய்?" வாஞ்சையுடன் கேட்டார் அப்பா.

பிரபாகரன் பதில் சொல்லவில்லை.

இந்திய விடுதலைப் போராட்டத்தைப் பற்றி அப்பா கூறி, பிரபாகரன் கேட்டிருக்கிறார். ஆனால், போராட்டத்தில் ஈடுபட்ட தலைவர்களில் பிரபாகரனுக்கு பிடித்தவர்கள் சிலர்தான். அவர்களில் சுபாஷ் சந்திர போஸ் முக்கியமானவர். அடுத்தவர், பகத்சிங்.

உரிமைகளை வென்றெடுக்க நடத்தும் போராட்டத்தில், பிச்சை கேட்பது கேவலம். இது என் நாடு. இங்கே உனக்கு என்ன வேலை. நீயும் நானும் மனிதர்கள்தான். எனக்குரிய நிலத்தில் உனக்கேது உரிமை?

இப்படித்தானே இருக்க வேண்டும் விடுதலைக் குரல்.

அதை விடுத்து சாத்வீக போராட்டம் என்று என்று கூறி ஒண்ட வந்தவனிடம் அடி வாங்கியா சிறையில் பொழுதைக் கழிப்பது?

இதுதான் பிரபாகரனின் சிந்தனை.

இலங்கையின் ஒரு பகுதியில் நீ வந்து குடியேறினாய். நான் ஒரு பகுதியில் குடியேறினேன். உனக்கே நான் மன்னனாக இருந்தேன். என்னை ஒருபோதும் நீ வென்றதில்லை. வெள்ளைக்காரன் நிலப்பகுதிகளை இணைத்தான். அவன் யார்

எனது நிலத்தை உன்னுடன் இணைக்க?

தனது பாதை சரிதான் என்று பிரபாகரன் நம்பினார். ஒரு அறைக்குள் போய் படுத்துக் கொண்டார். அதிகாலை நேரம். இன்னும் இருள் விலகவில்லை. நெடுநேரம் திருமண வேலைகளை பார்த்துவிட்டு அப்போதுதான் படுத்திருந்தார் வேலுப்பிள்ளை.

"யாரது? இந்நேரத்தில் கதவைத் தட்டுறது?" தூக்கக்கலக்கத்துடன் கதவைத் திறந்தார். உடனே திமுதிமுவென்று போலீசார் வீட்டுக்குள் நுழைந்தனர்.

"எங்கே உங்கள் மகன்?" கேட்டபடியே வீடு முழுவதும் தேடினார்கள். வேலுப்பிள்ளைக்கு எதுவும் புரியவில்லை.

"இங்கேதான் படுத்திருக்கிறான்" என்று பிரபாகரன் படுத்திருந்த அறையின் கதவை திறந்தார். ஆனால், அங்கே தலையணையும் பாயும் மட்டுமே இருந்தது. பிரபாகரன் வெளியேறி இருந்தார்.

போலீஸ் தேடத் தொடங்கிவிட்டது. இனி ஆபத்துதான். வீட்டுக்கு போக முடியாது. வீட்டில் உள்ளவர்களுக்கு வீண் பிரச்சனை ஏற்படும்.

பிரபாகரன் ஒரு குழுவில் இருந்தார். அத்தனைபேரும் இளைஞர்கள். சிலர் பிரபாகரனைக் காட்டிலும் வயதில் மூத்தவர்கள்.

25 பேர் இருப்பார்கள். அவர்களை இருவர் வழிநடத்தினர். ஒருவர் பெயர் நடராஜா தங்கதுரை. இன்னொருவர் பெயர் யோகச்சந்திரன் என்ற குட்டிமணி.

தமிழர் தலைவர்களால் எந்தவிதமான பயனும் இல்லை. ஆயுதப்புரட்சி ஒன்றுதான் சுகவாழ்வை கொண்டு வரும் என்று நம்பியவர்கள்.

ஆயுதப்புரட்சி நடத்த நினைத்தால் போதுமா? ஆயுதங்கள், வெடிப்பொருள்கள் சுலபத்தில் கிடைத்து விடுமா? அவற்றை பயன்படுத்த பயிற்சி வேண்டாமா?

பழைய துப்பாக்கிகள் சிலவற்றை தேடிப்பிடித்து வாங்கினார்கள். மெக்கானிக் ஒருவரின் உதவி கிடைத்தது. துப்பாக்கியின் பாகங்களை பிரித்து மாட்டவும், அவற்றை இயக்கவும் பழகிக் கொண்டார்கள்.

அவரிடம் இருந்து தொழில்நுட்பத்தை நன்றாகக் கற்றுக் கொண்டவர் பிரபாகரன்தான். குழுவில் மிகச்சிறுவனாக இருந்த பிரபாகரன் மீது குட்டிமணிக்கும் தங்கதுரைக்கும் பிரியம் அதிகம்.

இரவு முழுவதும் எங்காவது ஒரு ஓரத்தில் படுத்து உறங்குவார்கள். பகலில் காடுகளுக்குள் திரிவார்கள். சர்க்கரைவள்ளிக் கிழங்குதான் பொதுவான உணவு. அதிலும் பிரபாகரன் சர்க்கரைவள்ளிக் கிழங்குக்கு பச்சை மிளகாயை தொட்டுக்கொள்ள பயன்படுத்தினார்.

ஒரு குழுவில் இருந்தாலும் குழுவினரின் ஏனோதானோ நடவடிக்கைகளில் பிரபாகரனுக்கு ஆர்வம் இல்லை. தனக்கென்று ஒரு பாதையை சிந்தித்துக் கொண்டிருந்தார். அந்த சமயத்திலேயே அவருக்கு நெருக்கமான சிலர் கிடைத்தனர். அத்தனைபேரும் போலீசாரால் தேடப்பட்டவர்கள்.

வல்வெட்டித்துறை, பருத்தித்துறை, காங்கேசன்துறை ஆகிய ஊர்களைச் சேர்ந்தவர்கள். தாங்கள் அனைவரும் தனிக்குழுவாக செயல்படலாம் என்று முடிவு செய்திருந்தார்கள். தங்களுக்குள் பேசி அமைப்புக்கு புதிய தமிழ் புலிகள் என்று பெயர்கூட வைத்து விட்டார்கள்.

தலைமறைவு வாழ்க்கை எப்போது முடியும் என்று தெரியவில்லை. ஆனால், அவர்கள் இருக்கும் இடம் போலீசுக்கு தெரிந்து விட்டது. போலீசுக்கு தெரிந்தது போலவே பிரபாகரனின் அப்பாவுக்கும் தெரிந்து விட்டது.

ஒருநாள் நேரில் வந்து விட்டார். தந்தையைப் பார்த்த பிரபாகரனுக்கு என்ன சொல்வது என்றே தெரியவில்லை. அமைதியாக இருந்தார். மெதுவாக மௌனத்தை கலைத்தார். உறுதியான குரலில் பேசினார்.

"என்னை விட்டுவிடுங்கள். என்னால் உங்களுக்கு எந்த பயனும் இல்லை" என்றார்.

தந்தை வேலுப்பிள்ளை மகனை கைகழுவி விட்டு வீடு திரும்பினார். மகனோ, குழுவினருடன் இடத்தை மாற்ற முடிவு செய்தார்.

சிறுத்தைக் குட்டியுடன் விளையாடும் புலி

தமிழ் மண்ணில் தலைமறைவு

எங்கே போகலாம்?

போலீஸ் தொந்தரவுகளில் இருந்து சில காலம் விடுபட வேண்டும். தமிழகத்துக்கு போய் விடலாம்.

குட்டிமணி சொன்னார்.

அவருக்கு ஏற்கெனவே தமிழகம் பரிச்சயமான இடம்தான். அங்கே சில உறவினர்கள் கூட இருக்கிறார்கள். தங்கதுரைக்கும் அப்படித்தான்.

இருவரும் சேர்ந்து தமிழ் விடுதலை இயக்கத்துக்காக கிடைத்த ஆயுதங்களை கடத்தி இருக்கிறார்கள். அப்போது அவர்களுக்கு என்ன பெரிதாக கிடைத்திருக்கும். கிணறு வெட்ட பயன்படும் டெட்டனேட்டர்கள்தான் கிடைக்கும்.

அதைக் கொண்டுவந்து எப்படி பயன்படுத்துவது என்றுகூட தெரியாது. அந்த அளவுக்கு பணம் இல்லை. பணம்

சேர்க்க வேண்டுமென்றால் அரசாங்க வங்கியைத்தான் கொள்ளையடிக்க வேண்டும். இதுவரை சில சின்ன அளவிலான கொள்ளைகளில் அவர்கள் சம்பந்தப் பட்டிருக்கிறார்கள்.

பெரிதாக எதையேனும் செய்து இயக்கத்தை வளர்க்க வேண்டும்.

தோணியை ஏற்பாடு செய்தார்கள். அப்போதெல்லாம் கடலோர ரோந்து அதிகம் இருக்காது. பிக்னிக் போவது போல தமிழகத்துக்கு வந்து போவார்கள். பெண் கேட்பது முதல் சினிமா பார்ப்பது வரை தமிழகம் அவர்களுக்கு தண்ணீர்பட்ட பாடு.

குட்டிமணி, தங்கதுரை, பெரிய ஜோதி, பிரபாகரன்.

நால்வரும் தமிழகம் வந்தனர். குட்டிமணியும் தங்கதுரையும் சேலத்துக்கு போனார்கள். பிரபாகரனும் பெரிய ஜோதியும் வேதாரண்யத்தில் சில நாட்கள் தங்கினர்.

பிரபாகரன் சென்னை செல்ல வேண்டும் என்று விரும்பினார். அப்போதெல்லாம், இலங்கை பிரச்சனை தமிழகத்தில் பெரிய பாதிப்பை ஏற்படுத்தி இருக்கவில்லை. தமிழ் அரசியல் தலைவர்கள் சிலர் தமிழக தலைவர்களை சந்தித்து தங்களுக்கு உதவும்படி கேட்டிருந்தனர். அவ்வப்போது, சில செய்திகள் வரும் அவ்வளவுதான்.

பிரபாகரனுக்கு சென்னையில் வேறு யாரையும் தெரியாது. ஆனால், இலங்கைத் தமிழ் இளைஞர்களுக்கு அறிமுகமான செட்டி தனபால சிங்கம் என்பவரை பிரபாகரனுக்கு தெரியும். அவர், சில கொள்ளை வழக்குகளில் கைதாகி, சிறையில் இருந்து தப்பி சென்னை வந்திருந்தார்.

அவர் சென்னையில் தங்கியிருக்கும் இடத்துக்கு வந்தார். தனது திட்டத்துக்கு உதவும் ஆளைத்தான் பிரபாகரன் தேடிக்கொண்டிருந்தார். செட்டியால் உதவமுடியும். அவரைப் போய் பார்த்தார். செட்டிக்கு தமிழர் விடுதலை என்றெல்லாம் பெரிய லட்சியம் கிடையாது. இருந்தாலும் பிரபாகரன் தனது இயக்க லட்சியத்துக்கு அவரால் உதவ முடியும் என்று நம்பினார்.

இருவரும் நிறைய பேசினார்கள். பிரபாகரன் தனது புதிய தமிழ் புலிகள் இயக்கத்தைப் பற்றியும் தனக்கு ஆதரவாக இலங்கையில் உள்ள சில இளைஞர்களைப் பற்றியும்

செட்டியிடம் கூறினார்.

எனக்கும் விடுதலைப் போராட்டத்தில் ஆர்வம் இருக்கிறது என்றார் செட்டி. வயதில் மூத்தவர் என்றாலும் பிரபாகரனுடைய திட்டத்துக்கு உதவ தயாராக இருந்தார்.

1973 ஆம் ஆண்டு மே மாதம்.

இலங்கை கடற்படை ஒரு படகை கைப்பற்றியது. அதில் 20 ஆயிரம் டெட்டனேட்டர்கள் இருந்தன. அந்தச் சமயத்தில் அது மிகப்பெரிய வேட்டை. தமிழ் இளைஞர்களின் கனவுக்கு அடித்தளம் போடுவதற்காக கடத்திவரப்பட்டவை.

ஆனால், கடற்படையிடம் மாட்டிக் கொண்டது. குட்டிமணிக்கு சொந்தமானது அந்த படகு. அவர் தப்பி தமிழகத்துக்கு வந்தார்.

சில நாட்களிலேயே குட்டிமணி தமிழக போலீஸாரிடம் சிக்கிக் கொண்டார். அவரிடம் ஏராளமான வெள்ளிக் கட்டிகள் இருந்தன. அவற்றையும் பறிமுதல் செய்தனர்.

குட்டிமணி போலீஸாரிடம் தன்னைப் பற்றிய விவரம் எதையும் சொல்லவில்லை. அவர் கைது செய்யப்பட்ட விவரம் இலங்கை போலீஸாருக்கு தெரிந்தது. அவர்கள் குட்டிமணியை தங்களிடம் ஒப்படைக்கும்படி இந்திய அரசுக்கு வேண்டுகோள் விடுத்தனர்.

இலங்கையில் தீவிரவாதச் செயல்களில் ஈடுபடுகிறவர். அரசாங்கத்துக்கு எதிராக ஆயுதப் போராட்டம் நடத்துகிறவர் என்று குட்டிமணியைப் பற்றி இலங்கை அரசு கூறியிருந்தது.

நாடுகளுக்கு இடையே குற்றவாளிகளை பரிமாறிக் கொள்ளும் ஒப்பந்தம் இருந்தது. அதனால், தமிழக முதல்வருக்கு மத்திய அரசு உத்தரவிட்டது. அந்த உத்தரவை ஏற்று, அப்போது முதல்வராக இருந்த கலைஞர், குட்டிமணியை இலங்கை போலீஸாரிடம் அவரை ஒப்படைக்கும்படி உத்தரவிட்டார்.

குட்டிமணியை இலங்கை போலீஸாரிடம் ஒப்படைத்ததை கண்டித்து சில தமிழ் தீவிரவாத அமைப்புகள் மட்டும் அப்போது சிறு அளவில் ஆர்ப்பாட்டம் நடத்தின.

இலங்கைக்கு கொண்டுசெல்லப்பட்ட குட்டிமணி அங்கு

சிறையில் அடைக்கப்பட்டார்.

இதையடுத்து, 1974இல் இலங்கை செல்ல பிரபாகரன் முடிவு செய்தார். அங்கு டெலோ அமைப்புடன் இணைந்து செயலாற்றினார்.

டெலோ அமைப்பில் செயல்பட்டாலும் தனி அமைப்பை வலுப்படுத்தும் முயற்சியையும் அவர் மேற்கொண்டிருந்தார். தன்னுடைய புதிய தமிழ் புலிகள் அமைப்புக்கு நிதி ஆதாரத்தை சேர்க்க விரும்பினார்.

விடுதலை போராளிகள் இயக்கத்திற்கு ஆயுதங்கள் வாங்குவதற்காக வங்கிக் கொள்ளைகள்கூட நியாயப்படுத்தப்பட்டன. தமிழர் பகுதிகளில் போராளிகள் இயக்கம் வலுப்பெற்று வருவதை அரசாங்கம் உணரவில்லை. பண்டார நாயகாவின் அரசுக்கு எல்லா திசைகளில் இருந்தும் நெருக்கடிகள் முளைத்தன. அரசாங்கத்தில் அவருடைய குடும்ப உறுப்பினர்கள் ஆதிக்கம் செலுத்துகின்றனர் என்ற குற்றச்சாட்டு ஓங்கி ஒலித்தது.

கருத்துக் கணிப்புகளில் ஐக்கிய தேசிய கட்சிக்கு ஆதரவு அதிகரித்திருப்பது தெரியவந்தது. ஆனால், நெருக்கடி நிலையை பயன்படுத்தி எதிர்க்கட்சிகளின் குரல்வளையை நெரித்துக் கொண்டிருந்தார் பண்டார நாயகா.

தமிழர் ஐக்கிய முன்னணி, அரசுக்கு எதிரான போராட்டங்களில் முன் நின்றது. அந்தக் கட்சி அரசியல் கட்சியாக பதிவுபெற்றது. 1972இல் தந்தை செல்வா பதவி விலகியிருந்த காங்கேசன்துறை தொகுதிக்கு 1975ஆம் ஆண்டுதான் இடைத்தேர்தல் அறிவிக்கப்பட்டது.

அந்தத் தேர்தலில் தந்தை செல்வா மிகப்பெரிய வாக்குவித்தியாசத்தில் ஐக்கிய தேசியக் கட்சி வேட்பாளரை தோற்கடித்தார். புதிய அரசியல் சட்டத்தின்படி 1977 வரை ஆட்சி நீடிப்பு பெற்றிருந்த பண்டார நாயகா உடனடியாக பதவி விலகி தேர்தலை சந்திக்க வேண்டும் என்று ஜெயவர்தனா வற்புறுத்தினார். அவரது கோரிக்கையை பண்டார நாயகா ஏற்கவில்லை.

இந்நிலையில்தான், 1975ஆம் ஆண்டு ஜூலை மாதம் யாழ்பாணம் மேயர் ஆல்பிரட் துரையப்பா சுட்டுக் கொல்லப்பட்டார். தமிழர் பகுதிகளில் தமிழர்களின் கை ஓங்கி

தமிழீழ விடுதலைப் புலிகள் அமைப்பை தொடங்கியதும் பிரபா

வருவது சிங்களர்களுக்கு ஆத்திரத்தை ஏற்படுத்தியது.

அவருடைய கொலையைத் தொடர்ந்து பிரபாகரன் தனிப்பட்ட வகையில் தமிழர்கள் மத்தியில் நன்கு அறிமுகமானார். தனது புதிய தமிழ் புலிகள் அமைப்பை தமிழீழ விடுதலைப்புலிகள் என்று மாற்றினார். அந்த அமைப்பில் புதிய இளைஞர்கள் வந்து சேரத் தொடங்கினர். மற்ற அமைப்புக்களைக் காட்டிலும் விடுதலைப்புலிகள் அமைப்பு தனக்கென்று உறுதியான நோக்கத்தை கொண்டிருந்தது. அதுவே இளைஞர்களை ஈர்க்க காரணமாக அமைந்தது.

வவுனியாவில் உள்ள அடர்ந்த கானகம். பகல் நேரத்தில்கூட இருண்டு கிடக்கும் கானகம். எந்த இடத்தில் புதைமணல் குழிகள் இருக்கும் என்று யாருக்கும் தெரியாது.

கொஞ்சம் அசந்தால்கூட அவை ஆளை விழுங்கிவிடும். அத்தகைய அபாயமான வனத்தின் மையப்பகுதிக்கு பிரபாகரன் தனது ஆதரவாளர்களை அழைத்துச் சென்றார்.

அங்கு மிகப்பரந்த வெட்ட வெளியை உருவாக்கினார்கள். அந்த இடத்துக்கு பூந்தோட்டம் என்று பெயர் வைத்தனர்.

தங்களுடைய தேவைகளை அங்கேயே நிறைவேற்றும் அளவுக்கு வசதிகளை ஏற்படுத்திக் கொண்டனர்.

பிரபாகரன் தனது சகாக்களிடம் அமைப்பின் விதிகளை வெளியிட்டார். மிகக்கடுமையான விதிகள். யாரும் திருமணம் செய்து கொள்ளக்கூடாது. குடும்ப உறுப்பினர்களை சந்திக்கக் கூடாது. இயக்கத்தில் இருந்து விலகினால் வேறு இயக்கத்தில் சேரக்கூடாது. தனி அமைப்பும் உருவாக்கக் கூடாது. மது உள்ளிட்ட லாஹிரி வஸ்த்துக்களை பயன்படுத்தக் கூடாது என்றெல்லாம் பிரபாகரன் கூறினார்.

அவருடைய விதிகள் அமைப்பை கட்டுக்கோப்பாக செயல்படுத்த உதவின. உலகில் அப்பொழுது இயங்கிய பல்வேறு போராளிக் குழுக்களிடம் இத்தகைய விதிகள் இருந்தனவா? என்பதுகூட பிரபாகரனுக்குத் தெரியாது. தெரிந்து கொள்ளவும் அவர் விரும்பியதில்லை.

தான் விரும்பியபடி ஒரு அமைப்பு. தன்னுடைய தலைமையை ஏற்கும் ஒரு அமைப்பு. தன்னுடைய சிந்தனையை வென்றெடுக்கும் ஒரு அமைப்பு. இதுதான் பிரபாகரனின் கனவு. புலிகளின் தாகம் தமிழீழ தாயகம். இதுதான் விடுதலைப்புலிகளின் லட்சிய வாசகம்.

வவுனியா காட்டுக்குள் நடைபெற்ற ரகசிய பயிற்சி ஊர் உலகத்திற்கு கொஞ்சம்கூட தெரியாது. அங்கு 50க்கும் மேற்பட்ட புலிகள் துப்பாக்கி சுடவும் குண்டுகள் வீசவும் சுட்டுவிட்டு தப்பவும் பயிற்சி பெற்றனர்.

1977 ஆம் ஆண்டு மே மாதம்.

உடனடியாக அரசாங்கத்தை கலைத்துவிட்டு தேர்தலை நடத்த வேண்டும். இல்லையென்றால் மக்களைத் திரட்டி நானே சட்ட விரோத அரசாங்கத்தை தூக்கி எறிவேன் என்றார் ஜெயவர்தனா.

முதலில் மறுத்த பண்டார நாயகா திடீரென்று தனது முடிவை மாற்றிக் கொண்டார். அந்த ஆண்டுதான் இந்தியாவில் நெருக்கடி நிலை வாபஸ் பெறப்பட்டு தேர்தல் அறிவிக்கப்பட்டிருந்தது.

இலங்கையில் தேர்தல் அறிவிப்பு வெளியாவதற்கு முன்பு தமிழர்கள் மிகப்பெரிய இழப்புகளை சந்தித்தனர். ஆம்.

ஜி.ஜி.பொன்னம்பலம், தந்தை செல்வா உள்ளிட்ட தலைவர்கள் காலமானார்கள். அதையடுத்து தமிழர் ஐக்கிய முன்னணியின் தலைமை பொறுப்பு தந்தை செல்வாவின் இளைய மகன் சந்திரஹாசனிடம் வந்தது.

கட்சியின் தலைமை பொறுப்பு சந்திரஹாசனிடம் இருந்தாலும் பிரபலமான தலைவராக அமிர்தலிங்கம் இருந்தார். அவர், தந்தை செல்வாவின் வளர்ப்பு என்பதால் மட்டும் அல்ல, நல்ல பேச்சாளராகவும் இருந்ததால் தமிழர்கள் அவரை விரும்பினர்.

1977 தேர்தலை தமிழர் ஐக்கிய முன்னணி என்ற பெயரில் சந்திக்க முடிவு செய்யப்பட்டது. இந்தத் தேர்தலில் தமிழர்களுக்கு தனி நாடு வேண்டுமா? என்பதை தீர்மானிக்க முடிவு செய்தனர்.

எதிர்பார்த்த மாதிரியே தமிழர் ஐக்கிய முன்னணி போட்டியிட்ட அனைத்து இடங்களிலும் வெற்றிபெற்றது. தமிழர் பகுதிகளில் சிங்கள கட்சிகளுக்கு இடமில்லை என்பதை தமிழ் மக்கள் உறுதிப்படுத்தினர்.

இலங்கை தேர்தலில் பண்டார நாயகாவின் கட்சி படுதோல்வி அடைந்தது. 3இல் 2 பங்குக்கும் அதிகமான இடங்களை ஜெயவர்தனாவின் ஐக்கிய தேசிய கட்சி கைப்பற்றி இருந்தது.

எதிர்க்கட்சி அந்தஸ்துகூட பண்டார நாயகாவுக்கு கிடைக்கவில்லை. தமிழர் ஐக்கிய முன்னணியின் தலைவரான அமிர்தலிங்கம் எதிர்க்கட்சி தலைவரானார். அவருக்கும் அமைச்சருக்குரிய அந்தஸ்து அளிக்கப்பட்டது.

தமிழர்களின் இந்த ஒற்றுமை ஜெயவர்தனாவுக்கு எரிச்சலூட்டியது. தமிழர் பகுதிகளுக்குள் சிங்களர்களுக்கு இடமில்லையா? என்று வெதும்பினார்.

இதற்கு உடனடியாக முடிவு கட்ட சதித்திட்டம் ஒன்றை வகுத்தார். தேர்தல் முடிவில் இருந்து 1978ஆம் ஆண்டு வரை பிரதமர் என்ற பொறுப்பை வகித்தார். பண்டார நாயகா கொண்டு வந்த அரசியல் சட்டத்துக்கு மாற்றாக புதிய அரசியல் சட்டத்தை நிறைவேற்ற விரும்பினார்.

அமெரிக்காவைப் போல ஜனாதிபதி ஆட்சி முறைக்கு வழிவகுக்கும் அரசியல் சட்டம் 1978ஆம் ஆண்டு

இளம் வயதில் விடுதலைப் புலிகளின் சீருடையில் பிரபா

நிறைவேற்றப்பட்டது. அதைத்தொடர்ந்து நாட்டின் முழு அதிகாரம் பெற்ற ஜனாதிபதியாக ஜெயவர்தனா பொறுப்பேற்றார்.

புதிய அரசியல் சட்டத்தை தமிழர்கள் எதிர்த்தனர். ஆனால், அதை ஆதரிக்க வேண்டும் என்று அமிர்தலிங்கம் விரும்பினார். இது தமிழர் ஐக்கிய முன்னணிக்குள் இருந்த இளைஞர்களை ஆத்திரமடையச் செய்தது. அரசுக்கு எதிராக, ஜெயவர்தனாவின் அட்டூழியத்திற்கு எதிராக ஏதேனும் செய்ய வேண்டும் என்று அரசியல் தலைவர்கள் யோசித்துக் கொண்டிருந்தனர்.

அந்த சமயத்தில் இலங்கை அரசுக்கு சொந்தமான ஆவ்ரோ பயணிகள் விமானம் வெடித்துச் சிதறியது. பயணிகள் அனைவரும் விமானத்தில் இருந்து இறங்கிய பின்னர் வெடிக்கும் வகையில் திட்டமிட்டு குண்டு பொருத்தப்பட்டிருந்தது.

இந்த விமானம் வெடித்துச் சிதறியதற்கு விடுதலைப்புலிகள் அமைப்பே காரணம் என்று தெரிய வந்தது. எல்லோரும் அந்த இயக்கத்தை நோக்கி திரும்பிப் பார்த்தனர்.

தந்தை செல்வாவுடன் அமிர்தலிங்கம்

சிதைந்தது தமிழர் ஒற்றுமை

சோறு வேண்டாம்.

சுதந்திரமே வேண்டும்.

பாலம் வேண்டாம்.

ஈழம் வேண்டும்.

தமிழர் ஐக்கிய முன்னணியின் அதிகாரப்பூர்வ ஏடான சுதந்திரன் வெளியிட்ட கவிதை இது. சிறையில் இருந்த கோவை மகேசன் விடுதலையாகி வந்தபோது தமிழர் ஐக்கிய முன்னணி தமிழர்களுக்கு எதிரான திசையில் சென்று கொண்டிருந்தது.

இது அவருக்கு ஆத்திரத்தை ஏற்படுத்தியது. தந்தை செல்வா

உருவாக்கிய சுதந்திரன் பத்திரிகையின் ஆசிரியர் பொறுப்பை மீண்டும் ஏற்றுக் கொண்டார். அமிர்தலிங்கம் செல்லும் பாதை சரியல்ல என்பதை வெளிப்படையாகவே எழுதினார்.

1979இல் பயங்கரவாத தடுப்புச் சட்டம் கொண்டு வந்தபோதும் அதை எதிர்க்கவில்லை. அந்தச்சட்டத்தை பயன்படுத்தி தமிழ் இளைஞர் குழுக்களை சிங்கள ராணுவம் வேட்டையாடியதையும் கண்டிக்கவில்லை.

தனித் தமிழ்நாடு என்ற கோரிக்கையை முன்வைத்து வெற்றிபெற்றோம். ஆனால், அந்த கோரிக்கையை முன்னெடுத்துச் செல்ல தவறிவிட்டோம். இது தமிழ் மக்களை முட்டாள்களாக்கும் நடவடிக்கை என்று காட்டமாக எழுதினார் கோவை.மகேசன்.

கோவை. மகேசனின் இந்த கட்டுரைகளுக்கு பதில் எழுதுவதற்காகவே அமிர்தலிங்கம் புதிய பத்திரிகை ஒன்றை தொடங்கினார். உதயசூரியன் என்ற அந்த பத்திரிகையில் கோவை மகேசனுக்கு அவர் பதில் எழுதினார்.

சோறும் வேண்டும்

சுதந்திரமும் வேண்டும்

பாலமும் வேண்டும்

அந்தப்பாலத்தை வைத்தே

ஈழத்தை உருவாக்கும்

விவேகமும் வேண்டும்

இது ஒரு யுத்தமாக தொடர்ந்து கொண்டிருந்தது.

இந்நிலையில், 1980ஆம் ஆண்டு ஏப்ரல் மாதம் 21ஆம் தேதி கோவை.மகேசனின் குழுவைச் சேர்ந்த மாவை சேனாதிராஜா, ஈழவேந்தன், டாக்டர்.எஸ்.ஏ.தர்மலிங்கம் ஆகியோர் அமைத்திருந்த தமிழ் இளைஞர் முன்னணி ஒரு தீர்மானத்தை நிறைவேற்றியது.

மே மாதம் 31ஆம் தேதிக்குள் தமிழீழ கோரிக்கையை முன்னெடுத்து தமிழர் ஐக்கிய முன்னணி போராட வேண்டும். தவறினால் தமிழ் இளைஞர் முன்னணி தன்னை விடுதலை

இயக்கமாக மாற்றிக் கொள்ளும் என்று அந்தத் தீர்மானத்தில் குறிப்பிடப்பட்டிருந்தது.

இந்த மோதல் மே முதல் நாள் தொழிலாளர் தினப்பேரணியில் வெளிப்படையாகவே வெடித்தது. அமிர்தலிங்கத்துக்கு எதிராகவும் கட்சியின் மூத்த தலைவர்களுக்கு எதிராகவும் இளைஞர்கள் முழக்கம் எழுப்பினர்.

"தமிழர்களுக்கு தனியாக சட்டமன்றத்தை எப்போது அமைக்கப் போகிறீர்கள்?"

"எம்.பி., பதவிகளை ராஜினாமா செய்யுங்கள்"

"விடுதலை போராட்டத்தை தொடங்குங்கள்."

"தளபதிக்குமா அதிகாரப்பசி?"

ஊர்வலத்தின்போது எழுப்பப்பட்ட முழக்கங்களுக்கு அமிர்தலிங்கம் உணர்ச்சி கரமான பதிலை தயார்ப்படுத்தி வைத்திருந்தார். பொதுக்கூட்டத்தில் பேசிய அவர், கட்சியில் உள்ள அதிருப்தியாளர்களை மட்டுமின்றி போராளிக் குழுக்களையும் கடுமையாக தாக்கினார்.

சிறுபிள்ளை வெள்ளாமை

வீடுவந்து சேராது

என்ற தமிழ் பழமொழியைச் சொல்லி தமிழீழ ஆதரவாளர்களை கிண்டல் செய்தார்.

அவரைத் தொடர்ந்து பேசிய சிவசிதம்பரம், அமிர்தலிங்கத்தை விரட்டிவிட்டு நீங்கள் எதை சாதிக்கப் போகிறீர்கள்? என்று கேட்டார்.

தமிழர் ஐக்கிய முன்னணிக்குள் மோதல் போக்கு தீவிரமடைந்த நிலையில் இலங்கை பிரதமர் பிரேமதாஸா மாவட்ட வளர்ச்சிக் கவுன்சில் அமைக்கும் மசோதாவை நாடாளுமன்றத்தில் தாக்கல் செய்தார்.

அந்த மசோதாவை தமிழர் ஐக்கிய முன்னணி நிராகரிக்க வேண்டும் என்று இளைஞர்கள் கோரிக்கை விடுத்தனர். ஆனால், அமிர்தலிங்கம் ஆதரிக்க முடிவு செய்தார்.

இதையடுத்து தமிழர் ஐக்கிய முன்னணியின் பொதுக்குழு வவுனியாவில் கூடியது. இந்த மசோதா மீது என்ன நிலை

அமிர்தலிங்கம்

எடுப்பது என்பது குறித்து விவாதிக்க இந்தக் கூட்டம் கூடியிருந்தது.

பொதுக்குழுவில் பேசிய அமிர்தலிங்கம் இதுஒரு சரித்திர புகழ்பெற்ற மசோதா என்றார். அதிகாரத்தை எல்லா மட்டத்திற்கும் பரவலாக்குவதற்கு வசதி செய்யும் இந்த மசோதா மக்களை வளர்ச்சிப்பாதைக்கு அழைத்துச் செல்லும் என்றார். அமிர்தலிங்கத்தின் இந்த பேச்சை இளைஞர்கள் ரசிக்கவில்லை. அவர்கள் கூட்டம் நடந்த இடத்திற்கு முன் சத்தியாகிரக போராட்டத்தில் ஈடுபட்டனர். போராட்டத்தை ஐக்கிய முன்னணியின் அங்கமாக மாறியிருந்த பெடரல் கட்சியின் தலைவர் ஈழவேந்தன் முன்னின்று நடத்தினார். அப்போதே ஐக்கிய முன்னணியில் இருந்து தனது கட்சி விலகுவதாக அறிவித்தார்.

ஜெயவர்தனாவுக்கு ஒரே கொண்டாட்டம்.

தமிழர்களின் ஒற்றுமை சீர்குலைந்து விட்ட சந்தோஷம்.

தனது இயக்கத்தை மறுசீரமைக்க இதுதான் சரியான சந்தர்ப்பம் என்று பிரபாகரன் நினைத்தார். சண்டைகளும் சச்சரவுகளும் கருத்து வேறுபாடுகளும் விடுதலை இயக்கத்தை முன்னெடுத்துச் செல்ல உதவாது.

தந்தை செல்வாவைப் போல தனி நபர் முடிவெடுக்கும் நிலை வேண்டும். தமிழர்களுக்கு எது நல்லதோ அதை அமல்படுத்தும் ஆற்றல் தலைமைக்கு வேண்டும். பிரதமர்களிடம்கூட பிரச்சனைகளை பேசி ஒப்பந்தங்களை ஏற்படுத்தும் ஆற்றல் தந்தை செல்வாவுக்கு இருந்தது. அதுபோன்ற தலைவர்கள் யாரும் இப்போது இல்லையே என்று வருத்தப்பட்டார் பிரபாகரன்.

அவரது கவலைக்கு காரணம் இருந்தது. தமிழர் ஐக்கிய முன்னணியில் பிளவு ஏற்பட்டதைப் போல தமிழீழ விடுதலைப்புலிகள் அமைப்பிலும் ஒரு பிளவைச் சந்தித்திருந்தார்.

ஆம். உமா மகேஸ்வரன் என்பவர் மூலம் அந்த பிளவு ஏற்பட்டிருந்தது. யார் இந்த உமா மகேஸ்வரன்?

விடுதலைப்புலிகள் இயக்கத்தை ஆரம்பித்திருந்தாலும், சில காலம் தமிழர் ஐக்கிய விடுதலை முன்னணி என்ற அமைப்பில் உறுப்பினராக இருந்தார் பிரபாகரன். அப்போது சந்தித்தவர்தான் உமா மகேஸ்வரன். படித்தவர், விஷயம் தெரிந்தவர், அறிவு ஜீவி என்றெல்லாம் கருதப்பட்டவர்.

விடுதலைப்புலிகள் இயக்கம் வலுப்பெற்ற போது, அந்த இயக்கத்தின் மத்தியக் குழு தலைவராக உமா மகேஸ்வரனை நியமித்தார் பிரபாகரன். அதாவது, உமா மகேஸ்வரன்தான் தலைவர். விவரமானவர்தான் தலைவராக இருக்க வேண்டும் என்று பிரபாகரன் பெருந்தன்மையாக நினைத்தார்.

ஆனால், அவருடைய விவரம் இயக்கக் கட்டுப்பாட்டை மீறுகிற அளவுக்குத்தான் இருந்தது. புலிகள் அமைப்பில் காதலுக்கு இடமில்லை. திருமணம் செய்து கொள்ளக்கூடாது என்றெல்லாம் விதிகள் இருந்தன.

காதலித்திருந்தால்கூட பரவாயில்லை. திருட்டுத் தனமான பாலியல் உறவை எப்படி சகித்து கொள்ள முடியும்? உமா மகேஸ்வரனும் ஊர்மிளாவும் பலமுறை பாலியல் உறவு கொண்டதை தோழர்கள் நேரில் பார்த்து விட்டனர்.

உமா மகேஸ்வரன்

இது ஒழுக்கக்கேடு. நடவடிக்கை எடுக்க வேண்டும் என்று பிரபாகரனை வற்புறுத்தினர். விசாரித்த அளவில் அது உண்மை என்று தெரியவந்தது. இந்தப் பிரச்சனைக்கு முடிவு கட்ட வேண்டும் என்று பிரபாகரன் விரும்பினார். பாலசிங்கத்தின் உதவியை நாடினார்.

விசாரணையில் உமா மகேஸ்வரனும் ஊர்மிளாவும் தங்கள் மீதான குற்றச்சாட்டை மறுத்தனர். புலிகள் அமைப்பின் சார்பில், வெளிநாடுகளில் உமா மகேஸ்வரனுக்கு நல்ல தொடர்பு இருந்தது. இயக்கத்திற்கு ஏராளமான வெளிநாட்டு உதவிகளை அவர் பெற்றுத்தந்தார்.

அதற்காக இயக்கத்தின் விதிகள் மீறப்படலாமா?

இருவரும் திருமணம் செய்து கொள்ளுங்கள் என்றார் பாலசிங்கம். அதற்கும் அவர்கள் ஒப்புக்கொள்ளவில்லை.

வேறு வழியே இல்லை. பிரபாகரன் யோசித்தார். உன்னால் இந்த இயக்கத்திற்கு எவ்வளவு பலன் கிடைத்திருந்தாலும் பரவாயில்லை. இனி இந்த இயக்கத்தில் உனக்கு இடமில்லை.

பிரபாகரன் இப்படி சொன்னபிறகு, உமா மகேஸ்வரன் அதிரடியாக ஒரு முடிவை எடுத்தார். இயக்கத்தின் தலைவன் நான். என்னை நீக்க பிரபாகரனுக்கு ஏது அதிகாரம்?

விடுதலைப்புலிகள் அமைப்பு என்னுடையது என்று அறிவித்தார். தமிழீழ விடுதலைப்புலிகள் அமைப்பு இரண்டு பட்டது.

இயக்கத்தையே கபளீகரம் செய்து விட்ட நிலையில் பிரபாகரன் நொந்து போனார். அந்த சமயத்தில் டெலோ அமைப்பின் தலைவர்களான குட்டிமணியும், தங்கதுரையும் சிறையில் இருந்தனர். சிறீ சபாரத்னம் இயக்கத்தின் தலைவராக இருந்தார். குட்டிமணியையும் தங்கதுரையையும் பிரபாகரனுக்கு சிறுவயதில் இருந்தே தெரியும்.

எனவே டெலோவும் தனது அமைப்பும் இணைந்து பணியாற்றினால் சிறப்பாக செயல்பட முடியும் என்று இரு தரப்பினரும் நினைத்தனர். நட்பு அடிப்படையில் இணைந்து பணியாற்ற வேண்டிய அவசியம் அன்றைய சூழலில் சாத்தியமாகியது.

ஏனென்றால், ஜெயவர்தனா அரசாங்கத்தின் அடக்குமுறைகளும் அட்டகாசங்களும் அதிகரித்துக் கொண்டிருந்த வேளை அது.

இந்தக் கவலையில்தான் தனக்கு விசுவாசமான, அர்ப்பணிப்பு உணர்வுள்ள இளைஞர்களை அவர் தேடிக் கொண்டிருந்தார்.

அமைப்பை மறுசீரமைக்க வேண்டும் என்றால் தமிழீழ விடுதலைப்புலிகள் என்ற பெயரை உமா மகேஸ்வரனிடம் இருந்து பெற வேண்டும். இதற்காக பிரபாகரன் பெரிய அளவில் முயற்சிகளை மேற்கொண்டார். உமா மகேஸ்வரனை கொலை செய்யக்கூட திட்டமிட்டார். தான் பெற்று வளர்த்த குழந்தையை இன்னொருவன் உரிமை கொண்டாடும் போது ஏற்படக்கூடிய ஆத்திரம் பிரபாகரனுக்கு.

எல்டிடிஈ என்ற பெயரை பிரபாகரனுக்கு விட்டுத்தர வேண்டும். உமா மகேஸ்வரன் தேவை என்றால் புதிய அமைப்பை உருவாக்கிக் கொள்ள வேண்டும் என்று இலங்கை, லண்டன், தமிழ்நாடு போன்ற இடங்களில் இருந்த நண்பர்கள் வற்புறுத்தினர்.

கடைசியில் உமா மகேஸ்வரன் பணிய வேண்டியதாயிற்று. அவர் தனக்கென்று பிளாட் என்ற அமைப்பை உருவாக்கிக் கொண்டார்.

அவருடன் இருந்தவர்கள் வெறுமனே பேசுகிறவர்கள். பேசிப்பேசியே பொழுதைப் போக்குகிறவர்கள். அவர்கள் போனது நல்லதுதான். இயக்கம் எனது கைக்கு வந்து விட்டது என்று பிரபாகரன் சந்தோஷப்பட்டார்.

அரசியலில் நிலவிய குழப்பங்கள் அவரை எந்த விதத்திலும் பாதிக்கவில்லை. மாவட்ட வளர்ச்சிக் கவுன்சில்கள் அமைக்கப்பட்டன. அவற்றுக்கான தேர்தல் அறிவிக்கப்பட்டன. பிரபாகரன் மவுனமாக இருந்தார்.

ஆனால், தமிழர் ஐக்கிய முன்னணியின் இளைஞர்கள் வன்முறையில் ஈடுபட்டனர். முதன்முறையாக தங்கள் தலைவர்களை தாக்கத் தொடங்கினர்.

1981 மார்ச் 16ஆம் தேதி அமிர்தலிங்கம், தர்மலிங்கம், ராஜலிங்கம் மூவரும் வல்வெட்டித்துறையில் இரவு விருந்துக்கு வந்தனர். அப்போது தர்மலிங்கத்தின் ஜீப்பை தமிழ் இளைஞர்கள் அடித்து நொறுக்கினர். இரண்டு நாட்கள் கழித்து, ராஜலிங்கத்தின் ஜீப்பும் நொறுக்கப்பட்டது. சில நாட்கள் கழித்து பாய்ண்ட் பெட்ரோ எம்.பி., துரைரத்னம் தாக்கப்பட்டார்.

தமிழர் தலைவர்களை அதிர்ச்சியடை செய்த சம்பவங்கள் இவை. இது இப்படியென்றால், ஜெயவர்தனாவின் வெறுப்பையும் அமிர்தலிங்கம் சம்பாதிக்க நேர்ந்தது.

சிரிமாவோ பண்டார நாயகா ஜனாதிபதி தேர்தலில் போட்டியிடுவதைத் தடுக்க, அவருடைய அடிப்படை உரிமைகளை பறித்தார் ஜெயவர்தனா. இருமுறை பிரதமராக இருந்த ஒருவரின் உரிமைகளைப் பறிப்பது தவறு என்றார் அமிர்தலிங்கம்.

முதன்முறையாக தன்னை எதிர்த்துப் பேசிய அமிர்தலிங்கத்தை வெறுப்புடன் நோக்கினார் ஜெயவர்தனா.

வங்கிக் கொள்ளையில் கைதான குட்டிமணி, தங்கதுரை

ஆறாத வடு

டெலோ இயக்கம் கடுமையான நிதி நெருக்கடியில் சிக்கியிருந்தது.

தமிழர்கள் மத்தியில் கொந்தளிப்பு ஏற்பட்டிருந்தது. தமிழக ஐக்கிய முன்னணிக்குள் குழப்பம் நிலவியது. சொந்தக்கட்சி தலைவர்களை இளைஞர்கள் தாக்கும் போக்கு நீடித்தது. இந்த சந்தர்ப்பத்தை பயன்படுத்தி கொள்ளைத் திட்டம் ஒன்றை நிறைவேற்ற டெலோ தலைவர்கள் முடிவு செய்தனர்.

குரும்பசெட்டி என்பவரின் அடகுக்கடையை கொள்ளையடித்தனர். தப்பி ஓடுவதற்குமுன் குரும்பச்செட்டி அலறினார்.

கொள்ளையடித்தது யார் என்று தெரியாமலேயே கொள்ளைக்காரர்களை பொதுமக்கள் விரட்டினர். அது "பயல்கள்"தான் என்பதை அவர்கள் உணரவில்லை.

அவர்களும் பொதுமக்களை நோக்கி துப்பாக்கியால் சுட்டபடியே ஓடிவிட்டார்கள்.

இது நடந்தது 1981 ஜனவரி மாதம் 7ஆம் தேதி.

மார்ச் மாதம் 16ஆம் தேதி. டெலோ தலைவர் குட்டிமணியும் பிரபாகரனும் ஆளுக்கொரு சைக்கிளில் கல்வியங்காடு என்ற இடத்திற்கு வந்தனர். இது யாழ்ப்பாணத்தின் புறநகர் எல்லையில் இருக்கிறது.

அங்கு சாலையில் செட்டி தனபாலசிங்கம் நின்று கொண்டிருந்தார். அவர்தான் போலீசுக்கு போட்டுக் கொடுத்தவர் என்பது தெரிந்திருந்தது. ஒரு முடிவில்தான் இருவரும் அவரை நோக்கி வந்தனர். அவர்களை செட்டி பார்த்துவிட்டார். கைகளை உயர்த்துவதற்கு பதிலாக இடுப்புக்கு கொண்டு போனார். அடுத்த நிமிடம் குண்டு பாய்ந்து இறந்து விழுந்தார்.

துரோகி தொலைந்தான் என்று கூறிவிட்டு இருவரும் திரும்பினர்.

அன்றில் இருந்து ஒன்பது நாட்கள்தான். குட்டிமணி மிகப்பெரிய திட்டத்தை வகுத்திருந்தார். அரசுக்கு சொந்தமான நீர்வேலி வங்கியை கொள்ளையடிப்பது என்று முடிவு செய்திருந்தார். இது மக்கள் வங்கியின் நீர்வேலிக் கிளை ஆகும். பெருமளவு வரவு செலவு நடந்து கொண்டிருந்த முக்கியமான வங்கி.

இந்த வங்கியைத்தான் ராணுவ உடை அணிந்து கொள்ளையடிக்க குட்டிமணி திட்டமிட்டார். இந்த வங்கியில் டெபாசிட் செய்யப்படும் பணம் யாழ்பாணத்தில் உள்ள தலைமை அலுவலகத்திற்கு பாதுகாப்புடன் கொண்டு செல்லப்படும்.

வாகனம் செல்லும் வழி. வாகனத்தில் வரும் பாதுகாவலர் எண்ணிக்கை எல்லாவற்றையும் கூர்ந்து கவனித்து திட்டமிடப்பட்டது.

வாகனம் வரும் வழியில் குட்டிமணியும் நண்பர்களும் ராணுவ உடை அணிந்து நின்று கொண்டிருந்தனர். வாகனம் வரும் சமயத்தில் ஒருவர் மட்டும் நிறுத்துங்கள் என்று சிங்கள மொழியில் கத்தியபடி ஓடினார்.

ராணுவ வீரர்கள் வண்டியை நிறுத்துகிறார்கள் என்று நினைத்த டிரைவர் தனது டிரக்கை நிறுத்தினார். உடனே குட்டிமணியும் அவரது ஆட்களும் சடசடவென்று சுட்டனர். இதில் வாகனத்தில் வந்த இரண்டு போலீஸ்காரர்களும் இறந்தனர்.

மொத்தம் 79 லட்சம் ரூபாய். சூட்கேஸ்களை தூக்கி ஜீப்பில் போட்டுக் கொண்டு தப்பினார்கள்.

கொழும்புவில் ஜெயவர்தனா அதிர்ச்சியில் உறைந்தார். தமிழ் தீவிரவாதிகளை ஒடுக்கி விட்டதாக நினைத்தது தவறு என்று புரிந்தது.

உயரதிகாரிகளை அழைத்து ஆலோசனை நடத்தினார். கொள்ளையர்களை தப்பவிடக் கூடாது. அவர்களை சுற்றி வளைக்க வேண்டும். கடலோரப்பகுதிகளில் காவலை அதிகப் படுத்துங்கள் என்று உத்தரவிட்டார்.

ஏப்ரல் 5ஆம் தேதி இரவு கடலோரத்தில் உள்ள மீனவ கிராமமான மணல்காட்டில் குட்டிமணி, தங்கதுரை, செல்லதுரை சுப்பிரமணியன் ஆகியோர் நின்று கொண்டிருந்தனர். அவர்களை ஏற்றிச் செல்ல படகு வரும் என்று சிறீ சபாரத்னம் கூறிச் சென்றிருந்தார்.

ஒன்பது மணிக்கு படகு வரும் என்று கூறியிருந்தார். ஆனால், படகு வரவில்லை. போலீஸ் வந்தது. சத்தமே இல்லாமல் அவர்கள் சுற்றிவளைக்கப் பட்டிருந்தார்கள். தப்புவதற்கு வழியே இல்லை. தங்கதுரையும் செல்லதுரையும் கைகளை உயர்த்தினர். குட்டிமணி துப்பாக்கியை எடுத்து தன்னைத்தானே சுட்டுக்கொள்ள முயன்றார்.

போலீசாரின் குண்டு குட்டிமணியின் காதோரம் உரசிச் சென்றது. அவருடைய கையில் இருந்த துப்பாக்கி கீழே விழுந்தது. மூவரும் கைது செய்யப்பட்டனர். பின்னர், விமானத்தில் ஏற்றி கொழும்புவில் உள்ள பனகோடா விசாரணை முகாமுக்கு கொண்டு செல்லப்பட்டனர்.

அங்கிருந்து பின்னர் வெளிக்கடை சிறையில் அடைக்கப்பட்டனர்.

மூவரும் கைது செய்யப்பட்ட நிலையில் பிரபாகரனை தேடி போலீசார் அலைந்தனர். போலீசாரின் ஒவ்வொரு முயற்சியையும் பிரபாகரன் முறியடித்தார். அவர் மட்டும்

குட்டிமணியும் ஜெகனும் நீதிமன்றம் வருகின்றனர்

தப்பிப்பது பெரிய விஷயமல்ல. இயக்கத்திற்கு உயிர்நாடியான ஆயுதங்களையும் இடம் மாற்ற வேண்டியிருந்ததுதான் அவருக்கு சிரமமாக இருந்தது.

கடைசியில் வன்னிக்காடுதான் மீண்டும் அவருக்கு அடைக்கலம் கொடுத்தது. பல நாட்கள் பட்டினியால் வாடினார். காட்டை விட்டு வெளியேற முடியாத நிலை. எப்போதேனும் இரவு நேரத்தில் பதுங்கிப்பதுங்கி யாழ்பாணம் வருவார்.

டெலோவும் பிரபாகரனும் செயலிழந்திருந்த நேரம். இதைத்தான் உமா மகேஸ்வரன் எதிர்பார்த்திருந்தார். புதிதாக, தான் ஆரம்பித்த பிளாட் இயக்கத்தை மக்கள் மத்தியில் பிரபலப்படுத்த சந்தர்ப்பத்தை எதிர்பார்த்திருந்தார்.

அதற்கும் சமயம் வாய்த்தது.

1982 மே மாதம் மாவட்ட வளர்ச்சிக் கவுன்சில்களுக்கு தேர்தல் அறிவித்தார் ஜெயவர்தனா. தமிழர் பகுதிகளுக்கும் தனது கட்சி சார்பில் வேட்பாளர்களை தேர்வு செய்தார். வேட்பாளர் பட்டியலில் காரை நகர் இந்து கல்லூரியின் முன்னாள் முதல்வர் தியாகராஜா உள்ளிட்டோரின் பெயர்கள் இடம் பெற்றிருந்தன.

மே மாதம் 24ம் தேதி தியாகராஜாவை உமா மகேஸ்வரனின்

ஆதனூர் சோழன்

ஆட்கள் சுட்டுக் கொன்றனர்.

இதையடுத்து, தமிழர் பகுதிகளில் வேட்பாளர்களை நிறுத்த வேண்டாம். அங்கு தமிழர் கட்சிகளே வேட்பாளர்களை நிறுத்திக் கொள்ளட்டும் என்று ஜெயவர்தனாவுக்கு யோசனை கூறப்பட்டது. ஆனால், ஜெயவர்தனாவுக்கு தமிழர் பகுதிகளில் இருந்து இருவராவது தனது கட்சி சார்பில் ஜெயிக்க வேண்டும் என்ற விருப்பம் இருந்தது.

அதற்கேற்ற வகையில் இரண்டு அமைச்சர்களை தமிழர் பகுதிகளுக்கு அனுப்பினார். தில்லுமுல்லு செய்தாவது, இரண்டு பேரை ஜெயிக்க வைக்க வேண்டும் என்று உத்தரவிட்டார்.

சிரில் மேத்யூ, காமினி திசநாயகா என்ற இரண்டு அமைச்சர்கள் தமிழர் பகுதிகளில் பிரச்சாரப் பொறுப்பை ஏற்றனர்.

தமிழக ஐக்கிய விடுதலை முன்னணி தீவிரமாக தேர்தல் பிரச்சாரத்தில் ஈடுபட்டிருந்தது. மே 31ஆம் தேதி நாச்சிமார் கோவிலடி என்ற இடத்தில் மிகப்பெரிய தேர்தல் பிரச்சாரக் கூட்டம் நடைபெற்றது.

கூட்டம் பெரிதாக இருந்தது. ஆனால், பாதுகாப்புக்கு 4 போலீஸ்காரர்கள் மட்டுமே இருந்தனர். அவர்களும் கூட்டத்தின் பின்புறம் இரண்டு பெஞ்ச்சுகளில் உட்கார்ந்திருந்தனர்.

அங்கு வந்த பிளாட் அமைப்பைச் சேர்ந்த ஒரு குழு போலீசாரை நோக்கி சரமாரியாக சுட்டது. இரண்டு போலீஸ்காரர்கள் உடனே செத்துப்போனார்கள். இருவர் காயமடைந்தார்கள். இந்த சம்பவம் இன்னொரு கலவரத்துக்கு காரணமாகியது.

அரை மணி நேரம்தான். ஏராளமான போலீசார் சம்பவ இடத்தில் குவிந்தனர். எதைப்பற்றியும் கவலைப்பட வில்லை. நாச்சிமார் கோவிலுக்கு தீ வைத்தனர். பக்கத்தில் இருந்த வீடுகள், கார்கள் என அவர்கள் தீ வைத்துக் கொண்டே போனார்கள். அப்போதும் ஆத்திரம் அடங்கவில்லை.

அரசு பஸ் ஒன்று வந்தது. அதிலிருந்த பயணிகளை வலுக்கட்டாயமாக கீழே இறக்கினர். பஸ்ஸை யாழ்பாணம் கடை வீதிக்கு ஓட்டிச் சென்றனர்.

சிங்களரின் வெறிக்கு நூலகமும் தப்பவில்லை

மருத்துவமனை வீதியில் வரிசையாக இருந்த கடைகளுக்கு தீ வைத்தனர். அங்கிருந்து யாழ்பாணம் எம்.பி., யோகேஸ்வரனுடைய வீட்டுக்குச் சென்றனர். அவரது வீட்டு முன்பு நின்ற அவருடைய ஜீப்புக்கும் அவரது நண்பருடைய காருக்கும் தீ வைத்தனர். பின்னர், யோகேஸ்வரன் வீட்டையும் கொளுத்தினர்.

வீட்டுக்குள் இருந்த யோகேஸ்வரனும் அவரது மனைவியும் பின்பக்க சுவர் வழியாக தப்பினர்.

இரண்டாவது நாளும் போலீசாரின் அட்டூழியம் அடங்கவில்லை.

1981 ஜூன் மாதம் முதல் தேதி. உலகமே பதறிய நாள் அது.

சிங்களர்கள் அடி முட்டாள்கள். அறிவுக் களஞ்சியத்தைக் கூட விட்டு வைக்க மாட்டார்கள் என்பதை உணர்த்திய நாள்.

யாழ்பாணம் நூலகம் உலகப்புகழ் பெற்றது. புராதன பெருமை வாய்ந்தது. மிகப்பழமையான எங்கும் கிடைக்காத ஆயிரக்கணக்கான நூல்கள் அங்கு பத்திரப்படுத்தப்பட்டு இருந்தன. ஆசியாவின் மிகப்பெரிய நூலகங்கள் பட்டியலில்

இடம் பெற்றிருந்தது.

கம்பீரமாக நின்ற அந்த நூலகத்துக்கு இரவில் தீ வைத்தனர் போலீசார்.

இரவில் யாழ் நகரம் எங்கும் புகை. வீடுகளில் இருந்து மக்கள் ஓடி வந்தார்கள். பதறினார்கள். கதறினார்கள். சிலர் தீயை அணைக்க முயன்றார்கள். அவர்களை போலீசார் விரட்டினர்.

கண்களில் நீர் மல்க பலர் கையறு நிலையில் நின்றார்கள். அந்தக் காட்சியை சகிக்க முடியாமல் பலர் கண்களை மூடிக் கொண்டார்கள்.

நூலகம் அவர்கள் கண்முன்னே எரிந்து சாம்பலானது.

அவர்களுக்குள் ஒரு இளைஞர் நின்று கொண்டிருந்தார். ஜுவாலை விட்டு எரியும் நெருப்பை பார்த்துக் கொண்டிருந்தார். அவரது கண்கள் சிவப்பாக மாறிக்கொண்டிருந்தன. வீங்கின். முகம் இறுகியது. இதயம் வேகமாக துடித்தது.

"ஜெயவர்தனாவின் ஆட்கள் எனது வேலையை சுலபமாக்கி விட்டார்கள். உலகத் தமிழ் மாநாட்டு படுகொலைதான் தமிழர்கள் நெஞ்சில் ஆறாத வடுவை ஏற்படுத்தி இருக்கும் என்று நினைத்திருந்தேன். இல்லை. அந்த சம்பவத்தைக் காட்டிலும் இந்த சம்பவம் கொடூரமானது. மக்கள் மனதில் ஆழமாய் பதிந்த வடு. இதை மாற்றவே முடியாது. சிங்களர்களுக்கு எதிரான எது போராட்டத்துக்கு மக்கள் ஆதரவு அளிப்பார்கள்"

தனக்குள் இப்படிக் கூறிக்கொண்டார். அந்த இளைஞன் பிரபாகரன்.

தமிழ் இளைஞனை நிர்வாணப்படுத்தி குதூகலிக்கும் சிங்களர்கள் சற்று நேரத்தில் அவனை கொன்றார்கள்

ஓடு... இது என் நாடு

ஜெயவர்தனாவின் ஆட்சிக்காலம் முடிவை நெருங்கியது.

புத்த சாமியார்களின் ஆதரவோடு அவர் நடத்திய அட்டூழியத்துக்கு முடிவு கட்டும் நேரம் நெருங்கி விட்டதாக கருதிவிட வேண்டாம்.

அவ்வளவு லேசுப்பட்டவர் அல்ல அவர்.

1981இல் சிரிமாவோ பண்டார நாயகா மீதான ஊழல் குற்றச்சாட்டுக்கள் விசாரிக்கப்பட்டது. விசாரணை முடிவில் அவரை 6 ஆண்டுகளுக்கு தேர்தலில் நிற்க விடாமல் தடுக்கும் தீர்மானம் நிறைவேற்றப்பட்டது.

தமிழர் ஐக்கிய முன்னணி என்ற கட்சிக்குள் ஏற்பட்ட பிளவு காரணமாக தமிழர் விடுதலை ஐக்கிய முன்னணி என்ற புதிய

அமைப்பு தொடங்கப்பட்டது.

1983ஆம் ஆண்டு முறைப்படி தேர்தல் நடத்தியிருக்க வேண்டும். ஆனால், கருத்து வாக்கெடுப்பு ஒன்றை நடத்த ஜெயவர்தனா முடிவு செய்தார். 1977ஆம் ஆண்டு தேர்ந்தெடுக்கப்பட்ட நாடாளுமன்றத்தின் ஆயுட்காலத்தை 1989ஆம் ஆண்டு வரை நீடிக்க அனுமதி கோரி அந்த கருத்து வாக்கெடுப்பு அறிவிக்கப்பட்டது.

ஏனென்றால், எதிர்க்கட்சியான இலங்கை சுதந்திர கட்சி சார்பில் வேட்பாளரை அறிவிக்க இயலாத நிலை இருந்தது. இதை தனக்கு சாதகமாக பயன்படுத்தி, புதிய தேர்தலை ரத்து செய்யவும் ஏற்கெனவே இருந்த நாடாளுமன்றத்தின் ஆயுளை நீட்டிக்கவும் அனுமதி பெற்றார் ஜெயவர்தனா.

இதில் அவருக்கு பாதகமான அம்சமும் இருந்தது. அதாவது ஏற்கெனவே தேர்ந்தெடுக்கப் பட்டிருந்த தமிழ் எம்.பி.,க்களின் பதவிக்காலமும் நீடித்தது.

அவர்களை எப்படி காலி செய்வது?

அதற்கும் வழி கண்டுபிடித்தார். போராளிக்குழுக்களை ஆதரிக்கும் எம்.பி.,க்களின் பதவி பறிக்கப்படும் என்று அறிவித்தார். தமிழ் எம்.பி.,க்கள் அனைவரும் போராளிகளை ஆதரிக்கிறார்கள் என்று கூறி அவர்களது பதவியை பறித்தார்.

ஜெயவர்தனாவின் இந்த அடக்குமுறை தமிழர்களுக்கு ஆத்திரமூட்டியது. போராளிக் குழுக்கள் மிக உக்கிரமான தாக்குதல்களில் ஈடுபட ஆயத்தமானார்கள். பிரபாகரன், ஜெயவர்தனாவுக்கு சரியான பாடம் கற்பிக்க சமயம் பார்த்திருந்தார்.

*1983*ஆம் ஆண்டு இலங்கை தமிழர்களின் நிம்மதியை பறித்த ஆண்டு.

தமிழர்கள் ஊர்ஊராக, நாடுநாடாக ஓடத்தொடங்கிய ஆண்டு. இது எங்கள் நாடு. இங்கு நீங்கள் எங்களுக்குக் கீழ்தான். உங்களுக்கென்று உரிமையெல்லாம் கிடையாது. உரிமை வேண்டும் என்றால், நாட்டை விட்டு ஓடிப்போங்கள் என்று சிங்களர்கள் கொக்கரித்தார்கள்.

அந்தத் தாக்குதல் நன்கு திட்டமிடப்பட்டிருந்தது. வாக்காளர் பட்டியலை கையில் வைத்துக் கொண்டு

ஆயுதங்களுடன் வேட்டையாடும் வெறிக்கூட்டம்

தமிழர்களை தேடித்தேடி இழுத்து வந்து அடித்தனர்.

ஒருவர் கையில் வாக்காளர் பட்டியல் இருக்கும். அரசாங்கம் கொடுத்த அடையாள அட்டை இருக்கும். அவருக்குப் பின்னே ஆயுதம் தாங்கிய கும்பல் இருக்கும். அவர்கள் தமிழர்களை எப்படி எல்லாம் கொலை செய்யலாம் என்று யோசித்து யோசித்து விதவிதமாக கொலை செய்தனர்.

வீட்டுக்குள் புகுந்து ரத்தச் சேற்றில் நனைத்து விழும்படி கொன்றனர். வீட்டுக்குள் இருந்து குடும்பத்தினரை இழுத்து வந்து வீதியில் போட்டு மொத்தமாக எரித்தார்கள். பச்சிளம் குழந்தைகளை உயரே தூக்கிப்போட்டு கீழே விழுவதற்குள் குறிதவறாமல் சுட்டு பழகினார்கள். அப்படி கீழே விழுந்து கதறும் குழந்தையையும் கால்களைப்பிடித்து துணி துவைப்பது போல தரையில் அடித்துக் கொன்றார்கள்.

உயிருக்குப் பயந்து எங்கேனும் ஓடி வீட்டுக்குள்... கடைக்குள்... என கதவைச் சாத்திக் கொண்டால், வீட்டையே எரித்தார்கள். கடையை கொளுத்தினார்கள்.

விடுதலைப்புலிகளை தேடுவதாக ஒப்புக்குச் சொல்வார்கள். ஆனால், அப்பாவிகளை கூட்டம் கூட்டமாக கொன்று குவித்தார்கள்.

இந்த அளவுக்கு வெறி ஏற்படும்படி விடுதலைப்புலிகள் என்ன செய்தார்கள்?

ஊர்ஊராக ராணுவ டிரக்குகள் நுழையும். ஊரின் நுழைவாயிலிலேயே மக்களை அச்சுறுத்துவார்கள். அடித்து நொறுக்குவார்கள். தினந்தோறும் இதுதான் அவர்களது வேலை.

ஜூலை 15ஆம் தேதி. மீசாலை என்ற கிராமம். ஒரு மினி பஸ், இரண்டு ஜீப்புகள், ஒரு ராணுவ டிரக் நிறைய வீரர்கள் இருந்தனர். அனைவரிடமும் ஆயுதங்கள் இருந்தன. அந்த கிராமத்தை சுற்றி வளைத்த ராணுவத்தினர் மத்தியில் 4 விடுதலைப்புலிகள் மட்டும் மாட்டிக் கொண்டார்கள். பதுங்கவே வழியில்லாத, வெட்டவெளிப் பொட்டலில் சிக்கிக் கொண்டார்கள்.

4 பேரை கொல்வதற்கு அதுவும் வெட்டவெளியில், பட்டப்பகலில் சுட்டுக் கொல்வதற்கு சிங்கள வீரர்களால் முடியவில்லை. பல நிமிடங்கள் புலிகளுக்கும் ராணுவத்தினருக்கும் சண்டை நடந்தது. அப்படி இருந்தும் இரண்டு விடுதலைப்புலிகள் தப்பினர். இரண்டு பேர் உயிரிழந்தார்கள். அவர்களும்கூட, சிங்கள ராணுவத்தினரால் சாகவில்லை. காயம்பட்ட அவர்கள் தங்களுடைய சகாக்களின் கைகளால் சுடப்பட்டு இறந்தனர். எதிரியிடம் மாட்டிக் கொள்ளக்கூடாது என்பதில் அவ்வளவு உறுதியாக இருந்தார்கள்.

இறந்த போராளிகளின் பெயர்கள் சீலன், ஆனந்த்.

சீலன், பிரபாகரனுக்கு மிகவும் நெருக்கமானவர். அவருடைய இயற்பெயரான சார்லஸ் ஆண்டனி என்பதைத்தான் தனது முதல் மகனுக்கு வைத்தார் பிரபாகரன். அந்த அளவுக்கு பிரியம் வைத்திருந்த சீலன் இறந்த செய்தி பிரபாகரனை துடிக்கச் செய்தது.

ராணுவத்துக்கு சரியான பாடம் கற்பிப்போம் என்றார் பிரபாகரன். உடனடியாக திட்டம் தீட்டப்பட்டது. யாழ்பாணத்தில் உள்ள திருநெல்வேலி என்ற இடத்தில் ராணுவ கவச வாகனங்கள் செல்லும் பாதையை தேர்ந்தெடுத்தார்கள்.

கிட்டு, புலேந்திரன், செல்லக்கிளி உள்ளிட்ட 14 பேர் புறப்பட்டார்கள். நானும் வருகிறேன் என்றார் பிரபாகரன்.

தீ வைக்கப்பட்ட கட்டிடம்

பிரபாகரன் நேரடியாக வந்தாலும் செல்லக்கிளிதான் தலைமை தாங்கினார்.

யாழ்பாணம் மக்களுக்கு மிக ரகசியமாக தகவல் சொல்லப்பட்டிருந்தது. வீட்டைவிட்டு யாரும் வெளிவர வேண்டாம். கடைகளைத் திறக்க வேண்டாம்.

ஏதோ நடக்கப்போகிறது என்பது அவர்களுக்குப் புரிந்தது.

பலாலி-யாழ்பாணம் சாலையில் மாதகல் என்ற இடத்தில், கண்ணிவெடியை பதித்தார்கள். தொலைவில் ராணுவ வாகனங்கள் வருவது தெரிந்தது. முன்புறம் ஜீப், பின்னால் ராணுவ டிரக். இதோ நெருங்கி விட்டன. ஜீப்பை நகர விட்டு ராணுவ டிரக் வரும்போது விசை அழுத்தப் பட்டிருக்க வேண்டும். ஆனால், ஜீப் வந்தபோதே விசையை அழுத்தினார் செல்லக்கிளி.

ஜீப் தூக்கி எறியப்பட்டது. ஜீப்பில் இருந்த அத்தனைபேரும் வெடித்துச் சிதறினார்கள். பின்னால் வந்த கவச வாகனத்தினர் உஷாராகி சுடத்தொடங்கினர். பிரபாகரன் குறிதவறாமல் சுட்டார். ராணுவ டிரக்கில் வந்த அனைவரையும் ஒரு சந்தில் இருந்து குறிதப்பாமல் சுட்டார்.

அந்த தாக்குதலில் மொத்தம் பலியானது 13 ராணுவ வீரர்கள். விடுதலைப்புலிகளில் செல்லக்கிளி மட்டும் இறந்தார்.

யாழ்பாணத்தில் சிங்களர்களுக்கு குடியிருப்புகளை அமைத்துக் கொடுப்பது.

தமிழர்களின் நிலங்கள், வீடுகள், தொழில் நிறுவனங்களை சிங்களர்களுக்கு உரிமையாக்குவது.

ஜெயவர்தனாவின் இந்தத் திட்டம் மிகக் கொடூரமானது. ஜெர்மனியில் ஹிட்லர் இப்படித்தான் செய்தார். ஆனால், யூதர்களைப் போல செத்தழிய தமிழர்கள் விரும்பவில்லை. அவர்கள் விடுதலைப்புலிகளுக்கு ஆதரவாக இருந்தார்கள்.

தங்களுக்கு சொந்தமான நிலத்தை விட்டு விரட்ட இவர் யார்? இதோ எங்களைப் பாதுகாக்க எங்கள் இளைஞர்கள் தங்கள் உயிரைக் கொடுக்க தயாராக இருக்கிறார்கள். அவர்களுடன் சேர்ந்து நாங்களும் வாழ்வோம், அல்லது சாவோம். தமிழர்கள் கூட்டம் கூட்டமாக விடுதலைப் புலிகள் அமைப்பில் சேர்ந்தார்கள்.

அரசியல்வாதிகளால், அலுத்துப் போயிருந்த மக்கள், புலிகளை முற்றிலுமாக நம்பினார்கள்.

எங்களைப்போல ஆயுதமேந்தி போராட வேண்டிய அவசியம் இல்லை. அறவழியிலும் எதிர்ப்பை தெரிவிக்கலாம் என்று அறைகூவல் விடுத்தார் பிரபாகரன்.

இந்நிலையில்தான், யாழ்பாணம் பல்கலைக்கழகத்தில் தமிழ் மாணவர்கள் அனைவரையும் நீக்கிவிட்டு, சிங்கள மயமாக்கும் நடவடிக்கை தீவிரமாகி இருந்தது.

யாழ்பாணம் நகரம் மிகப்பெரிய மயானமாக மாறிக்கொண்டிருந்தது. அங்கு வாழ்ந்த மக்களுக்கு விடுதலைப்புலிகள்தான் ஒரே பாதுகாப்பாக இருந்தார்கள். அவர்களுக்கு ஆதரவளிப்பது என்று யாழ்பாண மக்கள் முடிவு செய்திருந்தனர்.

சிங்களர்களின் அட்டூழியத்தை எதிர்கொள்ள முடியாதவர்கள் தமிழகத்துக்கு தப்பி வந்தனர். தமிழகத்தின் கடற்கரைகளில் இலங்கைத் தமிழர்களின் ஓலம் எதிரொலித்தது. கோடியக்கரை, ராமேஸ்வரம் என தமிழர்கள் கோணிப்பைகளில் உடமைகளைக் கட்டிக்கொண்டு

தமிழர்களின் சொத்துக்கள் நாசமாக்கப்பட்டன

தோணிகளில் ஏறி கரை ஒதுங்கினர்.

அப்படி தப்பி வருவோரும் இலங்கை ராணுவத்தின் துப்பாக்கிகளுக்கு பலியாக நேர்ந்தது. குமுதினி என்ற படகில் தப்பி வந்த 38 பேர் ஒட்டுமொத்தமாக கொல்லப்பட்டனர்.

வெளிக்கடை சிறையில் இருந்து குட்டிமணி, தங்கதுரை, ஜெகன் ஆகிய போராளிகளை மீட்க ஒரு திட்டம் தீட்டப்பட்டது. ஆனால், அந்தத்திட்டம் ராணுவத்திற்கு தெரிந்து விட்டது. சிறைக்குள்ளேயே ஒரு கலவரம் தூண்டிவிடப் பட்டது. சிங்கள கைதிகள் குட்டிமணியையும் அவருடைய சகாக்களையும் கொடூரமாக கொலை செய்தனர்.

குட்டிமணியின் கண்கள் தோண்டி எடுக்கப்பட்டு தரையில் வீசப்பட்டன. அத்துடன் ஆத்திரம் தீரவில்லை. கண்களை தானமா செய்திருக்கிறாய்? என்று கூறிக்கொண்டே தரையில் கிடந்த விழிகளை கால்களால் மிதித்து நசுக்கினர்.

தமிழ்ப் பெண்களை பார்த்து விட்டால் சிங்களர்கள் கொலை மட்டும் செய்வதில்லை. கற்பழித்து கொலை செய்வதுதான் அவர்களுக்கு பிடித்திருந்தது. தமிழ் இளைஞர்களை சுற்றி வளைத்து நிர்வாணப்படுத்தி, அவர்கள் கூனிக்குறுகும்போது கத்தியால் குத்தி ரத்தம் பீறிடச் செய்து தங்கள் வெறியை தணித்துக் கொண்டனர்.

ஆதனூர் சோழன்   181

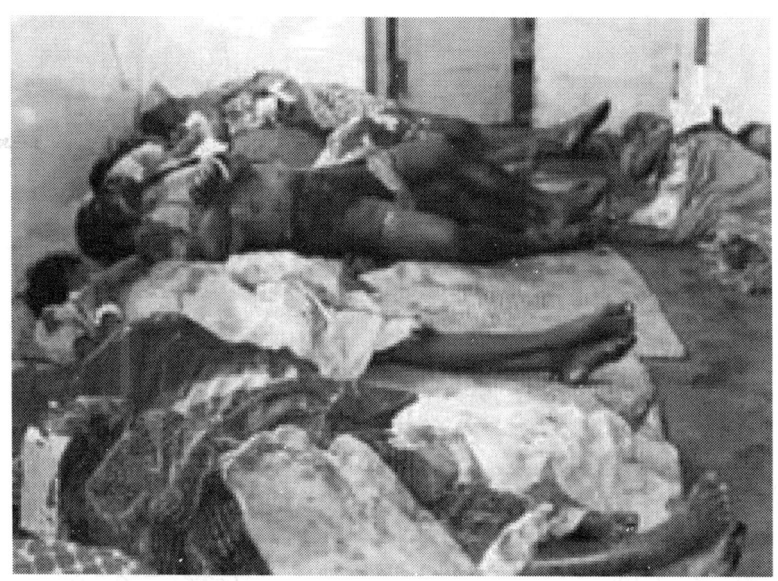

வெளிக்கடை சிறையில் கொல்லப்பட்டவர்கள்

கரைகளில் ஒதுங்கிய அகதிகளிடம் இருந்து வாங்கிய கதைகள் தமிழ்நாட்டு நாளிதழ்களில் தினமும் வெளிவந்தன. தமிழர்களின் ரத்தம் கொதித்தது. தமிழகம் எங்கும் ஆர்ப்பாட்டம், ஊர்வலம், ஜெயவர்தனாவின் கொடும்பாவி எரிப்பு என போராட்டம் தீவிரமாகியது.

இந்திய அரசு தலையிட வேண்டும் என்று அனைத்துக் கட்சிகளும் வற்புறுத்தின. அப்போது, தமிழகத்தில் எம்.ஜி.ஆர் முதல்வராக இருந்தார். இந்திரா பிரதமராக இருந்தார்.

இலங்கை தமிழர்களின் பிரச்சனையை தீர்க்க வேண்டும். இந்திய அரசு உடனடியாக தலையிட வேண்டும் என்று கூறி கலைஞர் தனது எம்.எல்.ஏ., பதவியையும் எதிர்க்கட்சித் தலைவர் பதவியையும் ராஜினாமா செய்தார்.

கிராமங்கள் வரை ஈழத் தமிழர் பிரச்சனை எட்டியது. ஏதேனும் செய்தாக வேண்டும் என்று தலைவர்கள் முடிவுக்கு வந்தனர்.

இலங்கையின் நிலைமையை இந்திய அரசு தனது கையில் எடுத்துக் கொண்டது. தமிழ் பகுதிகளில் இயங்கும் போராளிக்குழுக்களை அழைத்து பயிற்சி தர உளவுத்துறைக்கு

கருப்பு ஜீலை படுகொலைகளை கண்டித்து ஊர்வலம்

உத்தரவிட்டார் இந்திராகாந்தி.

அவர்களில் டெலோ, ஈ.பி.ஆர்.எல்.எஃப்., ஆகிய இயக்கங்களுக்கு கூடுதல் முக்கியத்துவம் தரப்பட்டது. விடுதலைப்புலிகளுக்கு சரியான ஆதரவு தரவில்லை.

அமெரிக்க ஆதரவாளரான ஜெயவர்தனாவை தனது பிடிக்குள் வைத்திருக்க இந்திரா விரும்பினார். ரஷ்ய ஆதரவாளரான சிரிமாவோ பண்டார நாயகாவின் கைகளை வலுப்படுத்த விரும்பினார். அதற்காகவே போராளிகளுக்கு உதவ முன்வந்தார்.

வடமாநிலங்களில் இந்த பயிற்சி அளிக்கப்பட்டது. தேர்ந்தெடுக்கப்பட்ட போராளிகளுக்கு கணிசமான ஆயுத உதவி செய்யப்பட்டது. இந்தியாவின் பிடியில் இருந்து கொண்டு, அவர்கள் இலங்கையில் இயங்க வேண்டும் என்பது எழுதப்படாத ஒப்பந்தம்.

எம்.ஜி.ஆருடன் பிரபாகரன்

புலிகளும், எம்.ஜி.ஆரும்

எங்கும் இலங்கை அகதிகள் நிரம்பி வழிந்தனர்.

இலங்கையில் இயங்கிய போராளிக்குழுக்களில் முன்னணித் தலைவர்கள் சென்னைக்கு வந்து, அங்கிருந்தே இயங்கினர்.

திருவான்மியூரில் உள்ள ஒரு வீட்டில் ஆண்டன் பாலசிங்கமும், அவருடைய மனைவி அடிலேயும் தங்கியிருந்தனர். அருகிலேயே இன்னொரு வீட்டில், பிரபாகரன் தங்கியிருந்தார்.

அடையாறில் உள்ள இந்திராநகரில் விடுதலைப் புலிகளின் அலுவலகம் இருந்தது.

இந்திரா காந்தியின் உதவியால் போராளிக் குழுக்களுக்கு இந்திய ராணுவம் பயிற்சி அளித்தது. டெலோ, பிளாட், ஈ.பி.ஆர்.எல்.எஃப், எல்.டி.டி.ஈ., உமா மகேஸ்வரன்

தலைமையிலான குழு ஆகியவை முக்கியமான போராளிக் குழுக்களாக அடையாளம் காணப்பட்டன.

தமிழக அரசியல் கட்சிகள் இலங்கை தமிழர் பிரச்சனையை கையில் எடுத்தனர். ஆட்சிப் பொறுப்பில் அ.தி.மு.க.வும், எதிர்க்கட்சியாக தி.மு.க.வும் இருந்தன.

தி.மு.க. தலைவர் கலைஞர் மு.கருணாநிதி ஈழத்தமிழர் பிரச்சனையில் தீவிரமான அக்கறை காட்டினார். அவருடைய அறிக்கைகள், பேட்டிகள் முதல்வர் எம்.ஜி.ஆரை தூங்கவிடாமல் செய்தன.

ஈழத் தமிழர் பிரச்சனையில் கலைஞரைக் காட்டிலும், தான் தீவிரமாக இருப்பதாக காட்டிக் கொள்ள எம்.ஜி.ஆர். விரும்பினார். அதேசமயம், இலங்கை நிலவரத்தை முழுமையாக அறிந்து கொள்ளவும் அவர் விரும்பினார்.

அப்போது, உளவுப்பிரிவு உதவி டி.ஜி.பியாகவும், கியூ பிராஞ்ச் தலைவராகவும் இருந்த மோகன்தாஸ் இலங்கை நிலவரம் குறித்து எம்.ஜி.ஆரிடம் விளக்கம் அளித்தார்.

இதையடுத்து, 1984 ஏப்ரல் மாதம் முதல் வாரத்தில் அனைத்துப் போராளிக் குழுக்களையும் சந்தித்து ஒற்றுமையாக போராடும்படி கேட்டுக் கொள்ள எம்.ஜி.ஆர் விரும்பினார். அந்த சமயத்தில் டெலோ தலைவர் சிரீ சபாரத்தினம், ஈரோஸ் தலைவர் பாலகுமார், ஈ.பி.ஆர்.எல்.எஃப். தலைவர் பத்மநாபா ஆகியோர் அடிக்கடி கலைலஞரைச் சந்தித்து வந்தனர்.

எம்.ஜி.ஆரின் அழைப்பு வெளிவந்த உடனேயே, கலைஞரும் போராளிக் குழுக்களை சந்திக்கவிருப்பதாக அறிக்கை விடுத்தார். எம்.ஜி.ஆர் சந்திக்க திட்டமிட்ட நாளுக்கு ஒரு நாள் முன்னதாக கலைஞர் தனது சந்திப்பை ஏற்பாடு செய்திருந்தார்.

இதுகுறித்து போராளிக் குழுக்களுக்கு தகவல் அனுப்பப்பட்டது. சென்னையில் ஆன்டன் பாலசிங்கம் உள்ளிட்ட சகாக்களோடு தங்கியிருந்த பிரபாகரனுக்கு இது தர்ம சங்கடத்தை ஏற்படுத்தியது.

மற்ற போராளிக் குழுக்களுடன் எம்.ஜி.ஆரை சந்திப்பதில் பிரபாகரனுக்கு சங்கடங்கள் இருந்தன. அதிலும், தனது பரம வைரியான உமாமகேஷ்வரனை நேருக்கு நேர் சந்தித்தால் விரும்பத்தகாத மோதல்கள் உருவாகும் என்று அவர் நினைத்தார்.

இந்நிலையில், கலைஞரும், எம்.ஜி.ஆரும் போட்டி போட்டு சந்திப்புக்கு ஏற்பாடு செய்ததால் பிரபாகரன் சிந்தித்தார். தமிழக அரசியல் போட்டிகளுக்கு இடையில் தான் சிக்கிக் கொள்ள வேண்டாம் என்று முடிவெடுத்தார். இருவரையுமே சந்திப்பதில்லை என்று முடிவெடுத்தார்.

உமாமகேஷ்வரனும் இதே போன்ற முடிவை எடுத்தார். கலைஞர் கூட்டிய சந்திப்பு நிகழ்ச்சியில் டெலோ, ஈரோஸ், ஈ.பி.ஆர்.எல்.எஃப். ஆகிய அமைப்புகளின் தலைவர்கள் கலந்து கொண்டனர். அவர்களுக்கு கலைஞர் நிதியுதவி வழங்கினார்.

இது எம்.ஜி.ஆருக்கு ஆத்திரத்தை ஏற்படுத்தியது. ஈழத் தமிழர் பிரச்சனையில் கலைஞர் தன்னை முந்திக்கொண்டு பெயர் வாங்கிவிட்டதாக அவர் கருதினார். எனவே, எல்.டி.டி.ஈ. அமைப்பினரையும், உமாமகேஷ்வரனையும் சந்திக்க வேண்டும் என்பதில் உறுதியாக இருந்தார்.

போராளிக் குழுக்களை கலைஞர் சந்தித்த அன்று மாலை, உளவுப் பிரிவு டி.ஐ.ஜி. அலெக்ஸாண்டர் அடையாறில் இருந்த விடுதலைப் புலிகளின் அலுவலகத்துக்கு வந்தார். அங்கு பாலசிங்கத்தை சந்தித்தார். பிரபாகரனை எம்.ஜி.ஆர் சந்திக்க விரும்புவதாக தெரிவித்தார்.

"நானாக எதுவும் முடிவெடுக்க இயலாது. பிரபாகரனுடன் கலந்து ஆலோசித்தப் பிறகு தகவல் தெரிவிக்கிறேன்" என்றார் பாலசிங்கம்.

"ஒன்று மட்டும் உறுதியாகத் தெரிந்து கொள்ளுங்கள். எம்.ஜி.ஆரை பகைத்துக் கொண்டு தமிழ்நாட்டில் பயிற்சி எடுக்கவோ, இங்கிருந்து இயங்கவோ முடியாது" என்று அலெக்ஸாண்டர் சற்று மிரட்டும் தொனியிலேயே கூறிச்சென்றார்.

அவர் போகும்போது,

"உமா மகேஷ்வரனும் எம்.ஜி.ஆரை சந்திக்க வருகிறாரா?" என்றார் பாலசிங்கம்.

"இல்லை. அவரை இன்னொரு நாள் சந்திப்பதாக கூறியிருக்கிறார்" என்றார் அலெக்ஸாண்டர்.

பிரபாகரனுடன் கலந்து பேசினார் பாலசிங்கம்.

"எம்ஜிஆரைச் சந்திக்காமல் தவிர்ப்பது சரியாக இருக்காது.

கலைஞர் அழைப்பை ஏற்று சந்தித்த சிறீசபாரத்னம் உள்ளிட்ட மூன்று தலைவர்கள்

முதலில் நீங்கள் போய் பார்த்து வாருங்கள்"

பிரபாகரன் அனுமதி அளித்தார்.

பாலசிங்கம், பேபி சுப்பிரமணியம், சங்கர், நித்தியானந்தன் ஆகியோர் எம்ஜிஆரின் ராமாவரம் தோட்டத்துக்கு சென்றனர்.

அவர்களை வாஞ்சையுடன் வரவேற்றார் எம்ஜிஆர்.

"உங்கள் தலைவர் பிரபாகரன் வரவில்லையா?"

"அவர் சென்னைக்கு வெளியே இருக்கிறார். அடுத்த சந்திப்பின் போது வருவார்"

"நீங்கள் ஏன் கலைஞர் அழைத்த சந்திப்புக்கு செல்லவில்லை?"

"தமிழ்நாட்டு அரசியல் விளையாட்டில் பகடைக்காயாக விரும்பவில்லை"

"நீங்கள் சரியாகத்தான் புரிந்து வைத்திருக்கிறீர்கள். அதுசரி, நீங்கள் ஏன் தனித்தனிக் குழுவாக போராடுகிறீர்கள். நீங்கள் எல்லோரும் இணைந்து போராடினால் நன்றாக இருக்குமே"

எம்ஜிஆரின் இந்தக் கேள்வியை பாலசிங்கம் நன்றாக பயன்படுத்திக் கொண்டார். இலங்கை கலவரத்தில் தமிழர்கள்

பட்டபாடு, சிங்கள ராணுவத்தின் வெறித்தனம் ஆகியவற்றை புகைப்படங்கள், விடியோ காட்சிகளைக் கொண்டு விவரமாக விளக்கினார். மற்ற குழுக்களுக்கும் விடுதலைப் புலிகள் அமைப்புக்கும் இடையிலான கட்டுமான வித்தியாசங்களையும் அவருக்கு புரியும்படி கூறினார்.

"உமா மகேஷ்வரனுக்கு என்னாயிற்று? அவர்தான் உண்மையான எல்.டி.டி.ஈ. என்கிறாராமே? அவருக்கும் பிரபாகரனுக்கும் இடையே என்ன பிரச்சனை?"

"இலங்கையில் இயங்கும் எல்லா போராளிக்குழுக்களையும் ஈழத்துப் புலிகள் என்றே தமிழக மக்கள் அழைக்கிறார்கள். மற்ற குழுக்களின் ஒழுங்கீனங்கள் விடுதலைப்புலிகள் மீது வந்து விழுகின்றன. உமா மகேஷ்வரன் முன்பு எங்கள் அமைப்பில் உறுப்பினராக இருந்தார். பிறகு அவரை நீக்கி விட்டோம்"

பாலசிங்கத்தின் விளக்கத்தைத் தொடர்ந்து, இந்தியாவில் அளிக்கப்பட்ட பயிற்சி குறித்து எம்ஜிஆர் கேட்டார்.

"எங்கள் அமைப்பில் 200 பேருக்கு மட்டுமே இந்திய ராணுவம் பயிற்சி அளித்தது. மற்ற குழுக்களில் கூடுதல் போராளிகளுக்கு பயிற்சி அளிக்கப்படுகிறது. இத்தனைக்கும் அந்தக் குழுக்கள் சரியாக செயல்படுவதுகூட இல்லை. இந்திய ராணுவம் அளித்துள்ள ஆயுதங்களும் போதவில்லை. இந்தியா தனது தேசிய நலனுக்காக போராளிக் குழுக்களை பயன்படுத்திக் கொள்ளப்பார்க்கிறது"

"இப்போது எனக்கு புரிகிறது. சொல்லுங்கள், நான் உங்களுக்கு என்னமாதிரி உதவி செய்ய வேண்டும் என்று எதிர்பார்க்கிறீர்கள்"

இதுதான் சந்தர்ப்பம் என்று நினைத்தார் பாலசிங்கம்.

"எங்கள் குழுவில் 200 பேர் மட்டுமே பயிற்சி பெற்றுள்ளனர். இது போதாது. மேலும் ஆயிரம் பேர் பயிற்சி பெற வேண்டும். இந்த தேவையை நிறைவேற்ற தமிழ்நாட்டில் பயிற்சி முகாம்களை ஏற்படுத்த விரும்புகிறோம். பிறகு அவர்களுக்கு ஆயுதங்கள் அளிக்க வேண்டும். இதற்கு பணம் தேவை. நீங்கள் எங்களுக்கு பண உதவி செய்ய முடியுமா? அதுதான் எங்கள் போராட்டத்தில் முக்கியமான திருப்பு முனையாக இருக்கும். இந்த உதவியைச் செய்தால் எமது மக்கள் உங்களுக்கு நன்றிக்கடன் பட்டவர்களாக இருப்பார்கள்"

"எவ்வளவு பணம் வேண்டும் உங்களுக்கு?" சட்டென்று கேட்டார் எம்ஜிஆர்.

பாலசிங்கத்துக்கு உடனடியாக பதில் சொல்ல வரவில்லை.

"எங்களுக்கு பெரிய தொகை தேவைப்படுகிறது"

"அதுசரி. எவ்வளவு தேவைப்படும்? எவ்வளவு என்று என்னிடம் கூறுங்கள்"

இந்தச் சமயத்தில் சங்கர் குறுக்கிட்டார்.

"எங்களுக்கு இரண்டு கோடி ரூபாய் தேவைப்படும். ஒரு கோடி ரூபாய் பயிற்சி எடுப்பதற்கு. ஒரு கோடி ரூபாய் ஆயுதங்கள் வாங்குவதற்கு" என்றார்.

"வெறும் இரண்டு கோடி ரூபாய்தானா?" என்ற எம்ஜிஆர் பாலசிங்கத்தை நோக்கி "நீங்கள் நாளைக்கு இரவு 10 மணிக்கு ஒரு வாகனத்துடன் வாருங்கள். பணத்தை பெற்றுச் செல்லுங்கள்"

பாலசிங்கமும் மற்றவர்களும் வாய்பேச சக்தி இழந்தனர்.

"பிரபாகரனை இன்னொரு முறை அழைத்து வருகிறோம்" என்று கூறிவிட்டு புறப்பட்டனர்.

பிரபாகரனிடம் நடந்ததைக் கூறினார்கள். அவர் முதலில் நம்பவில்லை.

"நாங்கள் ஜோக் சொல்லவில்லை. நிஜத்தைத்தான் சொல்கிறோம்" பாலசிங்கம் கூறியதும்,

"இன்னும் சில நாட்களில் எம்ஜிஆரை பார்க்கலாம்" என்றார்.

அடுத்தநாள் இரவு வேனில் எம்ஜிஆர் வீட்டுக்கு சென்றார் பாலசிங்கம். வேனை ரகு ஓட்டினார். வாசலிலேயே காத்திருந்தார் எம்ஜிஆர்.

ரகுவைப் பார்த்ததும்,

"யார் இந்தப் பையன்?" என்றார்.

"பிரபாகரனின் நம்பிக்கைக்குரிய மெய்க்காப்பாளர்" என்றார் பாலசிங்கம்.

திருப்தியடைந்த எம்ஜிஆர், பாலசிங்கத்தை வீட்டுக்குள்

அழைத்தார். பிறகு ஒரு லிப்ட்டில் ஏறினார்கள். அது கீழ்த்தளத்துக்கு சென்றது. பூமிக்கடியில் இருந்த பாதாள அறையில் லிப்ட் நின்றது. அங்கு இரண்டு தடிமனான பாதுகாவலர்கள் நின்றனர்.

அந்த அறையில் வரிசையாக பெட்டிகள் அடுக்கப்பட்டு இருந்தன.

அங்கிருந்த பாதுகாவலர்களிடம் மலையாளத்தில் பேசினார் எம்ஜிஆர்.

"இவருக்கு இரண்டு கொடு"

அவர்கள் 20 பெட்டிகளை எடுத்து லிப்டில் வைத்தனர். மேல் தளத்திற்கு சென்றனர். வேனில் பெட்டிகளை ஏற்றினர்.

பாலசிங்கம் எம்ஜிஆருக்கு நன்றி கூறினார். பிறகு,

"எங்களுக்கு போலீஸ் பாதுகாப்பு தேவை. இவ்வளவு பணத்துடன் போலீஸிடம் சிக்கினால் பிரச்சனை ஏற்படும்"

உடனே, போலீஸுக்கு போன் செய்தார் எம்ஜிஆர். ஆயுதம் தாங்கிய போலீஸாருடன் இரண்டு ஜீப்புகள் வந்தன. சென்னை சாலைகளில் இவ்வளவு பெரும் பணத்துடன் பாலசிங்கம் சென்ற வேன் போலீஸ் பாதுகாப்புடன் பயணித்தது. திருவான்மியூரில் உள்ள வீட்டுக்கு சென்றதும், போலீஸ் ஜீப்புகள் திரும்பின.

அங்கு பிரபாகரன், நிதிச்செயலாளர் தமிழேந்தி, தளபதி சங்கர் ஆகியோர் காத்திருந்தனர்.

நள்ளிரவில் அறைக்குள் உட்கார்ந்து பணத்தை எண்ணத் தொடங்கினர். பெட்டிக்கு 10 லட்சம் ரூபாய் இருந்தது. அவ்வளவும் 100 ரூபாய் கட்டுகள்.

பணத்தை எண்ணி முடிக்கும்போது, விடிந்துவிட்டது. எல்லோருக்கும் மலைப்பு. அந்தச் சமயத்தில் புலிகளுக்கு பணப்பற்றாக்குறை. இயக்கத்தை நடத்துவதற்கே கஷ்டப்பட்டனர். பிரபாகரன் விரக்தியில் இருந்தார். தான் நினைத்ததை நிறைவேற்ற போதுமான பணம் இல்லை என்று கவலைப்பட்டுக் கொண்டிருந்தார். எல்டிடிஈயை விடுதலை ராணுவமாக மாற்ற வேண்டும் என்ற தனது திட்டத்தை எம்ஜிஆர் சாத்தியப்படுத்தி விட்டதாக நினைத்தார்.

அதே வாரத்தில் எம்ஜிஆரைச் சந்தித்தார் பிரபாகரன்.

இருவருக்குமே ஒருவரை ஒருவர் பிடித்துப் போய்விட்டது.

பிரபாகரனை தனது இளைய சகோதரனாகவே பார்த்தார் எம்ஜிஆர்.

"தம்பி" என்றே அழைத்தார்.

பிரபாகரனிடம் அவருடைய பெற்றோர், சகோதரிகள், சகோதரர்கள், அவருடைய குழந்தைப் பருவம், அவருடைய கனவுகள் என்று எல்லாவற்றையும் கேட்டறிந்தார்.

இளம் கொரில்லாவாக தான் பட்ட கஷ்டங்களை பிரபாகரன் கூறியபோது, எம்ஜிஆர் உணர்ச்சி வசப்பட்டார். இலங்கை ராணுவம் தமிழர்களுக்கு இழைத்த கொடுமைகளை விவரித்தபோது அவர் இறுகிப்போயிருந்தார்.

முதல் சந்திப்பிலேயே பிரபாகரனை எம்ஜிஆருக்கு பிடித்துவிட்டது. விடைபெறும்போது,

"தம்பி. உனக்கு எப்போது என்ன உதவி வேண்டுமானாலும் தாராளமாக கேள்" என்றார் எம்ஜிஆர்.

எம்ஜிஆருக்கு யாரையேனும் பிடித்துவிட்டால் அவர்களை காலை உணவுக்கு அழைப்பது வழக்கம்.

ஒருநாள் காலை, எம்ஜிஆரின் செயலாளர், பாலசிங்கத்துக்கு போன் செய்தார்.

"எம்ஜிஆர் பிரபாகரனை சந்திக்க விரும்புகிறார். முக்கியமான மீட்டிங். உடனே புறப்பட்டு வீட்டுக்கு வாருங்கள்"

பாலசிங்கத்துக்கு புரியவில்லை. உடனே பிரபாகரனை அழைத்துக் கொண்டு எம்ஜிஆர் வீட்டுக்கு சென்றார். வாசலில் நின்ற செயலாளர் அவர்களை அழைத்துக் கொண்டு நேராக சாப்பாட்டு அறைக்கு சென்றார்.

"வாங்க தம்பி வாங்க. சாப்பிடுவதற்குத்தான் கூப்பிட்டேன்" என்றார் எம்ஜிஆர்.

சட்னி சாம்பாருடன் இட்லி பரிமாறப்பட்டது. தோசை வந்தது. பிறகு, பூரி, உப்புமா என்று வரிசையாக வந்தது.

"நான் சர்க்கரை நோயாளி. இன்சுலின் எடுத்துக் கொள்ள மறந்துவிட்டேன். எனக்கு அளவாக போதும்" என்றார் பாலசிங்கம்.

"எனது விருந்தாளி நன்றாக சாப்பிட வேண்டும்" என்றார் எம்ஜிஆர்.

பாலசிங்கம் பிரபாகரனைப் பார்த்தார். அவர் தட்டை நன்றாக வழித்து சாப்பிட்டுக் கொண்டிருந்தார்.

"தம்பியைப் பார்த்தீர்களா? இதுதான் விருந்து கொடுப்பவருக்கு கவுரவம்"

பாலசிங்கம் தனக்கு சர்க்கரை நோய் இருப்பதை மீண்டும் தெரிவித்தார். ஆனால், பாலசிங்கத்துக்கு மேலும் இட்லிகளைக் கொண்டு வரும்படி வேலையாளுக்கு உத்தரவிட்டார் எம்ஜிஆர்.

"நான் அளவுக்கு அதிகமாக சாப்பிடக்கூடாது. இன்சுலினால்தான் வாழ்ந்து கொண்டிருக்கிறேன்" மன்றாடும் தொனியில் பேசினார் பாலசிங்கம்.

"நானும்தான் சர்க்கரை நோயாளி. இப்போது எனக்கு குணமாகிவிட்டது. சர்க்கரை நோயை குணப்படுத்த முடியாது என்று யார் சொன்னது? இதோ டாக்டர் இருக்கிறார் அவரிடமே கேட்போம். நீங்களே சொல்லுங்கள் சர்க்கரை நோயை குணப்படுத்த முடியாதா?"

"குணப்படுத்தலாமே" என்று டாக்டர் தலையசைத்தார்.

"அப்படியானால், இவரை உங்கள் மருத்துவமனைக்கு அழைத்துச் செல்லுங்கள்"

எம்ஜிஆர் உத்தரவிட்டார். பாலசிங்கம் பிரபாகரனை பார்த்தார். அவர் அப்பாவியாய் சாப்பிட்டுக் கொண்டிருந்தார். நடக்கும் வேடிக்கையை அவர் ரசிக்கிறார் என்று மட்டும் தெரிந்தது.

எம்ஜிஆரின் தோட்டத்தை விட்டு வெளியேறியதும் பிரபாகரன் வாய்விட்டு சிரித்தார். பாலசிங்கம் டாக்டரை நோக்கி,

"எம்ஜிஆர் கேட்டதற்கு ஏன் அப்படி பதில் சொன்னீர்கள்?" என்றார்.

"முதலமைச்சர் சொல்லும்போது அவரை மறுத்து எப்படி பேசமுடியும்? இப்பவும் ஒன்றும் கெட்டுப் போய்விடவில்லை. எனது மருத்துவ மனைக்கு வாருங்கள். இரண்டு வாரம் ஓய்வெடுங்கள்" என்றார் டாக்டர். பாலசிங்கம் சம்மதித்தார்.

மூன்று மாதங்கள் கழித்து மீண்டும் எம்ஜிஆர் வீட்டு விருந்துக்கு செல்ல வேண்டியிருந்தது. அப்போது, பாலசிங்கம் கூடுதலாக ஒரு இன்சுலினை போட்டுக் கொண்டார். வீட்டுக்கு போனதும்,

"என்ன பாலசிங்கம் சர்க்கரை நோய் குணமாகிவிட்டதா?" என்று கேட்டார் எம்ஜிஆர்.

"யெஸ் ஸார். தேங்க் யூ ஸார்" என்றார் பாலசிங்கம். எம்ஜிஆர் கொண்டுவரச் செய்த உணவு வகைகள்

அனைத்தையும் ஒரு பிடி பிடித்தார். எம்ஜிஆருக்கு சந்தோஷம்.

தமிழகத்தின் பல இடங்களில் விடுதலைப் புலிகளின் பயிற்சி முகாம்கள் ஏற்பாடு செய்யப்பட்டன. பொதுமக்களுக்கு தொந்தரவு இல்லாமல், மலைப் பகுதிகளில் இந்த பயிற்சி முகாம்கள் இயங்கின. பொதுமக்களும் அரசு அதிகாரிகளும் விடுதலைப் புலிகளுக்குத் தேவையான உதவிகளைச் செய்தனர்.

புலிகள் அமைப்பில் ஏராளமான உறுப்பினர்கள் சேர்க்கப்பட்டனர். அந்த அமைப்பு வலுவடைந்தது. ஆயுதங்கள் வாங்க வேண்டிய நேரம் வந்தது. கே.பியை லெபனான் அனுப்பினார் பிரபாகரன். பெரிய கண்டெய்னர் நிறைய ஆயுதங்கள் வாங்கப்பட்டன.

ஏ.கே.47 ரக துப்பாக்கிகள், ராக்கெட் மூலம் செலுத்தப்படும் கிரனேடுகள், வெடிப்பொருட்கள், இரவில் கண்காணிக்கும் கருவிகள், பீரங்கி எதிர்ப்பு ஆயுதங்கள், நவீன ரேடியோக்கள், தகவல் தொடர்பு சாதனங்கள் என, ஒரு ராணுவத்தில் பயன்படுத்தப்படும் அத்தனை கருவிகளும் கண்டெய்னரில் இருந்தன.

அந்த கண்டெய்னர் சென்னை துறைமுகத்துக்கு வந்தபோது, சுங்கத்துறை அதிகாரிகளிடம் சிக்கியது.

ஏற்கெனவே, பிளாட் இயக்கத்தின் கப்பல் ஒன்று சுங்கத்துறையிடம் சிக்கியது. அதை விடுவிக்க அந்த இயக்கத்தினர் கம்யூனிஸ்ட் கட்சி எம்.பி.க்களை தொடர்பு கொண்டனர். அவர்கள் ராஜீவிடம் இதுகுறித்து பேசினார்கள்.

"எதையுமே முன்கூட்டி சொல்லுங்கள். சொல்லிவிட்டு செய்தால்தான் முன்கூட்டியே என்னால் தேவையான உத்தரவுகளை பிறப்பிக்க முடியும். இப்போது, மீடியாவுக்குத் தெரிந்துவிட்டது. இனி ஒன்றும் செய்யமுடியாது" என்று கூறிவிட்டார்.

இப்போது புலிகளின் ஆயுதங்களும் சிக்கிவிட்டன. ஆயுதங்கள் இல்லாவிட்டால் அனைத்து முயற்சிகளும் வீணாகிவிடுமே என்று பிரபாகரன் கவலைப்பட்டார்.

பாலசிங்கத்தை எம்ஜிஆரிடம் அனுப்பினார்.

விவரத்தைக் கேட்ட எம்ஜிஆர், சுங்கத்துறை அதிகாரிக்கு

ஒரு கடிதம் கொடுத்தார்.

"இவரைப் போய் பாருங்கள். தேவையான உதவியைச் செய்வார்"

சங்கரிடம் கடிதத்தைக் கொடுத்து, சுங்க அதிகாரியை பார்க்கும்படி கூறினார் பாலசிங்கம்.

கண்டெய்னர் புலிகளிடம் ஒப்படைக்கப்பட்டது. பிறகு சென்னைக்கு ஒதுக்குப்புறத்தில் உள்ள மறைவிடத்துக்கு ஆயுதங்கள் எடுத்துச் செல்லப்பட்டன.

புலிகளிடம் கொடுக்கப்பட்டதைத் தவிர, மீதமிருந்த ஆயுதங்கள் திருவான்மியூரில் உள்ள பாலசிங்கத்தின் படுக்கை அறையில் பதுக்கி வைக்கப்பட்டன.

கண்டெய்னர் ஒப்படைக்கப்பட்டவுடன், எம்ஜிஆருக்கு நன்றி சொல்வதற்காக பிரபாகரன் சென்றார். அப்போது, ஏ.கே.47 ரக துப்பாக்கி ஒன்றை அவருக்கு பரிசாக கொடுத்தார்.

"இது நீங்கள் கொடுத்த பணத்தில் வாங்கியது" என்றார்.

அவருடைய உதவி அத்துடன் நிற்கவில்லை.

1985ல் புலிகளுக்கு பணம் தேவைப்பட்டது. பாலசிங்கத்தை எம்ஜிஆரிடம் அனுப்பினார் பிரபாகரன்.

"எவ்வளவு வேண்டும்?"

"ஐந்து கோடி ரூபாய்"

"கவலையே படவேண்டாம்" என்ற எம்ஜிஆர், தனது சொந்தப் பணத்தில் இருந்து 4 கோடி ரூபாய் கொடுத்தார்.

1987 டிசம்பரில் எம்ஜிஆர் இறந்தார். அதற்கு முன் அவர் நோய்வாய்ப் பட்டிருந்தார். அப்போது, அவரைப் பார்க்க பாலசிங்கம் சென்றார்.

எம்ஜிஆர் தனது தலையணையை நீக்கினார். பாலசிங்கம் பார்த்தார்.

அங்கே, பிரபாகரன் கொடுத்த ஏ.கே.47 ரக துப்பாக்கி இருந்தது.

திருப்போரூர் முருகன் கோவிலில் திருமணம்

1984

*1984*ஆம் ஆண்டு.

சென்னை அருகே திருப்போரூர் முருகன் கோவிலில் சில நண்பர்கள், சில உறவினர்கள் கூடியிருந்தார்கள்.

பிரபாகரனுக்கும் மதிவதனிக்கும் எளிய முறையில் திருமணம் நடந்து முடிந்தது.

இந்தத் திருமணம் இயக்கத்தில் பெரும் சலசலப்பை ஏற்படுத்தியது. தொடக்கத்தில் திருமணம் செய்து கொள்ளக்கூடாது என்று வற்புறுத்திய பிரபாகரன், தான் மட்டும் எப்படி திருமணம் செய்து கொள்ளலாம்?

இயக்க உறுப்பினர்கள் அதிருப்தி அடைந்தார்கள். உமா மகேஸ்வரனுக்கு ஒரு நீதி, தனக்கு ஒரு நீதியா? என்று வினா எழுப்பினர்.

பாலசிங்கம்தான் உதவிக்கு வந்தார். இயக்கத்தின் அனைத்து மட்டத்திலும் ஒரு விவாதத்திற்கு ஏற்பாடு செய்தார். எல்லோருக்கும் நிலைமையை புரிய வைத்தார். திருமணம் என்பது இறுக்கமான மனநிலையில் இருந்து மனிதனை

இலகுவாக்குகிறது. காதல் செய்யலாம். திருமணம் செய்யலாம். தவறான உறவுதான் கூடாது என்று தெளிவுபடுத்தினார்.

இதற்கே ஏராளமான நாட்கள் செலவாகின.

மதிவதனி, பிரபாகரனுக்கு அறிமுகமான நிகழ்வு சுவாரஸ்யமானது.

யாழ்பாணத்தில் சிங்களர்களின் அட்டூழியத்தை எதிர்த்து சாத்வீகமான முறையிலும் போராட்டங்கள் நடைபெற்று வந்தன.

4 பெண்கள் சாகும் வரை உண்ணாவிரதம் என்று அறிவித்தனர். வெறும் அறிவிப்பு மட்டும் அல்ல. உறுதியான மனநிலையுடன் உண்ணாவிரதம் தொடங்கி விட்டார்கள்.

பிரபாகரனுக்கு இந்த விஷயம் சொல்லப்பட்டது. அதுவரை இயக்கத்தில் பெண் உறுப்பினர்கள் யாரும் இல்லை. பெண் என்றால் பாலசிங்கத்தின் மனைவி அடிலே மட்டும்தான்.

எல்லோரும் அவரை அன்ரி என்று அன்பாக அழைப்பார்கள். ஆஸ்திரேலிய பெண்ணான அவரை பாலசிங்கம் காதலித்து திருமணம் செய்து கொண்டிருந்தார். பாலசிங்கத்தின் இருப்பிடம் பெரும்பாலும் லண்டன்.

1984இல் பாலசிங்கமும் அடிலேயும் சென்னையில் தங்கியிருந்தார்கள். இந்தியாவில் பயிற்சி பெற்று வந்த விடுதலைப்புலிகளுக்கு வழிகாட்டி வந்தார்கள். பிரபாகரன் இலங்கைக்கும் தமிழ்நாட்டுக்குமாக போய் வந்து கொண்டிருந்தார்.

உண்ணாவிரதம் இருக்கும் பெண்களைப்பற்றி விவரம் கேட்டறிந்தார் பிரபாகரன். அவர்கள் பெயர் மதிவதனி, வினோஜா, லலிதா, ஜெயா என்று சொன்னார்கள்.

"இவ்வளவு உறுதியுடன் துணிச்சலாக போராட்டத்தில் ஈடுபட்டுள்ள இந்தப் பெண்கள், சாகக்கூடாது. அவர்களை சாக விடக்கூடாது. உபயோகமாக போராட விருப்பம் இருக்கிறதா? என்று கேட்க வேண்டும். அழைத்து வாருங்கள்" என்றார் பிரபாகரன்.

அடுத்த சில மணி நேரங்களில் அவர்கள், பிரபாகரன் முன் நின்றனர்.

"இயக்கத்தில் சேருகிறீர்களா? நாங்களும் உயிரை துச்சமாகத்தான் கருதுகிறோம். ஆனால், வெறுமனே

உண்ணாவிரதம் இருந்து சாக மாட்டோம்" என்றார்.

அந்தப் பெண்கள் சம்மதித்தார்கள். நால்வரையும் ஒரு தோணியில் ஏற்றி கோடியக்கரையில் கொண்டு வந்து இறக்கினர். அங்கிருந்து சென்னை திருவான்மியூருக்கு அழைத்து வந்து, அடிலே பாலசிங்கத்திடம் ஒப்படைத்தனர்.

அந்த நால்வருக்கும் தனி அறை ஒதுக்கப்பட்டது. அடிலேவுக்கு முதலில் ஒன்றும் புரியவில்லை. யார் இவர்கள்? எதற்காக இங்கே கொண்டு வந்து தங்க வைத்திருக்கிறார்கள்? என்பதெல்லாம் தெரியவில்லை.

ஒருநாள் பிரபாகரன் வந்தார். அடிலேவுக்கு அந்த நான்கு பேரையும் அறிமுகப்படுத்தினார். நமது இயக்கத்தில் சேர்ந்து நீங்கள் சொல்லும் வேலையை செய்வார்கள். ஆயுதம்கூட பழகுவார்கள். இவர்களை முன்மாதிரியாக வைத்து, மேலும் பலர் வந்தால், இயக்கத்துக்கு நல்லது என்றார் பிரபாகரன்.

அந்த சமயத்தில், டெலோ அழைப்பின் பேரில் ஏராளமான பெண்கள் இயக்கத்தில் சேர சென்னை வந்திருந்தனர். அவ்வளவு பேரும் படித்துக் கொண்டிருந்தவர்கள். சிங்களர் அட்டூழியத்தால் படிப்பை கைவிட்டவர்கள். அல்லது, சிங்களர்களால் சிதைக்கப்பட்டவர்கள்.

அப்படி வந்த பெண்களுக்கு தங்குவதற்கும் பயிற்சி அளிப்பதற்கும் முறையான ஏற்பாடுகளை டெலோ செய்யவில்லை. அவர்கள் எங்கே போவதென்று தவித்துக் கொண்டிருந்தார்கள். பிரபாகரன், அவர்களுக்கு ஆதரவு அளித்தார். தனது இயக்கத்தில் அவர்களை இணைத்துக் கொண்டார்.

கொஞ்ச நாட்கள்தான். ஒருநாள், பாலசிங்கத்தின் மனைவியிடம்,

"அன்ரி, நான் மதிவதனியை விரும்புகிறேன்" என்றார்.

அதன் தொடர்ச்சியாகத்தான், அந்தத் திருமணம் நடைபெற்றது.

மதிவதனிக்கு துணிச்சல் அதிகம். இயக்கத்தை திருமணம் செய்து கொண்டு உயிரை இழக்க சம்மதித்தவர். எந்த நேரத்திலும் மரணம் துரத்திக் கொண்டிருக்கும் ஒரு மனிதனுக்கு வாழக்கைப் பட்டவர்.

கானகத்தில் அடுத்தவேளை உணவு கிடைக்குமா? நாளை இந்த உயிர் இருக்குமா? என்கிற நிச்சயமற்ற நிலையில், தன்னை

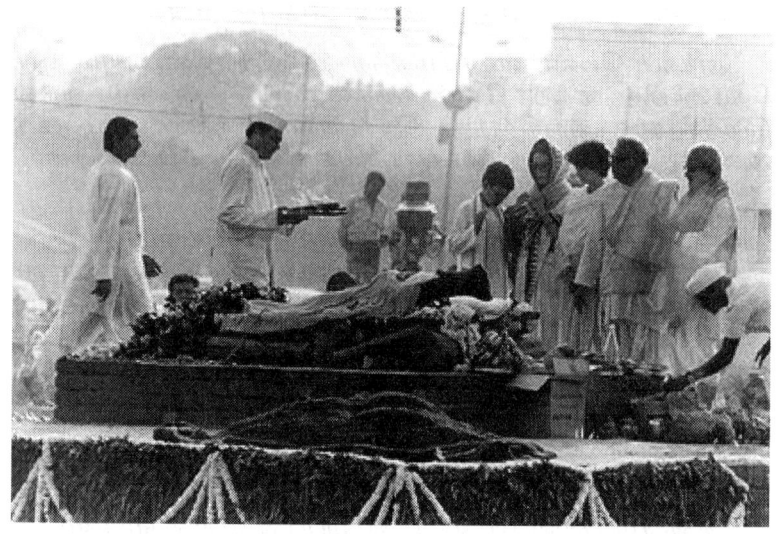

இந்திராவின் சிதைக்கு தீ மூட்டும் ராஜீவ்

பிரபாகரனுக்கு ஒப்புக் கொடுத்தார்.

இருவருக்கும் அடுத்தடுத்து மூன்று குழந்தைகள் பிறந்தன. மூத்தவன் சார்லஸ் ஆண்டனி. அடுத்த பெண் துவாரகா. கடைக்குட்டியின் பெயர் பாலச்சந்திரன்.

நீண்டகால ஈழப்போராட்டத்தில், அதுவரை பார்வையாளராக இருந்த இந்தியா இப்போதுதான் முதன்முறையாக உதவிக்கரம் நீட்டத் தொடங்கியிருந்தது. ஆனால், அதற்கும் ஆபத்து வந்தது.

பிரதமர் இந்திராவை அவருடைய மெய்க்காவலர்கள் சுட்டுக் கொன்றார்கள். இந்த செய்தி ஈழப்போராளிகளை அதிர்ச்சியடையச் செய்தது. இனி என்ன ஆகும்?

இந்திரா கொலை செய்யப்பட்ட சமயத்தில் எம்.ஜி.ஆர் அமெரிக்க மருத்துவமனையில் சிகிச்சை பெற்றுக் கொண்டிருந்தார். இந்திராவின் மூத்த மகன் ராஜீவ்காந்தி உடனடியாக பிரதமர் பொறுப்பை ஏற்றார்.

ஈழப் போராளிகளுக்கு இந்தியா செய்து வந்த உதவிகள் குறையத்தொடங்கின. விடுதலைப் புலிகள் எம்.ஜி.ஆர் கொடுத்த பணத்தைக் கொண்டு ஆயுதங்களை வாங்கி யாழ்பாணத்திற்கு கொண்டு சென்றார்கள். இங்கே பயிற்சி பெற்ற நூற்றுக்கணக்கானவர்கள் புதிய வெறியுடன் போரில் ஈடுபட்டனர்.

ஆதனூர் சோழன்

போராளிகள் மீது இருந்த வெறுப்பை சிங்களர்கள் தமிழர்கள் மீது காட்டினார்கள். யாழ்பாணம் முழுக்க முழுக்க விடுதலைப்புலிகளின் கட்டுப்பாட்டில் வந்தது. அங்கு புதிய நிர்வாகத்தை ஏற்படுத்தினார்கள்.

வரி விதிப்பு, குடிநீர் விநியோகம், தபால் விநியோகம் எல்லாவற்றையும் புலிகள் நிர்வகித்தனர். மக்கள் அமைதியான சூழலுக்கு திரும்பிக் கொண்டிருந்தார்கள். யாழ்பாணத்தைத் தொடர்ந்து மற்ற தமிழ் பகுதிகளும் புலிகளை ஆதரிக்கத் தொடங்கின.

யாழ்பாணத்தில் ராணுவம் ஏற்படுத்திய சிங்கள குடியிருப்புகளை புலிகள் காலி செய்தனர். அங்கிருந்து வெளியேற்றப்பட்ட சிங்களர்கள் அடுத்த தமிழர் பகுதிகளுக்கு கொண்டு செல்லப் பட்டனர். ஜெயவர்தனாவின் அட்டூழியத்துக்கு எதிராக ஏதேனும் செய்யுங்கள் என்று ராஜீவ் காந்தியை தமிழகத் தலைவர்கள் வற்புறுத்தினார்கள்.

பிரபாகரனும், ராஜீவ்காந்திக்கு கடிதம் எழுதினார். தாய் தொடங்கி வைத்த காரியத்தை தொடர்ந்து எடுத்துச் செல்லுங்கள் என்று வேண்டினார்.

ஈழப் போராளிகளின் விடுதலைப்புலிகள்தான் வலுவான நிலையில் இருக்கிறார்கள் என்று ராஜீவ்காந்தியிடம் உளவுத்துறையினர் சொன்னார்கள். ஈழப் போராளிகளுக்கு இந்திரா ஆதரவு அளித்ததன் பின்னணியையும் விளக்கினார்கள்.

பைலட்டாக இருந்து திடீரென சுய விருப்பமின்றி அரசியல்வாதியானார். தாய் இந்திரா, உலகம் முழுவதும் அறிமுகமான இரும்புப் பெண்மணியாக இருந்தார். தானும் உலகின் கவனத்தை திருப்பும் வகையில் ஏதேனும் செய்ய வேண்டும். என்ன செய்யலாம்?

இலங்கை பிரச்சனைக்கு அமைதியான தீர்வு கண்டால் என்ன? தீர்வு கண்டு விட்டால், நோபல் பரிசுக்கு உங்கள் பெயர் பரிந்துரைக்கப்படும் என்று சில அடிவருடிகள் யோசனை கூறினார்கள்.

இந்தியா, தெற்காசியாவில் வல்லரசாக கருதப்படுகிறது. அத்தகைய ஒரு நாட்டின் பிரதமராக எப்போதும் இல்லாத அளவுக்கு பலத்துடன் பொறுப்பை ஏற்றிருக்கிறேன். நான் சொல்லி ஜெயவர்தனா கேட்க மாட்டாரா? அதையும் பார்ப்போம்.

ராஜீவ் காந்தியுடன் பேசுகிறார் பிரபாகரன்

ஜெயவர்தனா கேட்கவில்லை. தமிழர்கள் மீதான தாக்குதலை நிறுத்தவில்லை.

வடகிழக்கு மாநிலங்களில் ஏராளமான தமிழர்கள் தமிழகத்தை நோக்கி அகதிகளாக வந்து கொண்டிருந்தனர். தமிழகத்தில் பெரும் நெருக்கடி ஏற்பட்டது.

"தாக்குதலை நிறுத்திவிட்டு, அரசியல் தீர்வுக்கு வரமுடியுமா? முடியாதா? இந்தியாவின் நேரடி தலையீட்டை தவிர்க்க முடியுமா? முடியாதா?" ராஜீவ்காந்தி கேட்டார்.

ஜெயவர்தனா முடியாது என்றார்.

இந்திய விமானப்படைக்கு ராஜீவ்காந்தி ஒரு உத்தரவிட்டார். அது ரகசிய உத்தரவு.

ஆக்ரா விமானப்படைத் தளத்தில் இருந்து இரண்டு ஆவ்ரோ விமானங்கள் புறப்பட்டன. அவற்றில் வெறும் 9 டன்கள் மட்டுமே உணவுப் பொருட்கள் இருந்தன. யானை பசிக்கு சோளப் பொரிதான். ஆனால், அதுஒரு எச்சரிக்கை.

என்னால் எதையும் செய்ய முடியும் என்று காட்டுவதற்காக இந்திய அரசு மேற்கொண்ட நடவடிக்கை. ஜெயவர்தனா மட்டும்தான் இந்த நடவடிக்கையை கண்டித்தார். அமெரிக்கா ஒப்புக்கு ஏதோ சொல்லி வைத்தது. வேறு யாரும் இலங்கையை ஆதரிக்கவில்லை. இந்தியாவை எதிர்க்க வில்லை.

ஜெயவர்தனா பயந்து விட்டார்.

"வாங்க, பேசுவோம்" என்றார்.

டெல்லியில் சந்திப்பு.

ராஜீவை சந்திக்க ஓடி வந்தார் ஜெயவர்தனா. சில குறிப்புகளை வைத்துக் கொண்டு இருவரும் பேசினார்கள்.

இலங்கை எல்லைக்குள் இந்திய விமானங்கள்

ஜெயவர்தனா சில விஷயங்களைச் சொன்னார். ராஜீவ் தனது கருத்தைச் சொன்னார். இருவரும் பேசி ஒரு முடிவுக்கு வந்தார்கள்.

ஜெயவர்தனா இலங்கை திரும்பினார். ராஜீவ்காந்தி, பிரபாகரனை அழைத்தார். ஜே.என்.தீட்ஷித் பிரபாகரனை தொடர்பு கொண்டார்.

"ராஜீவ் பேச விரும்புகிறார். நீங்கள் வர வேண்டும். விமானப்படை விமானம் பலாலிக்கு வரும்" என்றார் தீட்ஷித்.

டில்லி அசோகா ஹோட்டலில் ஒரு கைதியைப் போல பிரபாகரனை பலத்த கண்காணிப்பில் வைத்திருந்தார்கள். ராஜீவ்காந்தி சார்பில் தீட்ஷித் அமைதி ஒப்பந்த சரத்துக்களை அடுக்கினார். பிரபாகரன் தரப்பில் பாலசிங்கமும் திலீபனும் இருந்தார்கள்.

வடகிழக்கு மாநிலங்களை தற்காலிகமாக இணைப்பது.

இடைக்கால அரசாங்கத்தில் விடுதலைப்புலிகளுக்கு கணிசமான இடங்களை அளிப்பது.

அனைத்துப் போராளி இயக்கங்களும் ஆட்சியில் பங்கேற்க வகை செய்வது.

ஆயுதங்களை ஒப்படைப்பது என்றெல்லாம் சரத்துக்கள் இருந்தன.

புதிய மாகாண சபையை கலைக்கும் அதிகாரம் ஜனாதிபதிக்கு உண்டு என்றும் ஒரு சரத்து இருந்தது. பிரபாகரன் கடுப்பாகிப்போனார். மாகாண சபை அமைத்தீர்கள் சரி, அதை கலைக்கும் உரிமையை ஜெயவர்தனாவுக்கு கொடுத்தால், என்ன நடக்கும் தெரியுமா?

ஜெயவர்தனாவின் அட்டூழியங்கள் உங்களுக்குத் தெரியாதா? உங்களுடைய அரசியல் லாபங்களுக்காக எங்கள் மக்கள் படும் துன்பங்களை மறந்து விடுவீர்களா? தீட்ஷித்திடம் கேள்விகளை அடுக்கினார் பிரபாகரன்.

ஜே.என். தீட்ஷித் தமிழீழத்துக்கு எதிரானவர். விடுதலைப்புலிகள் வலுவானவர்கள் என்பதை உணர்ந்தவர். பிரபாகரனின் கேள்விகளை எதிர்கொள்ள முடியாமல் ஆத்திரமடைந்தார்.

"இந்தியாவை எதிர்க்கிறாயா? ராஜீவை உதாசீனப்படுத்துகிறாயா? இந்தியா நினைத்தால் என்ன நடக்கும் தெரியுமா? உங்களுக்கும் குடும்பம் இருக்கிறது, அதை மனதில் வைத்துக் கொண்டு முடிவு எடுங்கள்"

தீட்ஷித்தின் இந்த மிரட்டலுக்கு பிரபாகரன் பணியவில்லை. எங்கள் நாட்டு விவகாரம் என்று இந்தியா கருதினால் விட்டுவிடுங்கள். நாங்களே பார்த்துக் கொள்கிறோம் என்று கூறிவிட்டார்.

இப்படி சொன்னபிறகுதான், பிரபாகரனை நேரில் அழைத்து பேச முடிவு செய்தார். இந்த பேச்சுவார்த்தையின்

ஓடிவந்தார் ஜெயவர்த்தனா

முடிவில், பிரபாகரன் புரிந்து கொண்டது ஒரு விஷயம்தான். இலங்கையின் பிரச்சனையைவிட இந்தியாவுக்கு தனது பிராந்திய நலனே முக்கியம் என்று கருதுவது புரிந்தது.

ஈழப்பிரச்சனையை தனது நலனுக்கு பயன்படுத்தும் இந்தியாவின் நோக்கம் பிரபாகரனுக்கு வெறுப்பை ஏற்படுத்தியது. இருந்தாலும், என்ன நடக்கிறது என்று பார்ப்போம் என்று நினைத்தார்.

அதன்விளைவாகவே, ராஜீவ்காந்தியின் பேச்சுக்கு உடன்பட்டார்.

வெளியில் வந்த பிரபாகரன், பாலசிங்கத்திடம் பேசினார்.

"இது நீடிக்காது" என்றார் மெதுவாக.

அமைதி ஒப்பந்தத்தை விளக்கி நடைபெற்ற கூட்டத்தில் ராஜீவுடன் எம்.ஜி.ஆர். அருகில் சோனியா, ப. சிதம்பரம்

உப்பிலா ஒப்பந்தம்

எம்.ஜி.ஆருக்கு, நடக்கும் விபரீதங்கள் தெரிந்திருந்தன.

பிரபாகரனின் அதிருப்தியும் அவருக்கு புரிந்திருந்தது. அமைதி ஒப்பந்தத்தில் உப்புச்சப்பு எதுவும் இல்லை. தமிழ் மக்களிடம் பெருமையடிக்க ராஜீவ், தன்னை சாட்சிக்கு கூப்பிடுவார் என்று எம்.ஜி.ஆர் நினைத்தார்.

இந்த வில்லங்கத்தில் இருந்து விலகிக் கொள்ள விரும்பினார். அமெரிக்க மருத்துவமனையில் இருந்து திரும்பி 3 ஆண்டுகளாகி இருந்தன. பொருத்தப்பட்ட சிறுநீரகத்தை பரிசோதிக்க வேண்டும். அதையே காரணமாகக் கொண்டு, வெளிநாடு செல்லத் திட்டமிட்டார்.

விமான நிலையத்துக்கு சென்று கொண்டிருந்த எம்.ஜி.ஆரின் கார் வழிமறிக்கப்பட்டது.

"நீங்கள் எங்கும் போக முடியாது. அமைதி ஒப்பந்தக் கூட்டத்தில் நீங்கள் இருக்க வேண்டும் என்று ராஜீவ் விரும்புகிறார்" என்று அதிகாரிகள் கூறினார்கள்.

சென்னை மெரீனா கடற்கரையில் நடைபெற்ற அமைதி

ஒப்பந்த கூட்டத்தில் எம்.ஜி.ஆர் பங்கேற்றதன் பின்னணி இதுதான்.

பிரபாகரனை மிரட்டி பணிய வைத்துவிட்டு, எம்.ஜி.ஆரை சாட்சிக்கு வைத்துவிட்டு, ஜெயவர்தனாவுடன் செய்து கொண்ட ஒப்பந்தத்தை அமல்படுத்தினார் ராஜீவ்.

ஒப்பந்தத்தின் பின்னணி எதுவும் தெரியாமல், யாழ்பாண தமிழர்கள் மகிழ்ச்சிக் கடலில் குளித்து மகிழ்ந்தார்கள். தெருவெங்கும் ஒரே உற்சாகம்.

பலாலி ராணுவத் தளத்தில், இந்திய விமானப்படையின் விமானங்கள் அடுத்தடுத்து வந்து, அமைதிப்படை என்ற பெயரில் இந்திய ராணுவத்தினரை கொட்டிவிட்டு பறந்தன. இந்திய ராணுவ வீரர்கள், யாழ்பாண வீதிகளில் வந்தபோது, அவர்களுக்கு மக்கள் உற்சாக வரவேற்பு அளித்தனர்.

எல்லாவற்றையும் வேடிக்கை பார்த்துக் கொண்டிருந்தார் பிரபாகரன். ராஜீவ் சொன்னபடி அமைதி நிரந்தரமானால், எம்மக்களுக்கு நல்லதுதான். எல்லாம் நல்லபடியாக நடந்தால் சரி.

அமைதி ஒப்பந்தத்தை விலக்கி முதன்முறையாக பொதுமக்கள் மத்தியில் பேச வந்தார் பிரபாகரன்.

சுதுமலையில் பல்லாயிரக்கணக்கான மக்கள் கூடி நின்றனர். பிரபாகரன், கிட்டு, சுப. தமிழ்ச் செல்வன் உள்ளிட்ட இயக்கத் தலைவர்கள் மேடையில் இருந்தார்கள்.

"இந்தியாவை நான் நேசிக்கிறேன். தமிழீழ மக்களுக்கு அமைதியை ஏற்படுத்தித் தரவே அவர்கள் வந்திருக்கிறார்கள். எங்கள் ஆயுதங்களை அவர்களிடம் ஒப்படைக்கப் போகிறோம். இது நமது போராட்டத்தின் பின்னடைவாக தோன்றலாம். இருந்தாலும், அமைதியை நேசிப்பதால், மக்களின் நிம்மதி விரும்புவதால் விட்டுக் கொடுக்கிறோம். அதற்காக போராட்டத்தையே விட்டுக் கொடுக்கவில்லை. இன்றைக்கு தற்காலிகமாக உருவாகியிருக்கும் இந்த அமைதி நிரந்தரமாக மாறுவதற்கு இது முன்முயற்சியாக இருக்கக்கூடாதா?"

பிரபாகரன் பட்டுக்கொள்ளாமல் பேசினார். உள்ளூர இந்த ஒப்பந்தம் நீடிக்குமா? என்கிற சந்தேகம் அவருக்கு இருந்தது. சொன்னபடி, ஆயுதங்களை ஒப்படைத்தார்கள். ஒரு

அமைதி ஒப்பந்தத்தை விளக்கி பொதுமக்களிடம் பேசுகிறார் பிரபாகரன். அருகில் கிட்டு

அடையாளத்துக்காகவே ஒப்படைத்தார்கள். முழுமையாக அல்ல. அது ராஜீவுக்கும் தெரியும். ஆனால், அவர்களை வற்புறுத்த வேண்டாம் என்று உத்தரவிட்டிருந்தார்.

ஒப்பந்தத்தில் கூறப்பட்டிருந்த சரத்துக்கள் நிறைவேற்றப்படும் என்று காத்திருந்தார்கள். ஆனால், காலம் கடந்தது. வடகிழக்கு மாகாணங்களை இணைக்கும் வேலை தாமதப்பட்டது.

விடுதலைப்புலிகள் கட்டுப்பாட்டில் யாழ்பாணம் இருந்த காலகட்டத்தில், சிங்களர்களின் குடியேற்றத்தை தடுக்க முடிந்தது. யாழ் தீபகற்பத்தில் தமிழர்கள் சுதந்திரமாக ஆபத்தின்றி உலவ முடிந்தது. கலவரம் வெடிக்குமோ என்ற பயம் இல்லை.

ஆனால், இலங்கை அரசு யாழ்பாணத்தில் புதிய சிங்கள குடியிருப்புகளை உருவாக்கத் தொடங்கியது. ராணுவ உதவியுடன் நடந்த இந்த குடியேற்றத்தை அமைதிப்படை தட்டிக் கேட்கவில்லை. தட்டிக் கேட்கிறவர்கள் உடன்படிக்கையை மதித்து அமைதியாக இருந்தனர்.

எதுவுமே மாறவில்லை. யாழ்பாணம் கையை விட்டுப்போனதுதான் மிச்சம். அமைதிப்படை நம்பிக்கை மோசம் செய்துவிட்டது. இந்தியா ஏமாற்றி விட்டது என்று புலிகள் குமுறினார்கள்.

"நான் உண்ணாவிரதம் இருக்கிறேன்" என்றார் திலீபன்.

இளைஞர். புலிகளின் அரசியல் பிரிவுக்கு தலைவராக இருந்த பாலசிங்கம், தனது வேலைகளுக்கு உதவியாக திலீபனை பயிற்றுவித்து வந்தார்.

ஆயுதம் தூக்கிய புலிகள், அஹிம்சை போராட்டத்தில் ஈடுபட்டனர். இது முதல் முறை அல்ல.

ஏற்கெனவே 80களின் தொடக்கத்தில், பிரபாகரனும் சென்னையில் உண்ணாவிரதம் இருந்திருக்கிறார். சென்னையில் தங்கி ஈழப்போராட்டத்தை இயக்கி வந்த போராளிக் குழுக்களிடம் இருந்து தொடர்பு சாதனங்களையும் ஆயுதங்களையும் சென்னை போலீசார் பறிமுதல் செய்தனர்.

பறிமுதல் செய்த ஆயுதங்களை ஒப்படைக்க வேண்டும் என்று சென்னை மெரீனா கடற்கரையில் பிரபாகரன் உண்ணாவிரதம் இருந்தார். அப்போது, தமிழ் இளைஞர்கள் அவருக்கு ஆதரவாக கடற்கரையில் குவிந்தனர். போராட்டம் பேசுபொருளானது.

இதையடுத்து, திராவிடர் கழகத் தலைவர் கி.வீரமணி, பிரபாகரனைச் சந்தித்து உண்ணாவிரதத்தை கைவிடும்படி கேட்டுக் கொண்டார். காந்தி பிறந்த நாட்டில், காந்திய வழி வெற்றிபெற்றது. ஆனால், அரக்கர்களின் நாட்டில் திலீபனின் உண்ணாவிரதம் என்ன செய்யும்?

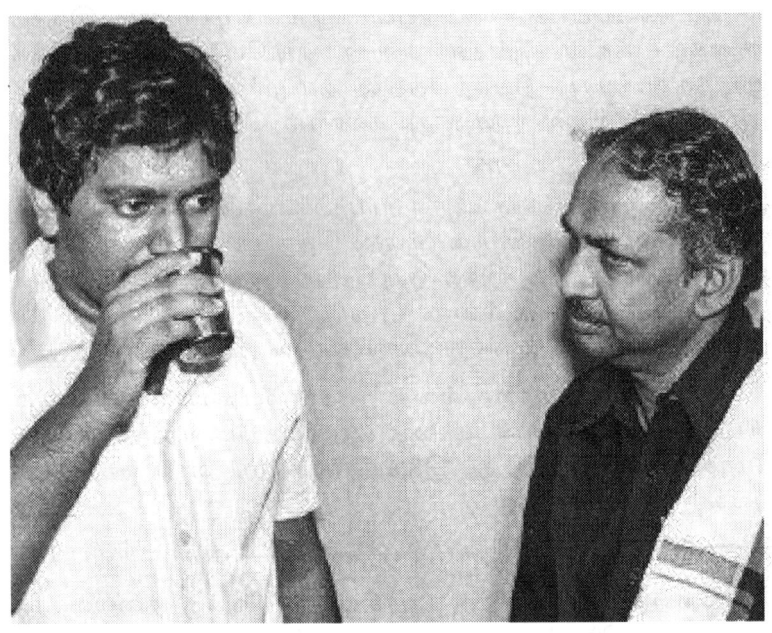

உண்ணாவிரதத்தை முடித்து வைக்கும் கி.வீரமணி

இது இலங்கை அரசுக்கு எதிரான போராட்டம் அல்ல. இந்திய அரசுக்கு எதிரான போராட்டம். எனவேதான், புலிகள் உண்ணாவிரதத்தை தொடங்கினர். சாகும்வரை உண்ணாவிரதம் என்று அறிவித்த திலீபன், 8ஆம் நாள் மயங்கிப்போனான்.

மக்கள் மத்தியில் அனுதாபம் தொற்றிக் கொண்டது. புலிகள் ஆவேசமடைந்தனர். தீட்ஷித் ஓடிவந்து, பிரபாகரனைச் சந்தித்தார்.

"நீங்கள் தமிழ் மக்களை தூண்டிவிடுகிறீர்கள். இது தவறு" என்றார். அவரிடம் பொறுமையாக விளக்கினார் பிரபாகரன்.

"எங்களுடைய வழி இது அல்ல. அமைதி ஒப்பந்தத்தை மதிப்பதால்தான் திலீபன் உண்ணாவிரதம் இருக்கிறான். அதை நீங்கள் புரிந்து கொள்ளவேண்டும்" என்றார்.

யாருக்கும் புரியவில்லை. நல்லூர் கந்தசாமி கோவில் வாசலில் அவனுடைய கோரிக்கை ஏற்கப்படாமலேயே, திலீபன் இறந்து போனான். யாழ்பாணம் மக்கள் மட்டுமின்றி தமிழீழ மக்கள் அனைவரும் வெறுப்பின் உச்சக்கட்டத்துக்கு

ஆதனூர் சோழன் 209

ராஜீவ் ஜெயவர்த்தனா ஒப்பந்தம்

போனார்கள்.

அமைதிப்படை வந்து இறங்கிய நாளில் இருந்து எப்போது வடகிழக்கு மாநிலம் தொடங்கும்? அதில் நமக்கு என்ன பங்கு? யாருக்கு எவ்வளவு? என்றெல்லாம் டெலோவும் மற்ற இயக்கத்தினரும் ஆலோசித்து வந்தார்கள்.

ரகசியமாக இந்திய உளவுத்துறை வேறு ஒரு நடவடிக்கையில் ஈடுபட்டிருந்தது. பிரபாகரன் இந்தியாவின் பேச்சைக் கேட்கமாட்டார். அவரைத் தனிமைப்படுத்த வேண்டும். தலையாட்டி பொம்மைகள் யாரையேனும் வடகிழக்கு மாநிலத்தின் பொறுப்பாளராக நியமிக்க வேண்டும் என்று திட்டமிட்டு வேலை செய்தது.

டெலோ, ஈ.பி.ஆர்.எல்.எஃப் ஆகிய இயக்கங்களை மூளைச் சலவை செய்து வளைத்துப் போட்டிருந்தார்கள்.

பிரபாகரன் வெறுப்படைந்தார். என்ன போராளிகள் இவர்கள்? எல்லோரையும் தேர்ந்தெடுத்து போட்டுத் தள்ளுங்கள் என்று உத்தரவிட்டார்.

இது ரகசிய உத்தரவுதான். கொஞ்சம்கூட சிரமம் இல்லாமல், 70 போராளிகள் கொல்லப் பட்டனர். முதலில் ஒன்றும் புரியவில்லை. ஆனால், விரைவில் புரிந்தது.

தியாக தீபம் திலீபன்

அமைதிப்படை இருக்கிறது. யாரும் நம்மை கேட்க மாட்டார்கள் என்று ராமேஸ்வரத்தில் இருந்து 17 புலிகள் யாழ்பாணம் நோக்கி வந்து கொண்டிருந்தனர். இலங்கை அரசு கைது செய்யாது என்று நம்பிக்கையுடன் அவர்கள் வந்தார்கள். அவர்கள் வந்த படகில், ஆயுதங்கள் இருந்தன.

ஆனால், அவர்கள் நம்பிக்கை பொய்த்துவிட்டது. இலங்கை ராணுவம் அவர்களை இடைமறித்து கைது செய்தது. அமைதிப்படையிடம் முறையிட்டார்கள். அவர்கள் கைவிரித்தார்கள்.

17 புலிகளில் குமரப்பாவும் புலேந்திரனும் கமாண்டர்கள். யாரிடமும் உயிரோடு சிக்கக் கூடாது என்பதில் கவனமாக இருப்பார்கள். சயனைடு குப்பியை வாயில் போடுவதற்குள் தடுக்கப் பட்டார்கள்.

பலாலில் இருந்து கொழும்புவுக்கு அவர்களை அழைத்துச் செல்ல முடிவு செய்யப்பட்டது. அவர்கள் கொழும்பு செல்லக்கூடாது என்றார் பிரபாகரன். மாத்தையாவும் பாலசிங்கமும் பலாலி முகாமுக்குச் சென்று 17 பேரையும் சந்தித்தார்கள். பிறகு வந்து விட்டார்கள். அடுத்த சில நிமிடங்களில் 17 பேரும் இறந்திருந்தார்கள்.

ஒப்பந்தத்தை எதிர்த்து ராஜீவை தாக்குகிறார் சிங்கள வீரர்

அவர்களுக்கு சயனைடு குப்பிகள் வழங்கப்பட்டிருந்தன. 17 புலிகளின் மரணம் ஈழத் தமிழர்களுக்கு இந்திய அமைதிப்படை மீது வெறுப்பை ஏற்படுத்தியது.

இந்திய அமைதிப்படை எதற்காக வந்திருக்கிறது? புலிகளைக் கொல்லவா? என்று அவர்கள் வினா தொடுக்க ஆரம்பித்தனர்.

இந்திய அமைதிப்படையுடன் புலிகளின் நேரடி மோதல் தொடங்கியது.

அமைதிப்படையின் நோக்கமும் திசை திரும்பியது.

யாழ்பாணத்தில் நடந்தவை அனைத்தும் இந்திய அமைதிப் படைக்கு நல்ல பெயர் ஏற்படுத்தத் தவறிவிட்டன.

வெளிவந்த செய்திகள் அனைத்தும், சிங்கள ராணுவத்தைக் காட்டிலும் இந்திய அமைதிப் படை மிகக் கேவலமாக நடந்து கொண்டதாக தெரிவித்தன.

சிங்கள ராணுவம் செய்ய வேண்டிய வேலைகளை இந்திய அமைதிப்படை செய்தது. விடுதலைப்புலிகள் பதித்து

மாறாத அவப்பெயருடன் திரும்பிய இந்திய அமைதிப்படை

வைத்திருந்த கண்ணிவெடிகளை நீக்கும் முயற்சியில் நூற்றுக் கணக்கான இந்திய வீரர்கள் பலியானார்கள்.

அவ்வளவு பேரும் இளைஞர்கள். அமைதி காக்க போன இடத்தில் பலியான பலருடைய ராணுவ உடைகள் தமிழகத்துக்கு வந்து சேர்ந்தன. இந்தியாவில் அமைதிப் படைக்கு எதிரான குரல் ஒலிக்கத் தொடங்கியது.

ராஜீவ்காந்திக்கு கவுரவ பிரச்சனையாகி விட்டது. கவுரவப் பிரச்சனை ஆகிவிட்டாலே நிலைமை சீர்கெட்டு விடும் என்பதற்கு இந்திய அமைதிப்படை ஒரு உதாரணம்.

சிங்கள ராணுவத்தின் வேலைக்காரனாக அமைதிப்படை செயல்பட்டது. ஜெயவர்தனாவுக்கு ஒரே சந்தோஷம். எங்கள் வேலையை நீங்கள் எடுத்துக் கொண்டீர்களா? நல்லது. தொடருங்கள் என்று வேடிக்கை பார்க்கத் தொடங்கினார்.

இந்திய அமைதிப்படையுடன் மோதல் போக்கை தவிர்க்க பிரபாகரன் எத்தனையோ முறை ராஜீவ்காந்திக்கு கடிதம் எழுதினார். அவர் கடிதம் எழுதியதை ராஜீவ் தவறாக புரிந்து கொண்டார். சமாளிக்க முடியாமல் தத்தளிப்பதாக தப்புக்கணக்கு போட்டார்.

யாழ்பாண தீபகற்பம் புலிகளின் கட்டுப்பாட்டில் இருந்து

பிரபாகரனுடன் இந்து ஆசிரியர் என். ராம்

அமைதிப்படையின் கைக்கு மாறியிருந்தது. அங்கு அவர்கள் வைத்ததுதான் சட்டம் என்கிற நிலை உருவாகிவிட்டது. இதை தமிழர்கள் விரும்பவில்லை. அவர்கள் விடுதலைப்புலிகளின் பக்கம் நின்றார்கள். மக்கள் ஆதரவில்லாத எந்த ஒரு போரும் வெற்றிபெற முடியாது.

ஒருகட்டத்தில், இந்திய அமைதிப்படை விடுதலைப்புலிகளிடம் சிக்கிக் கொண்டது. அமைதிப் படையில் வீரர்கள் இழப்பு அதிகரித்தது. கொடூரமான சிங்களனுக்கு ஆதரவாக இந்திய வீரர்கள் ஏன் பலியாக வேண்டும் என்ற கேள்வி எழுந்தது.

இந்தியாவில் ராஜீவ்காந்தி செல்வாக்கு இழந்து வந்தார்.

1989இல் இலங்கையில் தேர்தல் நடைபெற்றது. ஜெயவர்த்தனா போட்டியிடவில்லை. அவருடைய ஐக்கிய தேசிய கட்சி சார்பில் போட்டியிட்ட பிரேமதாஸா ஜனாதிபதியானார்.

இந்தியாவிலும் அதே ஆண்டு வி.பி.சிங் தலைமையில் மத்திய அரசு அமைந்தது. தமிழக முதல்வர் கலைஞர் சட்டமன்றத்தில் வேண்டுகோள் விடுத்தார்.

இலங்கையிலிருந்து அமைதிப் படையை திரும்ப அழைத்துக்

கொள்ள வேண்டும் என்று ஜனாதிபதி பிரேமதாஸாவும் வற்புறுத்தினார்.

இதையடுத்து இந்திய அமைதிப்படையை பிரதமர் வி.பி.சிங் திரும்ப அழைத்துக் கொண்டார்.

சென்னை வந்திறங்கிய அமைதிப்படையினரை வரவேற்பதற்கு முதல்வர் கலைஞர் போகவில்லை. இதை ஒரு குற்றச்சாட்டாக எதிர்க்கட்சிகள் பயன்படுத்தின. தமிழர்களை கொன்று குவித்துவிட்டு வரும் அமைதிப்படையை நான் ஏன் வரவேற்க வேண்டும்? என்று கலைஞர் கேட்டதாக கூறப்பட்டது.

தற்காலிகமாக அமைக்கப்பட்ட வடகிழக்கு மாகாணத்தின் முதல்வராக பொறுப்பேற்ற ஈ.பி.ஆர்.எல்.எஃப்பை சேர்ந்த வரதராஜபெருமாள் இந்தியாவுக்கு தப்பி வந்து, இருக்கும் இடம் தெரியாமல் தஞ்சம் புகுந்தார்.

ஒருவழியாக இந்திய ராணுவம் இலங்கையில் இருந்து வெளியேறியது. ராஜீவ்காந்தியின் "ஒப்பிலா ஒப்பந்தம்" "உப்பிலா ஒப்பந்த"மாகியது.

தளபதி கிட்டு

உளவுத்துறையின் களவு வேலை

ராஜீவ்காந்தி, ஜெயவர்தனாவுடன் செய்து கொண்ட ஒப்பந்தத்தில் விடுதலைப்புலிகள் சார்பில் கையெழுத் திட்டவர் மாத்தையா.

மாத்தையா என்ற மகேந்திரராஜா, பிரபாகரனுக்கு வலது கரம் போன்றவர். இயக்கத்தில் மாத்தையாவுக்கு நல்ல மரியாதை இருந்தது. பிரபாகரன் நினைப்பதை பிசிறில்லாமல் நிறைவேற்றுகிறவர்.

அவரைத்தான் இந்திய உளவுத்துறை குறிவைத்திருந்தது. அவரும் விலைபோய் இருந்தார். இந்த உண்மை ரொம்ப நாள் வரை பிரபாகரனுக்கு தெரியவில்லை. இந்திய அமைதிப்படையுடன் விடுதலைப்புலிகள் சண்டையைத் தொடங்கியபோதுகூட பிரபாகரனுக்கு மாத்தையா மீது

கதறும் கிட்டுவின் தாய். ஆறுதல் சொல்லும் பிரபாகரன்

சந்தேகம் எழவில்லை.

முதன்முறையாக மாத்தையா மீது சந்தேகப்பட்டவர் பொட்டு அம்மான். மாத்தையாவின் பல நடவடிக்கைகள் பொட்டு அம்மானுக்கு சந்தேகம் எழ காரணமாக இருந்தன.

யாழ்பாணம், இந்திய அமைதிப்படையின் வசம் விழுந்திருந்தது. சண்டை நடைபெற்று வரும் சமயங்களில் மாத்தையா அடிக்கடி கொழும்பு சென்று வந்ததை கேள்விப்பட்டார். மிக முக்கியமான தருணத்தில் களத்தில் அல்லவா இருக்க வேண்டும்? இவர் எதற்காக கொழும்பு செல்கிறார்?

யாழ்பாணம் விழுந்த நிலையில் பிரபாகரனும் பெரும்பகுதி புலிகளும் வவுனியாவுக்கு இடம் மாறி இருந்தனர். இருந்தாலும், உளவுத்துறை சிறப்பாக இயங்கிக் கொண்டிருந்தது. எல்லாவற்றையும் தாண்டி மாத்தையா தனது கொழும்பு தொடர்பை காப்பாற்றி வந்தார்.

1989ஆம் ஆண்டு பிரேமதாஸா ஜனாதிபதி ஆகியிருந்தார். அவர், விடுதலைப்புலிகளை சமாதானப் படுத்த சில முயற்சிகளை மேற்கொண்டார். லண்டனில் இலங்கை அரசுடன்

இந்திய உளவு அதிகாரிகளின் வலையில் விழுந்த மாத்தையா

ஒரு பேச்சுக்கு புலிகள் ஒப்புக் கொண்டனர். அதில் கலந்து கொள்ள லண்டன் போயிருந்தார் கிட்டு.

கிட்டு, இலங்கை திரும்பும் போது ஒரு கப்பல் நிறைய ஆயுதங்களோடு புறப்பட்டிருந்தார். இந்த தகவல் இந்திய கடற்படைக்கு எப்படித் தெரிந்தது? என்கிற சந்தேகம் வலுவாக இருந்தது. இந்திய அதிகாரிகளுடன் மிக நெருக்கமாக இருந்தவர் மாத்தையா. அவர் மூலம்தான் இந்த தகவல் கசிந்திருக்க வேண்டும் என்பதற்கு போதுமான ஆதாரம் இருந்தது.

கிட்டு திரும்பிய கப்பலின் பெயர் எம்.வி.அகத். இந்தக்கப்பல் இந்திய எல்லைக்குள்கூட நுழையவில்லை. சர்வதேச எல்லையிலேயே கிட்டு வந்த கப்பல் இந்திய கடற்படையால் வளைக்கப்பட்டது. கிட்டு கப்பலை வெடிக்க வைத்து தானும் இறந்து விட்டார்.

மாத்தையாவின் நடவடிக்கைகளை நன்கு ஆராய்ந்து ஒரு குற்றப்பத்திரிகை தயாரிக்கப்பட்டது. பொட்டு அம்மான்தான் அதைத் தயாரித்தார்.

விடுதலைப்புலிகளின் வரலாற்றில் முதன் முறையாக

புலிகளின் உளவுப்பிரிவு தலைவர் பொட்டு அம்மான்

இயக்கத் தலைவர் ஒருவரின் மீது சுமத்தப்பட்ட குற்றச்சாட்டுகள் மக்கள் மத்தியில் பகிரங்கமாக வாசித்து காட்டப்பட்டது. 1993ஆம் ஆண்டு வாக்கில் மாத்தையா கைது செய்யப்பட்டார். பிறகு, மாத்தையாவின் நிலை என்ன ஆயிற்று என்று தெரியவே இல்லை. அவருக்கு மரண தண்டனை விதிக்கப்பட்டதாக கூறினார்கள்.

மாத்தையாவை விடுவிக்க இந்திய உளவுத்துறை அதிகாரிகள் எத்தனையோ முயற்சிகளை செய்தார்கள். எதுவுமே நடக்கவில்லை. அதுபோன்ற ஒரு முயற்சியில்தான் பிரபாகரன் இறந்து விட்டார் என்ற செய்தி பரப்பப்பட்டது.

மாத்தையா, பிரபாகரனை கொன்று விட்டதாகவும் அவரின் உடல் அடக்கம் செய்யப்பட்டு விட்டதாகவும் தினமலர், தி ஹிண்டு நாளிதழ்கள் பெரிய அளவில் செய்திகள்

வெளியிட்டன. அந்த செய்திகளைப் படித்து பிரபாகரன் சிரித்துக் கொண்டார்.

அப்போது மட்டும் அல்ல, 2004இல் சுனாமி தாக்கியபோதுகூட பிரபாகரன் அலையில் சிக்கி இழுத்துச் செல்லப்பட்டு விட்டதாக ஒரு செய்தி பரவியது. ஆனால், சுனாமியால் பாதிக்கப்பட்ட மக்களுக்கு நேரில்போய் ஆறுதல் கூறி தேவையான வசதிகளை செய்து விட்டு வந்தார் பிரபாகரன்.

1990இல் இந்திய அமைதிப்படை வெளியேறியது. ஆனால், அது ஏற்படுத்திய ரணம் தமிழர்களின் நெஞ்சில் அப்படியே நீடித்தது. வடு ஆழமாக பதிந்திருந்தது. பாதிக்கப்பட்டவர்கள் அதை நினைத்து நினைத்து ஆவேசம் கொண்டிருந்தனர்.

இலங்கையில் ஜெயவர்தனா வீட்டில் ஓய்வு எடுத்துக் கொண்டிருந்தார். அவருடைய சீடர் பிரேமதாஸா புதிய

ராஜீவ் வருகைக்காக காத்திருக்கும் வெடிகுண்டு பெண் தணு(கையில் மாலையுடன்) கேமராவுடன் இருப்பவர் ஒற்றைக்கண் சிவராசன்

ஜனாதிபதியாக பொறுப்பேற்றிருந்தார். அவருக்கும் இந்திய அமைதிப் படையின் நடவடிக்கை பிடிக்கவில்லை.

இலங்கையில் அரசியல் சூழ்நிலை மாறி வந்தது. அமைதி தூதுவராக ராஜீவ்காந்தி போட்ட வேஷம் கலைந்து விட்டது.

இந்தியாவில் தேசிய முன்னணி அரசாங்கத்துக்கு ஆபத்து வந்தது. பாஜக இந்துத்துவா முழக்கத்துடன் ராமருக்கு கோவில் கட்டப்போவதாக கிளம்பியது. இது பெரிய சர்ச்சையை உருவாக்கியது.

சர்ச்சையின் விளைவாக தேசிய முன்னணிக்கு அளித்து வந்த ஆதரவை காங்கிரஸ் திரும்பப் பெற்றது. இதையடுத்து வி.பி.சிங் பதவி விலகினார். காங்கிரஸ் ஆதரவுடன் சந்திரசேகர் புதிய பிரதமரானார்.

அந்த சமயத்தில் திமுக அரசை கவிழ்க்க வேண்டும் என்று ஜெயலலிதா வற்புறுத்தி வந்தார். ராஜீவ்காந்தி, ஜெயலலிதாவின் விருப்பத்திற்கு பணிந்தார். ஜனாதிபதியாக இருந்த வெங்கட்ராமன், ஆளுனர் பர்னாலாவிடம் அறிக்கை கேட்டார். அவர் மறுத்தார். இருந்தாலும் திமுக அரசை டிஸ்மிஸ் செய்யும் உத்தரவில், “அதர்வைஸ்” வெங்கட்ராமன் கையெழுத்துப் போட்டார். இதையடுத்து, இந்திய நாடாளுமன்றத்துக்கும் தமிழக சட்டமன்றத்துக்கும் ஒரே

ஆதனூர் சோழன்

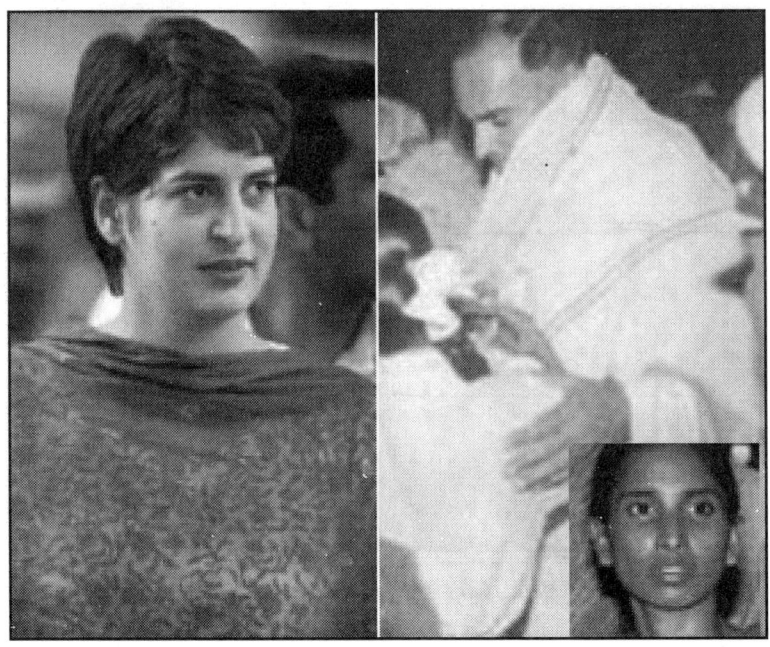

பிரியங்கா, நளினி, ஸ்ரீபெரும்புதூரில் ராஜீவ்

சமயத்தில் தேர்தல் நடைபெற்றது.

அந்தத் தேர்தலில் ராஜீவ்காந்தி மீண்டும் பிரதமராவார் என்று கூறப்பட்டது.

ஆனால், தமிழ்நாட்டில் உள்ள ஸ்ரீபெரும்புதூர் என்ற இடத்தில் தேர்தல் பிரச்சாரத்திற்காக வந்த ராஜீவ்காந்தி மனித வெடிகுண்டு தாக்குதலில் உயிரிழந்தார். இது உலகம் முழுவதும் அதிர்ச்சியை ஏற்படுத்தியது.

இருந்தாலும், ராஜீவ்கொலையில் காங்கிரஸ் தலைவர்கள் சிலருக்கு தொடர்பிருக்கலாம் என்ற சந்தேகம் இருட்டடிப்பு செய்யப்பட்டு விட்டது. தங்களுடைய கட்சியின் மாபெரும் தலைவர் உடல் சிதறி சாகும்போது காங்கிரசின் முக்கியத் தலைவர்கள் யாருமே அவருக்கு அருகில் இல்லாமல் போனது எப்படி? என்கிற கேள்விக்கு இதுவரை பதில் இல்லை.

பலத்த பாதுகாப்பு வளையத்திற்குள் இருந்த ராஜீவ்காந்தியை இலங்கையில் இருந்து வந்த தணு என்ற பெண் எப்படி நெருங்க முடிந்தது? இடுப்பில் வெடிகுண்டுகளைக்

கறுப்பு ஜூலைக்கு காரணமான அதுலத் முதலி

கட்டிக் கொண்டு கையில் மாலையுடன் ராஜீவை நெருங்கிய அந்தப்பெண்ணை யாருமே சோதனையிடவில்லையா? என்கிற கேள்விகளுக்கும் பதில் இல்லை.

தணுவுக்குஉதவி செய்ததாக கைது செய்யப்பட்ட நளினி, முருகன் போன்றவர்கள்தான் தண்டனை பெற்றார்கள்.

அவர்களில் நளினியை வேலூர் சிறையில்போய் ராஜீவ் காந்தியின் மகள் பிரியங்கா சந்தித்துப் பேசினார். அவர்கள் பேசியதன் விவரம் வெளிவரவில்லை. (ஆனால், 2009இல் நடந்த இறுதித் தாக்குதலுக்கு நளினி தெரிவித்த விவரங்கள்கூட காரணமாக இருந்திருக்கலாம் என்று கருதப்படுகிறது.)

ஜெயவர்தனாவின் காலத்தில் தமிழர்களின் இனப்படுகொலைக்கு காரணம் என்று கருதப்பட்டவர் லலித் அதுலத் முதலி.

ஜெயவர்தனாவின் வலதுகரமாக கருதப்பட்டவர். 1993ஆம் ஆண்டு ஒரு தேர்தல் பிரச்சாரக் கூட்டத்தில் கலந்து கொள்ள வந்தார். எதிர்பாராமல் சக்தி வாய்ந்த மனித வெடிகுண்டு வெடித்துச் சிதறியது. அதுலத் முதலி உடல் சிதறி உயிரை

பிரேமதாஸா
விடுதலைப்
புலிகளுடன்

விட்டார்.

இந்த சம்பவத்துக்கு விடுதலைப்புலிகள் பொறுப்பேற்றார் கள். ராஜீவ் கொலையைத் தொடர்ந்து மனித வெடிகுண்டு தாக்குதல் பிரபலமாகியது. உலகில் தற்கொலைத் தாக்குதல் முறையை பிரபலப்படுத்தியது விடுதலைப் புலிகள்தான்.

அதுலத் முதலி இறந்து ஒருமாதம் கூட இல்லை. ஏப்ரல் மாதம் அவர் இறந்தார். மே தின கொண்டாட்டம் ஏற்பாடு செய்யப்பட்டது. அரசு சார்பில் நடைபெற்ற ஒரு கூட்டத்தில் பங்கேற்க ஜனாதிபதி பிரேமதாஸா வந்து இறங்கினார்.

அந்தக் கூட்டத்திலும் ஒரு மனித வெடிகுண்டு வெடித்துச் சிதறியது. பிரேமதாஸா கொல்லப்பட்டார்.

1994ஆம் ஆண்டு தேர்தல் அறிவிக்கப்பட்டது. தற்காலிக ஜனாதிபதியாக பொறுப்பு வகித்தவர் போட்டியிட மறுத்துவிட்டார். எனவே, காமினி திசநாயகாவை ஜனாதிபதி வேட்பாளராக ஐக்கிய தேசியக்கட்சி அறிவித்தது.

காமினி திசநாயகா

அவரும் மனித வெடிகுண்டுக்கு பலியானார்.

அந்த தேர்தலில் சந்திரிகா குமாரதுங்கா ஜனாதிபதியானார்.

இந்த காலகட்டத்தில், விடுதலைப்புலிகள் தாங்கள் இழந்த பகுதிகளை ஒவ்வொன்றாக மீட்டு வந்தனர். ஈழத் தமிழர்களின் ஒரே பாதுகாவலன் விடுதலைப்புலிகள்தான் என்கிற நம்பிக்கை இலங்கையில் மட்டுமின்றி உலகம் முழுவதும் உள்ள தமிழர்களிடம் உருவானது.

அவர்கள், புலம்பெயர்ந்து பல்வேறு நாடுகளில் நல்ல நிலையில் இருந்தார்கள். சொந்த நாட்டை விட்டு முற்றிலும் புதிய கலாச்சாரத்தில், புதிய சூழலில் வாழ வேண்டிய கட்டாயம். தாங்கள் இழந்த மண்ணை எப்போது திரும்பப் பெறப்போகிறோம் என்கிற ஏக்கத்துடன் அவர்கள் வாழ்ந்தார்கள்.

தங்களுடைய மண் மீட்கப்படும். தனி அரசாங்க அமைப்பிடம் உலகில் தலை நிமிர்ந்து நிற்கும் நாம், நமது மண்ணில் போய் அமைதியான வாழ்க்கை வாழ்வோம் என்ற நம்பிக்கை அவர்களிடம் துளிர்த்தது.

அதிபர் சந்திரிகா

பிரபாகரன் அந்த நம்பிக்கைக்கு தண்ணீர் ஊற்றினார் அவர்கள், அவருக்கு பணத்தை கொட்டிக் கொடுத்தார்கள். ஆயுதங்களை குவித்தார்கள். வெளிநாடுகளில் போய் குடியேறிய தமிழ் இளைஞர்கள் விடுதலைப்புலிகளுக்கு எல்லா தொழில்நுட்ப உதவிகளையும் செய்து கொடுத்தார்கள்.

சிங்களவர்கள், அவர்களுக்கு புரிகிற மொழியிலான பதிலை பெற்றுக் கொண்டிருந்தார்கள். தமிழர்கள் நெஞ்சை உயர்த்தி நிமிர்ந்து நின்றார்கள். இலங்கை முழுவதும் பதற்றம் பரவியது. சிங்களர்கள் பயந்தார்கள். நவீன ஆயுதங்களுடன் விடுதலைப்புலிகள் உத்வேகமான தாக்குதலை தொடர்ந்தார்கள்.

கிட்டத்தட்ட வடகிழக்கு பகுதி முழுவதையும் விடுதலைப்புலிகள் தங்கள் கட்டுப்பாட்டில் கொண்டு வந்தார்கள், யாழ்பாணம் தவிர.

தொடக்கத்தில் சைக்கிள்தான் வாகனம்

நெருங்க முடியாத கோட்டை

நினைத்துப்பார்க்கவே முடியாத பிரமிப்பை ஏற்படுத்தும் வளர்ச்சி.

ஆம். தொடக்கத்தில் விடுதலைப்புலிகளின் வாகனம் சைக்கிள்தான். எங்கேனும் தாக்குதல் நடத்தப் போக வேண்டும் என்றால், சைக்கிளில்தான் போக வேண்டும்.

கொஞ்சநாள் கழித்து முக்கியமான விஷயங்களுக்கு மட்டும் ஓட்டை உடைசல் ஜீப்புகளை பயன்படுத்தினார்கள்.

பிறகு ராணுவத் தளவாடங்கள் இறக்கப்பட்டன. ஆயுதங்களுக்காக காவல் நிலையங்களை தாக்கிய காலம் மலையேறி விட்டது. நவீன ரக ஆயுதங்கள் வாங்கத் தொடங்கினர். ராக்கெட் லாஞ்சர்கள், ஏ.கே.47 ரகத் துப்பாக்கிகள், ஆர்.டி.எக்ஸ். வெடிப்பொருள்கள் என விடுதலைப் புலிகளின் ஆயுத பலம் அதிகரித்துக் கொண்டே போனது.

டிராக்டர்களை பீரங்கிகளாக மாற்றினார்கள். பாகங்களை

புலிகள் ராணுவத்தின் வாகனங்கள்

வெளி நாடுகளில் இருந்து கடத்தி வந்து அசல் பீரங்கிகளை செய்தார்கள்.

பிரபாகரன் இறந்து விட்டார் என்று செய்திகள் வெளியான காலகட்டத்தில் இருந்தே அவரை பார்த்தவர்கள் யாரும் இல்லை. அவர் உயிரோடு இல்லை என்று சாதித்தவர்கள் ஏராளமாக இருந்தனர்.

பிரபாகரன் எதைப்பற்றியும் கவலைப்படவில்லை. தனது ஆளுகையை விரிவுபடுத்திக் கொண்டிருந்தார். அடுத்தடுத்து தாக்குதல்கள். அடுத்தடுத்து வெற்றி. தமிழீழத்தின் எல்லை விரிவாகிக் கொண்டே போனது.

1994இல் சந்திரிகா மிரளும் அளவுக்கு விடுதலைப்புலிகளின் தாக்குதல் இருந்தது. உலகத் தமிழர்கள் தமிழ் ஈழத்தின் பக்கம் தலைசாய்த்துப் படுத்தனர். சொந்தநாடு திரும்பவே முடியாது என்று எண்ணியிருந்தவர்கள் மனதில் பால் வார்த்தார் பிரபாகரன்.

சந்திரிகா தொடங்கி அமைதிப் பேச்சுக்கள், போர் நிறுத்தங்கள் என அழைப்பு விடுத்த ஜனாதிபதிகள் பிரபாகரனை தமிழீழ தலைவராகவே பார்த்தார்கள். ஒவ்வொரு சந்தர்ப்பத்தையும் புலிகள் தங்களுக்கு சாதகமாக

டிராக்டரை பீரங்கியாக்கிய புலிகள்

பயன்படுத்தினார்கள்.

பேச்சுவார்த்தையா? வாருங்கள் பேசலாம். சண்டை நிறுத்தமா? நிறுத்திக் கொள்வோம். எனக்குத் தேவை கால அவகாசம். எனது எல்லைக்குள் நீங்கள் வரமாட்டீர்கள் அல்லவா? எனக்கு அதுதான் வேண்டும். வெளி நாடுகளில் இருந்து ஆயுதங்களை சேர்த்துக் கொள்கிறேன்.

பிரபாகரன் ஏராளமாக ஆயுதங்களை குவித்தார். அத்தனையும் சந்தையில் புதுசு. புதிய ஆயுதங்களை பயன்படுத்துவது எப்படி? அதையும் பிரபாகரன் கற்றுக் கொடுத்தார். காலம் மாறிவிட்டது. எந்த வகையிலும் நாம் பின்தங்கி விடக்கூடாது. லட்சியத்தை வென்றே ஆக வேண்டும்.

ஈழத்தில் என்ன நடக்கிறது? என்று இந்தியா கவலைப்படவே இல்லை. உங்கள் சண்டையை நீங்களே பார்த்துக் கொள்ளுங்கள். எங்களுக்கு எங்களுடைய பிரச்சனையை தீர்க்கவே நேரம் போதவில்லை.

நரசிம்மராவ் சிரிக்காமலேயே ஐந்து வருடம் ஆட்சி செய்து விட்டார். காங்கிரஸ் மாநிலக் கட்சியாக தேய்ந்து விட்டது. ஐக்கிய முன்னணி என்று உதிரிக் கட்சிகளின் நெல்லிக்காய் மூட்டைக்கு கட்டுக்கயிறாக மாறிவிட்டது.

புலிகளின் பீரங்கிகள்

நெல்லிக்காய் மூட்டை இரண்டு ஆண்டுகளிலேயே சிதறிவிட்டது. பாஜக மெல்லத் தலையெடுத்தது. சில மாநிலக்கட்சிகளின் ஆதரவோடு மத்தியில் கூட்டாட்சி ஏற்படுத்தப் பட்டது. மாநிலக்கட்சிகள் மாநில உரிமை பேசுவதை விடுத்து அதிகாரத்தை பங்கிட்டுக் கொள்வதில் கவனம் செலுத்தத் தொடங்கின.

இந்திய அரசியல் சிக்கலாகிக் கொண்டிருந்தது. சிறுசிறு கட்சியெல்லாம், தண்டல்வேலை செய்யத் தொடங்கிவிட்டன. இந்தியாவில் ஒற்றைக் கட்சி ஆட்சி இருந்தது இனி கனவுதான் என்கிற நிலை உருவாகிவிட்டது.

இலங்கை விவகாரம் மறக்கப்பட்டு விட்டது. வடகிழக்கு மாநிலங்களை இலங்கை ராணுவம் நெருங்கவே முடியவில்லை.

சொர்க்கபுரியாக கருதப்பட்ட இலங்கையை எந்த நாட்டினரும் சீந்த மறுத்தார்கள். பொருளாதார நெருக்கடியில் தவித்தது இலங்கை. ஏதேனும் செய்யுங்கள் உள்நாட்டுப் போரை முடிவுக்கு கொண்டு வாருங்கள். பிறகு பார்க்கலாம் என்று நிதி உதவி செய்யும் நாடுகள், சர்வதேச அமைப்புக்கள் நிர்ப்பந்தம் செய்தன.

சந்திரிகா அமைதிக்கரம் நீட்டினார். அவருடனும் விடுதலைப்புலிகள் கைகுலுக்கினார்கள். முதன்முறையாக

கடல்புலிகளின் கமாண்டர் சூசை

1995இல் இலங்கை அரசின் தூதுக்குழு யாழ்பாணத்துக்கு வந்தது. இழந்த பகுதிகளை மீட்பது என்ற தங்கள் திட்டத்தில் விடுதலைப்புலிகள் உறுதியாக இருந்தார்கள்.

வவுனியா காட்டுக்குள் இருந்தபடி விடுதலைப்புலிகளை கச்சிதமாக இயக்கினார் பிரபாகரன். முல்லைத் தீவு, அம்பாறை, கிளிநொச்சி என்று இழந்த பகுதிகள் அனைத்தும் விடுதலைப் புலிகளின் கட்டுப்பாட்டில் வந்தன.

அதே சமயம், மனித வெடிகுண்டு தாக்குதல், ரயில் நிலையம் தாக்குதல், கொழும்பு சென்ட்ரல் வங்கி தாக்குதல் என விடுதலைப்புலிகளின் அச்சுறுத்தலில் இலங்கை அரசு திணறிப்போனது.

விடுதலைப்புலிகளின் வரலாற்றில் முதன் முறையாக ஒரு சறுக்கல் ஏற்பட்டது. அமெரிக்கா, விடுதலைப்புலிகள் அமைப்பை வெளிநாட்டு பயங்கரவாத அமைப்பு என்று பிரகடனப் படுத்தியது.

எந்தநேரம் எமர்ஜென்சி பிரகடனப் படுத்தப்படும் என்று யாருக்கும் தெரியாது. 1998இல் ஜனாதிபதி சந்திரிகா மீது மனித

கடல்புலிகளின் சீற்றம்

வெடிகுண்டு தாக்குதல் நடத்தப்பட்டது. அதில் அவர் உயிர் பிழைத்தார். இருந்தாலும் ஒரு கண்ணை இழந்தார்.

அமெரிக்காவைத் தொடர்ந்து பிரிட்டனும் விடுதலைப்புலிகள் அமைப்பை தடை செய்யப் பட்ட அமைப்புகள் பட்டியலில் சேர்த்தது.

இலங்கையில் தாங்கள் இழந்த பகுதிகளை கைப்பற்றி ஒருங்கிணைத்தார் பிரபாகரன். கிழக்கில் கருணா தலைமையில் புலிகள் அமைப்பு வலுவான நிலையில் இருந்தது.

2001ஆம் ஆண்டு ஜூலை மாதம் 24ஆம் தேதி. கொழும்புவில் உள்ள பண்டார நாயகா சர்வதேச விமான நிலையம் எப்போதும் சுறுசுறுப்பாக இயங்கிக் கொண்டிருக்கும். விமான நிலையத்தில் போக்குவரத்து விமானங்களும் ராணுவ விமானங்களும் நிறுத்தப்பட்டிருந்தன.

கறுப்பு ஜூலை படுகொலைகளின் 18ஆவது ஆண்டு நினைவு தினம் அனுசரிக்கப்பட்டுக் கொண்டிருந்தது. பாதுகாப்பு ஏற்பாடுகளில் கூடுதல் கவனம் செலுத்தி இருக்க வேண்டும். ஏதோ நினைவில் அசட்டையாக இருந்து விட்டார்கள் போலிருக்கிறது.

விடுதலைப்புலிகளின் தற்கொலைப்படைப் பிரிவு

தாக்குதலுக்கு புறப்படும் வான்புலிகள்

உறுப்பினர்கள் விமான நிலையத்தில் ஊடுருவி வெடித்துச் சிதறினார்கள். ஒரு விமானம், 2,3, என்று வரிசையாக விமானங்கள் வெடித்துச் சிதறின. போக்குவரத்து விமானங்களும் சரக்கு விமானங்களும், ராணுவ விமானங்களுமாக மொத்தம் 28 விமானங்கள் வெடித்தன. அந்தப் பிரதேசமே தீப்பிழம்புகளால் சூழந்தது. அந்த வெப்பம் கொழும்பு நகரையே வாட்டியது. ஏராளமானோர் உயிரிழந்தார்கள்.

உடனே நெருக்கடி நிலை பிரகடனப்படுத்தப்பட்டது.

புலிகளுடன் சமரசம் செய்து கொள்வதுதான் ஒரே வழியாக இருக்க முடியும் என்ற நிலை உருவானது. மூன்றாவது நாடு ஒன்று இருதரப்புக்கும் இடையில் மத்தியஸ்தம் செய்ய முன்வந்தால் ஏற்கிற மனநிலைக்கு இலங்கை அரசு வந்தது.

நார்வே நாட்டுக்கு வேண்டுகோள் விடுக்கப்பட்டது. நார்வே பொதுவான நாடு. உலக அரசியலில் நடுநிலையை தனது கொள்கையாக பின்பற்றும் நாடு. இலங்கை இனப்பிரச்சனைக்கு சமரசத் தீர்வு ஏற்படுத்த ஒப்புக் கொண்டது.

எரிக் ஷோல்ஹைம் தலைமையில் நார்வே தூதுக்குழு அறிமுகமானது. அந்த குழுவினர் மிகச்சிறப்பாக பிரச்சனையை அணுகினார்கள்.

நார்வே குழுவினரை வரவேற்கிறார் பிரபாகரன்

2001ஆம் ஆண்டு டிசம்பர் மாதம் குறைந்த வாக்கு வித்தியாசத்தில் ரணில் விக்ரமசிங்கேவின் ஐக்கிய தேசிய கட்சி வெற்றிபெற்றது. புதிய அரசு தன்னிச்சையாக விடுதலைப்புலிகளுடன் ஒருமாதம் அடையாளபூர்வ சண்டை நிறுத்தம் அறிவித்தது.

விடுதலைப்புலிகளும் சண்டை நிறுத்தம் அறிவித்தனர்.

ஒருமாதம் மட்டும்தான் அது நீடித்தது. ஆனால், அதற்கு இடையிலேயே அமைதி முயற்சியில் நல்ல முன்னேற்றம் ஏற்பட்டிருந்தது. நார்வே குழுவின் மத்தியஸ்த முயற்சியை ஏற்பதாக பிரபாகரன் அறிவித்தார்.

2002ஆம் ஆண்டு பிப்ரவரி மாதம் வரை, பலமுறை பிரதமர் ரணில் விக்ரமசிங்கேவையும் விடுதலைப்புலிகளின் தலைவர் பிரபாகரனையும் நார்வே குழுவினர் சந்தித்துப் பேசினர். அந்த மாதம் 22ஆம் தேதி இருதரப்பினரும் போர் நிறுத்த ஒப்பந்தத்தில் கையெழுத்திட்டனர். பிப்ரவரி 23ஆம் தேதி முதல் இருதரப்பினரும் சண்டையை நிறுத்த ஒப்புக் கொண்டனர்.

அதைத் தொடர்ந்து 12 ஆண்டுகளுக்குப்பிறகு யாழ்பாணத்திற்குச் செல்லும் சாலை வழி திறந்து விடப்பட்டது. விமானங்கள் அனுமதிக்கப்பட்டன. வவுனியாவில் இருந்து தெற்கு பகுதிக்கு செல்வதற்கு சிறப்பு அனுமதி பெற வேண்டியது இல்லை என்றும், திரும்பி வரும்போது நான் வந்து

ரணில் விக்கிரமசிங்கே

விட்டேன் என்று காவல் நிலையத்தில் பதிவு செய்ய வேண்டியது இல்லை என்றும் அறிவிக்கப்பட்டது.

1983க்குப் பிறகு யாழ்பாணத்துக்கு எந்த ஒரு பிரதமரும் சென்றதில்லை. 2002 மார்ச் 14இல் ரணில் விக்ரமசிங்கே யாழ்பாணம் சென்றார். அவரை ஏராளமான மக்கள் திரண்டு வரவேற்றனர்.

12 ஆண்டுகளுக்குப் பிறகு, முதன்முறையாக பத்திரிகையாளர்களை சந்தித்தார் பிரபாகரன். 2002 ஏப்ரல் 10ஆம் தேதி சர்வதேச அளவில் நூற்றுக்கணக்கான பத்திரிகையாளர்களும் தொலைக்காட்சி செய்தியாளர்களும் குவிந்திருந்தனர். அவர்களிடம் விடுதலைப்புலிகள் அமைப்பின் மையக் கோட்பாடுகளை எப்போதும் கைவிட மாட்டோம் என்பதை திட்டவட்டமாக தெரிவித்தார்.

ராஜீவ் கொலை குறித்து எழுப்பப்பட்ட வினாவுக்கு, "அது ஒரு துன்பியல் சம்பவம்" என்று பதிலளித்தார்.

போர் நிறுத்தத்தை தொடர்ந்து, பேச்சுவார்த்தைகள் சுறுசுறுப்படைந்தன. 2002 பிப்ரவரி 22இல் நார்வே நாட்டின்

போர்நிறுத்த ஒப்பந்தம் குறித்து செய்தியாளர் சந்திப்பு

தலைநகர் ஆஸ்லோவில் முதல்சுற்றுப் பேச்சுவார்த்தை நடைபெற்றது. 2002 செப்டம்பர் 16ஆம் தேதி தாய்லாந்து நாட்டில் உள்ள ஸட்டாஹிப் கப்பல் படைத்தளத்தில் இரண்டாவது சுற்று பேச்சுவார்த்தை நடைபெற்றது.

2002 டிசம்பர் 2ஆம் தேதி மீண்டும் ஆஸ்லோ நகரில் மூன்றாவது சுற்று பேச்சுவார்த்தை தொடங்கியது. கூட்டாட்சி முறை அரசு குறித்து ஆய்வு செய்யப்பட்டது. உலகில் உள்ள கூட்டாட்சி அமைப்புகள் அனைத்தையும் ஆய்வுக்கு எடுத்துக் கொண்டனர். இலங்கைக்கு எந்த வகை அதிகாரப்பகிர்வு சரிப்படும் என்று விவாதித்தனர்.

2003ஆம் ஆண்டு ஜனவரி 6ஆம் தேதி தாய்லாந்து நாட்டில் நான்காவது சுற்றுப் பேச்சுவார்த்தை நடைபெற்றது. ஜெர்மனி நாட்டின் பெர்லின் நகரில் 2003 பிப்ரவரி 7ஆம் தேதி ஐந்தாவது சுற்று பேச்சுவார்த்தையும், அதே ஆண்டு மார்ச் மாதம் 18ஆம் தேதி ஜப்பான் நாட்டின் ஹகோன் நகரில் ஆறாவது சுற்று பேச்சுவார்த்தையும் நடைபெற்றது.

இந்த பேச்சுவார்த்தையின் அடிப்படையில், ஒரு புதிய அரசு அமைப்பு முறை வடிவமைக்கப் பட்டது. அந்த வரைவு திட்டம் விடுதலைப்புலிகளிடம் ஒப்படைக்கப்பட்டது. அதைப்

பெண் புலிகளின் எழுச்சிமிகு அணிவகுப்பு

பரிசீலித்து முடிவு செய்வதாக விடுதலைப்புலிகள் அறிவித்தனர்.

ஜப்பான் தலைநகர் டோக்கியோவில் சர்வதேச நிதி உதவி கோரும் மாநாடு ஏற்பாடு செய்யப்பட்டது. அமெரிக்கா இந்த மாநாட்டுக்கு ஏற்பாடு செய்திருந்தது.

இந்த மாநாட்டில் இலங்கை அரசாங்கத்தின் பிரதிநிதிகள் மட்டுமே பங்கேற்க வேண்டும். விடுதலைப் புலிகள் பங்கேற்கக் கூடாது. அந்த அமைப்புக்கு நாங்கள் தடை விதித்திருக்கிறோம் என்று அமெரிக்கா கூறியது.

ஏற்கெனவே அமைதிப் பேச்சுவார்த்தையில் இருந்து தாங்கள் விலகுவதாக விடுதலைப் புலிகள் அறிவித்திருந்தனர். போர் நிறுத்த ஒப்பந்தத்தில் ஒப்புக்கொள்ளப் பட்டபடி தமிழர்களுக்கு உதவிகள் வழங்கப்படவில்லை என்று குறை கூறியிருந்தனர்.

இந்நிலையில், அமெரிக்காவின் இந்த நிபந்தனை விடுதலைப் புலிகளுக்கு எரிச்சலூட்டியது. விடுதலைப்புலிகள் பேச்சுவார்த்தையில் இருந்து விலகுவதைத் தடுக்க அவசர

புலிகளின் அணிவகுப்பை பார்வையிடும் புலி

அவசரமாக வடகிழக்கு மாகாணத்துக்கு இடைக்கால நிர்வாகம் அமைக்க ஏற்பாடு செய்யப்பட்டு வந்தது.

இந்த இடைக்கால முயற்சியை ஜே.வி.பி. அமைப்பு கடுமையாக எதிர்த்தது. தமிழீழம் அமைப்பதற்கு முதல்படியாகவே இந்த இடைக்கால நிர்வாகம் அமையும் என்று ஜே.வி.பி. கூறியது.

இடைக்கால நிர்வாகம் அமைக்க வேண்டும் என்ற விடுதலைப்புலிகளின் கோரிக்கையை அரசாங்கம் நிராகரிக்க முடிவு செய்தது. இதையடுத்து, பேச்சுவார்த்தையில் இருந்து விலகுவதாக விடுதலைப்புலிகள் அறிவித்தனர்.

டோக்கியோவில் நடைபெற்ற சர்வதேச நிதி உதவி கோரும் மாநாட்டையும் புறக்கணித்தனர். டோக்கியோ மாநாட்டில் 51 நாடுகளும் 22 பொதுநல அமைப்புகளும் பங்கேற்றன. ஜப்பான் தலைமையில் நடைபெற்ற இந்தமாநாட்டில், இலங்கையின் புனரமைப்பு பணிகளுக்கு 450 கோடி டாலர்கள் நிதி உதவி கிடைத்தது.

மாநாடு முடிந்தவுடன் விடுதலைப்புலிகளின் கோரிக்கையை ஏற்று இடைக்கால நிர்வாகக் குழுவுக்கான உத்தேச வரைவு திட்டத்தை அரசாங்கம் அளித்தது.

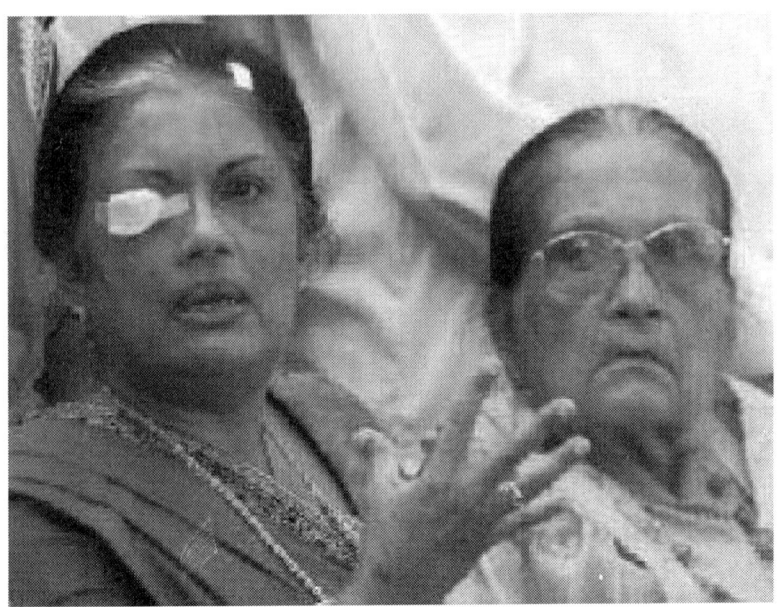

குண்டு தாக்குதலில் ஒரு கண் இழந்த சந்திரிகா

1964 முதல் இலங்கையில் வசிக்கும் இந்திய வம்சாவளி தமிழர்களுக்கு இலங்கை குடியுரிமை வழங்க வகை செய்யும் சட்டம் இயற்றப்பட்டது. இதையடுத்து, இடைக்கால நிர்வாகக்குழு யோசனைக்கு பதிலாக தங்களுடைய திட்டத்தை விடுதலைப்புலிகள் அளித்தனர்.

நீங்கள் அளித்திருக்கும் திட்டத்தில், எங்களுக்கு உருப்படியாக ஒன்றும் இல்லை. போலீஸ் அதிகாரம் உங்களிடம் இருக்கும் வரை எங்களுக்கு பாதுகாப்பு ஏதும் இல்லை என்பதை விடுதலைப்புலிகள் தெரிவித்திருந்தனர்.

இலங்கை சுதந்திரா கட்சி விடுதலைப்புலிகளின் திட்டம், பிரிவினைக்கு அடிக்கல் நாட்டுவதாக கவலை தெரிவித்தது. உடனே ஜனாதிபதி சந்திரிகா நாடாளுமன்றத்தை கலைத்து உத்தரவிட்டார். நெருக்கடி நிலை பிரகடனப்படுத் தப்பட்டது.

ஆனால், 3 நாட்களில் நெருக்கடி நிலை விலக்கப்பட்டு, நாடாளுமன்றம் கூடியது.

இந்த நூற்றாண்டின் இணையற்ற ஒரு போராட்டத்தை துரோகத்தால் சிதைத்த கருணா தனது ஆதரவாளர்களுடன்

துரோகி கருணா

விடுதலைப்புலிகள் அமைப்பு எத்தனையோ துரோகிகளை பார்த்திருக்கிறது.

துரோகங்களை வென்றுதான் அந்த இயக்கம் வளர்ந்தது.

தமிழினத்தின் வீழ்ச்சிக்கு துரோகங்களே காரணமாக அமைந்திருக்கிறது என்பதற்கு வரலாறு நெடுகிலும் ஏராளமான சான்றுகள் இருக்கின்றன.

ஈழ விடுதலைப் போராட்டத்தில், கருணாவின் துரோகம் மிக முக்கியமான விளைவுகளை ஏற்படுத்தி இருக்கிறது.

அமைதி முயற்சிகள் ஒருபுறம் நடந்து கொண்டே இருந்தன. மாதிரி இடைக்கால அரசாங்கம் குறித்த விடுதலைப்புலிகளின் வரைவுத் திட்டம் அரசாங்கத்தின் கைகளில் இருந்தது. ஆனால், அதுகுறித்து எந்த முடிவும் எடுக்க முடியாத நிலையில் ரணில் விக்ரமசிங்கே இருந்தார்.

இதனிடையே, கிழக்கு மாநிலத்தை பிரபாகரனிடம் இருந்து

மாவீரர் தின உரை நிகழ்த்தும் மாவீரன்

பிரிக்க இலங்கை அதிகாரிகள் ரகசிய முயற்சிகள் மேற்கொண்டிருந்தனர். இந்தத்தகவல், பிரபாகரனுக்குத் தெரிய வந்தது. ஏற்கெனவே, கருணா மீது ஏராளமான புகார்கள் வந்து கொண்டிருந்தன. அத்தனையும் அசிங்கமான புகார்கள்.

பிரபாகரனை வேதனைக்கு உள்ளாக்கிய கருணாவை அமைப்பில் இருந்து விலக்குவதாக அறிவிப்பு வெளியானது. அவருக்குப் பதிலாக கிழக்குப் பகுதிக்கு புதிய தளபதி நியமிக்கப் பட்டார். ஆனால், கருணா கிழக்குப்பகுதி எனது தலைமையிலேயே இருக்கும் என்று அறிவித்தார். விடுதலைப்புலிகள் அமைப்பில் இருந்து, தனது பிரிவு தனி அமைப்பாக செயல்படும் என்று கூறினார்.

2004ஆம் ஆண்டு மார்ச் மாதம் கருணா விலகுகிறார். ஏப்ரல் மாதம் இலங்கையில் அதிகாரப்போட்டி உச்சக்கட்டத்துக்கு சென்றது. எனவே, முன்கூட்டியே நாடாளுமன்றத்துக்கு தேர்தல் அறிவிக்கப்பட்டது. அந்தத் தேர்தலில் சந்திரிகாவின் கட்சி பெரும்பான்மை பெறவில்லை. அதைத் தொடர்ந்து, வேறு சில கட்சிகளின் ஆதரவுடன் இலங்கை அவருடைய கட்சி அரசு அமைத்தது. மஹிந்த ராஜபக்ஷே புதிய பிரதமராக பொறுப்பேற்றார்.

அதே ஆண்டு ஜூலை மாதம் கறுப்பு ஜூலை சம்பவங்களில்

குடும்பத்தினருடன் பிரபாகரன்

தொடர்புடையவர்களுக்கு தேசிய பொது மன்னிப்பு வழங்கப்படும் என்று ஜனாதிபதி சந்திரிகா அறிவித்தார்.

கருணாவின் விலகல், இலங்கை ராணுவத்துக்கு கொண்டாட்டமாக இருந்தது. கருணாவின் ஆட்களைப் பயன்படுத்தி விடுதலைப் புலிகளின் ரகசியங்களை ராணுவம் அறிந்து வந்தது. ராணுவத்துக்கு உதவிக் கொண்டிருந்த கருணாவின் நெருங்கிய சகாக்கள் 8 பேரை விடுதலைப் புலிகள் சுட்டுக் கொன்றார்கள்.

2001ஆம் ஆண்டுக்குப் பிறகு, நீண்ட இடைவெளி விட்டு 2004 ஜூலை மாதம் கொழும்புவில் மனித வெடிகுண்டு வெடித்தது. இந்த சம்பவம் அமைதி முயற்சிகளை முறித்து விடும் நிலை உருவானது.

இலங்கையில் போர் நிறுத்த ஒப்பந்தத்தை கண்காணிக்க நியமிக்கப்பட்டிருந்த நார்வே குழுவினர் அதிர்ச்சி அடைந்தனர். தங்களுடைய முயற்சி தோற்றுவிடுமோ என்று பயந்தனர். உடனே நார்வே நாட்டின் வெளியுறவு துணை அமைச்சர், விடுதலைப்புலிகள் அமைப்பின் தலைவர்களை சந்தித்துப் பேசினார்.

இந்தச்சந்திப்பு தோல்வியில் முடிந்ததாக அவர் அறிவித்தார்.

தனது அலுவலக அறையில் பிரபாகரன்

தாங்கள் அளித்த திட்டத்தின் அடிப்படையில் இடைக்கால அரசாங்கம் அமைக்க வேண்டும் என்பதை விடுதலைப்புலிகள் வற்புறுத்தினார்கள்.

அரசாங்கம், அவர்களுடைய கோரிக்கையை ஏற்க மறுத்துவிட்டது. கிழக்குப்பகுதியில் பயணிகள் பஸ் மீது கையெறி குண்டு தாக்குதல் நடைபெற்றது. இதில் ஒருவர் உயிரிழந்தார். இந்த சம்பவத்தைத் தொடர்ந்து, தமிழர்களுக்கும் சிங்களர்களுக்கும் அங்கு மோதல் ஏற்பட்டது.

இந்தத்தாக்குதலுக்கு விடுதலைப்புலிகள் மீது பழி போடப்பட்டது. ஆனால் அவர்கள், அதை மறுத்தார்கள்.

இந்நிலையில்தான், மாவீரர் தினம் வந்தது. பிரபாகரன், விடுதலைப்புலிகளின் நிலையை தெளிவுபடுத்தினார்.

"எங்களுடைய கோரிக்கையை ஏற்று இடைக்கால

சுனாமி நிவாரண குழுவினருடன் சந்திப்பு

அரசாங்கம் அமைப்பதற்கு இலங்கை அரசு ஒப்புக்கொள்ள வேண்டும். அப்போதுதான், அமைதிப் பேச்சுவார்த்தையை தொடருவோம். எங்களுடைய கோரிக்கை நிராகரிக்கப்பட்டால், மீண்டும் தமிழீழ போராட்டத்தை தொடருவதைத் தவிர வேறு வழியில்லை"

அமைதி முயற்சியில் இலங்கை அரசு அக்கறை காட்டவில்லை. பிரபாகரனுடைய உரைக்கு உடனடி பதிலும் இல்லை.

2004 நவம்பர் 27ஆம் தேதி பிரபாகரன், மாவீரர் தின உரை நிகழ்த்தினார். அதே ஆண்டு டிசம்பர் மாதம் 26ஆம் தேதி அதிகாலை, உலகை பதறவைத்த சுனாமி பேரலைகள் இலங்கையின் வடக்கு, கிழக்கு மற்றும் தெற்கு பகுதிகளை தாக்கியது.

40 ஆயிரம் பேர் கொல்லப்பட்டனர். இரண்டரை லட்சம் பேர் வீடு வாசல்களை இழந்தனர். விடுதலைப்புலிகளின் கட்டுப்பாட்டில் இருந்த பகுதியில்தான், பெரிய அளவுக்கு பாதிப்பு ஏற்பட்டிருந்தது.

தங்களுடைய கட்டுப்பாட்டில் உள்ள பிரதேசத்தில் சுனாமி நிவாரணப் பணிகளை தாங்களே மேற்கொள்வோம் என்று பிரபாகரன் அறிவித்தார். சுனாமி நிவாரண உதவிகளை,

தாக்குதல் திட்டத்தை வரைபடம் காட்டி விளக்குகிறார்

விடுதலைப் புலிகளிடம் வழங்க வேண்டும் என்று வற்புறுத்தப்பட்டது. நிதி உதவி நிறுவனங்கள் அதை ஏற்றன.

எனவே அரசாங்கத்துக்கும் விடுதலைப்புலிகளுக்கும் இடையில் நிவாரண உதவிகளை பிரித்துக் கொள்ள 2005 ஜூன் மாதம் ஒப்பந்தம் ஏற்படுத்தப்பட்டது. இந்த ஒப்பந்தத்தின் அடிப்படையில், விடுதலைப்புலிகள் அமைப்புக்கு 300 கோடி அமெரிக்க டாலர்கள் ஒதுக்க வகை செய்யப்பட்டது. இந்த ஒப்பந்தத்தை கூட்டணி அரசாங்கத்துக்கு ஆதரவு அளித்து வந்த ஜே.வி.பி. எதிர்த்தது. அரசுக்கு தனது ஆதரவை திரும்பப் பெறுவதாக அறிவித்தது.

அதுமட்டுமில்லாமல், இந்த ஒப்பந்தத்தை ரத்து செய்ய வேண்டும் என்று உச்சநீதிமன்றத்தில் வழக்கு தொடர்ந்தது. வழக்கை விசாரித்த நீதிமன்றம், தீர்ப்பை அறிவிக்கும் வரை ஒப்பந்தத்தை அமல்படுத்தக் கூடாது என்று தடை விதித்தது.

இருந்தாலும், வடக்கு மற்றும் கிழக்குப்பகுதிகளில் நிவாரணப் பணிகள் பொது நல அமைப்புகளால் மேற்கொள்ளப்பட்டன.

2005ஆம் ஆண்டு ஆகஸ்ட் மாதம் இலங்கையின் வெளியுறவு

புதிய அதிபராக ராஜபக்ஷே பொறுப்பேற்றார்

அமைச்சர் லட்சுமண் கதிர்காமர் கொல்லப்பட்டார். விடுதலைப்புலிகள்தான் அவரைக் கொன்றதாக குற்றம் சாட்டப்பட்டது. அவரது கொலையைத் தொடர்ந்து, நெருக்கடி நிலை பிரகடனம் செய்யப்பட்டது.

அந்த ஆண்டு நவம்பர் மாதம், இலங்கை அதிபர் தேர்தல் நடைபெற்றது. அந்தத் தேர்தலில், ராஜபக்ஷே அதிபர் பதவிக்குப் போட்டியிட்டார். ஐக்கிய தேசிய கட்சி சார்பில், ரணில் விக்ரமசிங்கே, மனுத்தாக்கல் செய்தார்.

இந்தத் தேர்தலில், தமிழர்கள் வாக்களிக்க வேண்டாம் என்று விடுதலைப்புலிகள் உத்தரவிட்டனர். பெரும்பான்மையான தமிழர்கள் வாக்களிக்கவில்லை. நவம்பர் 17ஆம் தேதி ராஜபக்ஷே குறைந்த வாக்கு வித்தியாசத்தில் ஜனாதிபதியாக தேர்ந்தெடுக்கப்பட்டார்.

நவம்பர் 27ஆம் தேதி மாவீரர் தின உரை நிகழ்த்திய பிரபாகரன், "தமிழர்களுக்கு புதிய சலுகைகள் அறிவிக்காவிட்டால், புலிகளின் போராட்டம் தீவிரமடையும்" என்றார்.

ஒப்புக்கு போர் நிறுத்தம் தொடர்வதாக அறிவிக்கப்பட்டது. ஆனால், அரசாங்கம், விடுதலைப்புலிகளை ஒழித்துக்

பள்ளிக்கூடம் மீது விமானத் தாக்குதல்

கட்டுவதற்கான முயற்சிகளை தொடர்ந்து கொண்டிருந்தது. கிழக்குப்பகுதி தனது கைக்கு வந்ததுபோல, வடக்குப்பகுதியையும் கைப்பற்ற திட்டமிட்டது.

கருணாவை பயன்படுத்தி, விடுதலைப்புலிகளின் ரகசியங்களை அறிந்து கொண்டது. விடுதலைப்புலிகளின் முகாம்கள், அங்குள்ள பலம் எல்லாவற்றையும் கணக்கிட்டது.

2006 ஆகஸ்ட் 14ஆம் தேதி. தமிழர்களை பதறவைத்த நாள். அமைதி ஒப்பந்தம் நீடிப்பதாக ஒருபுறம் கூறிக்கொண்டே, முல்லைத்தீவில் உள்ள பள்ளிக்கூடம் ஒன்றின்மீது இலங்கை விமானப்படை குண்டு வீசி தாக்குதல் நடத்தியது.

இதில் பச்சிளம் குழந்தைகள் 61பேர் கொல்லப்பட்டனர்.

சிறுவர்களுக்கு ராணுவ பயிற்சி அளிக்கும் முகாம் என்று கருதி குண்டு வீசியதாக இலங்கை அரசு நியாயப்படுத்தியது. அடுத்தமாதமே சத்தமில்லாமல் ராணுவ முக்கியத்துவம் வாய்ந்த சம்பூர் தனது கைக்கு வந்து விட்டதாக அரசு அறிவித்தது.

இந்த நடவடிக்கைகள் விடுதலைப்புலிகளுக்கு

சுயம்புவாய் பயிற்சி பெற்றவர் பிரபாகரன்

ஆத்திரமூட்டியது.

ஹபரானாவுக்கு அருகே திகம்பதனா என்ற இடத்தில் விடுதலைப்புலிகள் மிகப்பெரிய தாக்குதலை நடத்தினார்கள். இலங்கை ராணுவத்துக்கு சொந்தமான பஸ்கள் வரிசையாக வந்து கொண்டிருந்தன.

ஏராளமான ராணுவ வீரர்களை ஏற்றிவந்த அந்த பஸ் அணிவரிசையில் திடீரென வெடிப்பொருள்கள் நிரப்பப்பட்ட ஒரு லாரி பயங்கரமாக மோதி வெடித்தது. ராணுவ பஸ்கள் சிதறின. 100 வீரர்களுக்கு மேல் உயிரிழந்தார்கள்.

விடுதலைப்புலிகளின் திட்டமிட்ட இந்தத் தாக்குதல், இலங்கை அரசாங்கத்தை கலங்கச் செய்தது. அடுத்தகட்ட தாக்குதலை அது திட்டமிட்டது.

அக்டோபர் மாதம், அடுத்தடுத்து பல நிகழ்வுகள் தொடர்ந்தன. ராஜீவ்காந்தி ஒப்பந்தப்படி வடக்கு மற்றும் கிழக்கு மாகாணங்களை ஒரே மாகாணமாக இணைத்தது செல்லாது என்று இலங்கை உச்சநீதிமன்றம் தீர்ப்பு எழுதியது.

தீர்ப்பு வெளியான இரண்டு நாட்களில், கல்லேவில் உள்ள இலங்கை கப்பல் படை தளத்தின் மீது கடல்புலிகள் தாக்குதல் நடத்தினர். இதில், இரண்டு கப்பல்கள் சிதறின. இந்தத்

கடைசி நேர சமாதான முயற்சியில் சிங்கள ராணுவத்தால் கொல்லப்பட்ட பா. நடேசன், புலித்தேவன்

தாக்குதலைத் தொடர்ந்து, கல்லேவில் உள்ள தமிழர்களின் கடைகள், வீடுகள் சூறையாடப்பட்டன.

இந்நிலையில், அக்டோபர் 28ஆம் தேதி ஜெனிவாவில் அமைதிப்பேச்சு மீண்டும் தொடங்கியது. இந்தப் பேச்சுவார்த்தையின்போது 2006 ஆகஸ்ட் மாதம் யாழ்பாணத்துக்கு செல்லும் ஏ9 நெடுஞ்சாலையை அரசாங்கம் மூடியதற்கு விடுதலைப் புலிகள் எதிர்ப்பு தெரிவித்தனர்.

அந்த சாலையை மீண்டும் திறந்து விட வேண்டும் என்ற அவர்களுடைய கோரிக்கையை ஏற்க அரசு மறுத்து விட்டது.

பேச்சுவார்த்தை தோல்வியடைந்த நிலையில், இலங்கை ராணுவம் வாகரை, மட்டக்களப்பு ஆகிய இடங்கள் மீது விமானத் தாக்குதல் நடத்தியது. இந்தத் தாக்குதலில் அப்பாவித் தமிழர்கள் 45பேர் உயிரிழந்தனர்.

விடுதலைப்புலிகளுக்கு எதிராக சண்டையிடுவதற்கு சிறுவர்களை, ராணுவத்துக்கு தேர்வு செய்வதாக ஐ.நா. சிறப்பு பிரதிநிதி ஒருவர் குற்றம் சாட்டினார். கருணா தலைமையிலான குழு இந்தத் தேர்வில் உதவி செய்வதாகவும் அவர் கூறியிருந்தார்.

2006ஆம் ஆண்டு டிசம்பர் மாதம் 14ஆம் தேதி லண்டனில் ஆண்டன் பாலசிங்கம் மரணமடைந்தார். விடுதலைப் புலிகளின் வெற்றிகள் அனைத்துக்கும் முக்கிய காரணமாக இருந்தவர். புலிகள் அமைப்புக்கு மிகச்சிறந்த

பாலசிங்கம் தனது மனைவியுடனும், பிரபாகரனுடனும்

அரசியல் ஆலோசகராக இருந்தவர். அவருடைய இழப்பு பிரபாகரனை பெரிதும் பாதித்தது.

ஆண்டன் பாலசிங்கம் வகித்த பொறுப்புக்கு சுப.தமிழ்ச்செல்வன் நியமிக்கப்பட்டார். கிழக்கு பகுதியில் விடுதலைப்புலிகளின் முகாம்கள் அனைத்தையும் ஒழித்துக்கட்டும் நடவடிக்கை தொடர்ந்தது. 2007ஆம் ஆண்டு ஜூலை மாதம் கிழக்குப் பகுதியில் உள்ள தொப்பிக்கலாவை கைப்பற்றியவுடன், விடுதலைப் புலிகளின் கடைசி முகாம் கைப்பற்றப் பட்டதாக ராணுவம் அறிவித்தது.

கருணாவின் உதவியுடன் கிழக்குப்பகுதியில் இருந்த விடுதலைப்புலிகளின் முகாம்கள் அனைத்தும் துடைக்கப்பட்டு விட்டன.

அமைதி என்பது கனவாகி விட்டது. நார்வே குழு மேற்கொண்ட முயற்சி உலகத் தமிழர்களிடம் நம்பிக்கை ஏற்படுத்தி இருந்தது. ஆனால், அது சீர்குலைந்து விட்டது. இலங்கை விமானப் படையின் தாக்குதலுக்கு பதிலடியாக விடுதலைப்புலிகளும் விமானத் தாக்குதலை தொடங்கினார்கள்.

ராணுவத்தின் ஆத்திரம் அதிகரித்தது. அவர்கள்

தளபதி தமிழ்ச் செல்வனுக்கு அஞ்சலி செலுத்தும் தலைவர்

கண்மூடித்தனமாக பொதுமக்கள் வசிக்கும் பகுதிகள் மீது சரமாரியாக குண்டுகளை வீசினார்கள்.

2007 ஆம் ஆண்டு நவம்பர் மாதம் 2ஆம் தேதி நடைபெற்ற அப்படியொரு விமானத் தாக்குதலில் விடுதலைப் புலிகளின் அரசியல் பிரிவு செயலாளர் சுப.தமிழ்ச்செல்வன் கொல்லப்பட்டார்.

புலிகளின் ஆத்திரம் கட்டுக்கடங்காமல் போனது. அதைத் தொடர்ந்து, அடுத்தடுத்து தாக்குதல்கள் தொடங்கின. இலங்கை ரணகளமாகியது. தலைநகர் கொழும்பு எந்நேரமும் பதட்டத்தில் இருந்தது.

2007 நவம்பர் மாதம் 27ஆம் தேதி பிரபாகரன் மாவீரர் தின உரை நிகழ்த்த தயாரானார். ஆனால், அவர் உரை நிகழ்த்துவதற்கு சற்றுமுன்பு புலிகளின் குரல் என்ற வானொலி நிலையத்தின் மீது, இலங்கை விமானப்படை குண்டு வீசியது.

2008 ஜனவரி 3ஆம் தேதி விடுதலைப்புலிகளுடன் ஏற்படுத்தப்பட்ட அமைதி ஒப்பந்தத்தை ரத்து செய்வதாக இலங்கை அரசு முறைப்படி அறிவித்தது. அதைத் தொடர்ந்து ஜனவரி 16ஆம் தேதி இலங்கையில் சண்டை நிறுத்தத்தை

இலங்கை கப்பலை தகர்க்கும் கடல்புலிகள்

கண்காணிக்க ஏற்படுத்தப்பட்ட நார்வே குழுவினர், இலங்கையை விட்டு வெளியேறினர்.

நிலைமை மோசமாகியது. தற்கொலை குண்டுகள் சரமாரியாக வெடித்துக் கொண்டிருந்தன. கிழக்குப் பகுதியில் கருணா தலைமையிலான குழு, தமிழ் மக்கள் விடுதலைப்புலிகள் என்ற பெயருடன் அரசியல் கட்சியாக மாறியிருந்தது. அந்தக் கட்சியுடன் ஆளும் இலங்கை சுதந்திரா கடசி கூட்டணி அமைத்து போட்டியிட்டது.

பெரும்பான்மை இடங்களை கைப்பற்றியது. ஆனால், முதல்வர் பொறுப்பு கருணாவுக்கு கிடைக்கவில்லை. அதற்குப்பதிலாக நாடாளுமன்ற உறுப்பினராக நியமிக்கப்பட்டார்.

புலிகளின் தாக்குதல் தீவிரமடைந்து வந்த நிலையில், 2005ஆம் ஆண்டு டிசம்பர் மாதம் முதல் 7 ஆயிரத்து 200 புலிகள் கொல்லப் பட்டிருப்பதாகவும், 2008 ஜனவரி 1ஆம் தேதி முதல் மட்டும் 2 ஆயிரத்து 500 விடுதலைப்புலிகள் கொல்லப் பட்டிருப்பதாகவும் இலங்கை ராணுவ அமைச்சகம் அறிவித்தது.

2008 மே 21ஆம் தேதி ஐ.நா. மனித உரிமை கவுன்சிலில்

தலைநகர் கொழும்புவில் புலிகளின் விமானத் தாக்குதல்

இலங்கைக்கு இடம் கிடைக்கவில்லை. மனிதாபிமான உதவிகள் எதுவும் அந்த நாட்டுக்கு கிடைக்காது என்ற நிலை உருவானது. இது இலங்கை அரசுக்கு பலத்த அடியாக கருதப்பட்டது.

இருந்தாலும், இலங்கை அரசு தனது பிடிவாதத்தை கைவிடவில்லை. ஐ.நா.வை மீண்டும் ஆத்திரப்படுத்தும் வகையில், ஒரு அறிவிப்பை வெளியிட்டது. வவுனியாவில் நிவாரணப் பணிகளில் ஈடுபட்டிருக்கும் ஐ.நா. ஊழியர்களின் பாதுகாப்புக்கு அரசு உத்தரவாதம் அளிக்க முடியாது என்று கூறியது.

இதையடுத்து, வவுனியாவில் மிச்சமிருந்த ஐ.நா. ஊழியர்கள் திரும்பப் பெறப்பட்டனர். ஐ.நா.வை பகைத்துக் கொள்வது நல்லதல்ல என்பது ராஜபக்ஷேவுக்கு தெரியும். இருந்தாலும், புலிகளை ஒழிப்பதில் உறுதியாக இருந்தார்.

சண்டை தொடர்கிறது. ஆனால், எப்போது முடியும் என்று தெரியவில்லை. கருணாவின் கூற்றுப்படி, புலிகளின் எண்ணிக்கை மிகவும் குறைவுதான். ஆனால், கொரில்லா தாக்குதலை எதிர்கொள்வது எப்படி?

ராஜபக்ஷே குழம்பிப் போயிருந்தார். என்ன செய்யலாம்?

"யாராவது எங்களுக்கு உதவ மாட்டீர்களா?"

அபயக்குரல் எழுப்பினார் ராஜபக்ஷே.

முப்படைகளை உருவாக்கி, முப்பது ஆண்டுகாலம் தமிழீழப்
போராட்டத்தை நடத்தியவர் பிரபாகரன்

"நாங்கள் இருக்கிறோம்"

ஏழு நாடுகள் ராஜபக்ஷேவுக்கு கைகொடுக்க முன்வந்தன. அப்போதுதான் அவருக்கு மூச்சு வந்தது.

"சொல்லுங்கள். எங்கள் வீரர்கள் தடுமாறுகிறார்கள். அவர்களுக்கு வழிகாட்டுங்கள். என்ன செய்யலாம்? அவர்களை நிச்சயமாக ஒழித்து விடலாமா?"

ராஜபக்ஷே கேட்டார்.

அவர்களை வவுனியாவுக்கு அனுப்பி வைத்தார். வவுனியா பிரதேசத்துக்கான இலங்கை ராணுவத்தின் கமாண்டராக பொறுப்பேற்று இருந்த மேஜர் ஜெனரல் ஜெகத் ஜெயசூர்யா, அவர்களை சந்தோஷமாக வரவேற்றார்.

அந்த அளவுக்கு புலிகளிடம் அவர் திணறிப்போயிருந்தார்.

(இந்த இடத்தில் இருந்துதான் முதல் அத்தியாயம் தொடங்குகிறது.)

யுத்தம் முடிந்ததா?

யுத்தம் முடிந்தது என்று பிரகடனப் படுத்துகிறார் இலங்கை அதிபர் ராஜபக்ஷே.

பிரபாகரனைக் கொன்றுவிட்டோம் என்று கொக்கரிக்கிறார்.

அது உண்மையா?

500 ஆண்டுகளுக்கு முன் தங்களுடைய ஆட்சி உரிமையை பறிகொடுத்து, கடந்த 61 ஆண்டுகளாக அடிப்படை உரிமைகளை இழந்து தவிக்கும் ஈழத் தமிழர்களின் எதிர்காலம் இனி அவ்வளவுதானா?

தமிழீழம் கனவுதானா?

இல்லை என்கிறார்கள் பெரும்பான்மையான தமிழர்கள். பிரபாகரன் உயிரோடு இருப்பதாக அவர்கள் நம்பிக்கையுடன்

இருக்கிறார்கள்.

இலங்கை அரசின் அறிவிப்பில் உள்ள குழப்பங்களே அவர்களுடைய நம்பிக்கைக்கு சாட்சியாக இருக்கின்றன.

இலங்கை அரசு இப்படி அறிவிப்பதற்கு காரணம் இருக்கிறது என்கிறார்கள் அமெரிக்க வாழ் ஈழத் தமிழர்கள்.

ஐ.நா. மனித உரிமைக் கமிஷனில் இலங்கைக்கு இடம் மறுக்கப்பட்டது. இதையடுத்து இலங்கைக்கு கிடைக்க வேண்டிய சர்வதேச நிதி உதவிகள் கிடைக்காது. பொருளாதார நெருக்கடியில் சிக்கித் தவிக்கும் இலங்கை தனது நாட்டில் உள்நாட்டு போர் முடிந்துவிட்டதாக ஐ.நா.வை நம்பவைக்கவே இப்படி அவசர அறிவிப்பு வெளியிட்டுள்ளது என்று அவர்கள கூறுகிறார்கள்.

அதேசமயம், விடுதலைப் புலிகளின் அமைப்பில் முக்கிய பொறுப்புகள் வகிக்கும் செல்வராசா பத்மநாபன், அறிவழகன் ஆகியோர் குழப்பமான அறிக்கைகளை வெளியிட்டு வருவது ஏன் என்பது புரியவில்லை.

அரசியல் போராட்டம் என்று அவர்கள் அறிவிக்கிறார்கள்.

பிரபாகரன் இறந்துவிட்டார் என்கிறீர்கள். சரி. அரசியல் தீர்வு ஏற்படுத்துங்கள் என்று வற்புறுத்தவே இந்த ஏற்பாடு என்று கருத இடமிருக்கிறது.

சண்டை முடிந்த நிலையிலும் அரசியல் தீர்வுகுறித்து அரசு வாய் திறக்க மறுக்கிறது.

ஆனால், வவுனியாவின் அடர்ந்த காட்டை அழிக்கும் வேலையில் இலங்கை ராணுவம் ஈடுபட்டுள்ளதாக தகவல் வருகிறது. முதல் முயற்சியில் இலங்கை ராணுவத்தினர் 800 பேர் வரை உயிரிழந்திருக்கிறார்கள்.

இதையடுத்து பொதுமக்களைக் கொண்டே அந்த காட்டை அழிக்கும் வேலை தொடருவதாகவும் தெரியவந்துள்ளது.

பகலிலேயே இரவைப் போல இருக்கும் அந்தக் காட்டுக்குள் என்ன இருக்கும் என்று இலங்கை ராணுவம் கருதுகிறது?

பிரபாகரன் உயிரோடு இருக்கிறாரா? இல்லையா? என்ற கேள்விகள், கடவுள் இருக்கிறார? இல்லையா என்ற கேள்விகளைப் போல மர்மம் நிறைந்தவையாகி விட்டன.

எது எப்படியோ, பிரபாகரன் விஷயத்தில் ஏற்பட்டுள்ள குழப்பங்களுக்கு, முந்தைய காலகட்டங்களப் போலவே அவர் பதிலளிப்பார் என்று தமிழர்கள் நம்புகிறார்கள்.

நேதாஜியைத்தான் தனக்கு மிகவும் பிடிக்கும் என்று பிரபாகரன் கூறியிருக்கிறார். அவருடைய மரணமும் நேதாஜியைப் போலவே மர்மம் நிறைந்ததாகி விட்டது.

வீட்டுக்கு ஒரு பிள்ளை தாருங்கள் தமிழீழத்தை வென்று தருகிறேன் என்றார். தனது பிள்ளைகளையும் போரில் ஈடுபடுத்தினார். அவருடைய லட்சிய நேர்மைக்கு இது ஒன்றே அடையாளம்.

சுத்தமான போராளிக்கு இலக்கணமாக அவர்.